எலீ வீஸல்

1928ஆம் ஆண்டு செப்டம்பர் மாதம் 30ஆம் தேதி ருமேனியாவில் உள்ள சிகெட் என்ற ஊரில் பிறந்தார். சிறுவனாக இருந்தபோதே ஆஸ்விட்ச் வதைமுகாமுக்குக் கொண்டு செல்லப்பட்டு, பின்னர் புச்சன்வால்ட் முகாமுக்கும் அனுப்பப்பட்டார். பெற்றோரும் தங்கை ஜிபோராவும் முகாமிலேயே மாண்டனர்.

வதை முகாம் அனுபவங்கள் அடிப்படையிலான அவரது முதல் சுயசரிதை 'இரவு.'

போர் முடிவுற்றபின் பாரிஸுக்குச் சென்ற வீஸல், பிரெஞ்சில் எழுதத் தொடங்கி, பத்தாண்டு காலம் அங்கேயே வசித்தார்.

நியூயார்க்கிற்கு இடம்பெயர்ந்த அவர், அங்கே ஒரு பத்திரிக்கையாளராகப் பணியாற்றினார்.

பாஸ்டன் பல்கலைக்கழகம், நியூயார்க் பல்கலைக்கழகம், யேல் பல்கலைக்கழகம் ஆகியவற்றில் மானுடவியல் பேராசிரியராகப் பணியாற்றினார்.

அவரது பிற முக்கியப் படைப்புகள் – Dawn, The Accident, The Town Beyond the Wall, The Gates of the Forest, The Beggar in Jerusalem.

அவரது எழுத்துகளின் மொத்தத் தொகுப்பான (மூன்று பாகங்கள்) The fifth son: Against Silence: the Voice and Elie Wiesel 1985இல் வெளியானது.

1986ஆம் ஆண்டில் சமாதானத்துக்கான நோபல் பரிசு பெற்றார்.

எலீ வீஸல், 2.7.2016ஆம் நாளன்று அமெரிக்காவின் நியூயார்க் நகரின் மன்ஹாட்டனில் தனது 87வது வயதில் காலமானார்.

இரவு

எலீ வீஸல்

பிரெஞ்சு மொழியிலிருந்து மொழியாக்கம்
மரியன் வீஸல்

தமிழாக்கம்
ரவி. தி. இளங்கோவன்

எதிர் வெளியீடு

இரவு
எலீ வீஸல்
தமிழில்: ரவி. தி. இளங்கோவன்

எதிர் வெளியீடு முதல் பதிப்பு: அக்டோபர் 2020
எதிர் வெளியீடு,
96, நியூ ஸ்கீம் ரோடு, பொள்ளாச்சி – 642 002
தொலைபேசி: 04259 226012, 99425 11302

விலை: ரூ.250

Iravu
La Nuit
Elie Wiesel

Copyright© 1958-2007 by Les Editions de Minuit
Translated by: Ravi. D. Ilangovan

Ethir Veliyeedu First Edition: October 2020
Published by
Ethir Veliyeedu, 96, New Scheme Road, Pollachi- 642 002
email: ethirveliyedu@gmail.com
www.ethirveliyeedu.com

ISBN: 978-93-87333-98-7
Cover Design: Santhosh Narayanan
Printed at Jothy Enterprises, Chennai.

All rights reserved. No part of this book may be reprinted or reproduced or utilised in any form or by any electronic, mechanical or other means, now known or hereafter invented, including photocopying and recording, or in any information storage or retrieval system, without permission in writing from the Publisher.

என் பெற்றோர் மற்றும் என் தங்கை ஜிபோரா
நினைவாக...
– எலீ வீஸல்

இப்புதிய மொழியாக்கம்
அந்த இரவில் மறைந்துபோன
எனது தாத்தா, பாட்டிகள்
அபா, சாரா மற்றும் நாச்மேன்
ஆகியோரின் நினைவாக...
– மரியன் வீஸல்

புதிய மொழியாக்கத்திற்கான எலீ வீஸலின் முன்னுரை

எனது வாழ்நாளிலேயே நான் ஒரே ஒருபுத்தகம் எழுத வேண்டியிருந்தால் அது இப்புத்தகமாகத்தான் இருக்கும். கடந்த காலம் நிகழ்காலத்தில் எஞ்சியிருப்பது போல, 'இரவு'க்குப் பின்னாலான, பைபிள், தால்முட் அல்லது ஹசிடியக் கருப்பொருளைக் கொண்ட எனது எல்லாப் படைப்புகளும், இந்நூலின் ஆழ்ந்த முத்திரையைத் தாங்கி இருப்பதுடன், அவற்றை எனது இம்முதல் படைப்பைப் படிக்காமல் புரிந்துகொள்ள இயலாது.

நான் இதை ஏன் எழுதினேன்?

எனக்கு பித்துப் பிடிக்காமல் இருக்க, நான் இதை எழுதினேனா அல்லது அதற்கு மாறாக வரலாற்றில், மனித இனத்தின் மனசாட்சியில் வெடித்துக் கிளம்பிய, பரந்த திகிலூட்டும் பைத்தியக்காரத்தனத்தின் தன்மையை அறிந்துகொள்ளப் பித்தனாக விரும்பினேனா?

வரலாறு தன்னை மீண்டும் நிகழ்த்துவதைத் தவிர்க்க, வார்த்தைகளில், நினைவுகளில், ஒரு பாரம்பரியத்தை விட்டுச் செல்வதற்காகவா அல்லது இது மரணம் மற்றும் தீமைகள் குறித்து இலக்கியத்தின் மூலமாக மட்டுமே அறிந்துகொள்ள வேண்டிய விடலைப் பருவத்தில், வயதில், நான் எதிர்கொண்ட சோதனைகளைப் பதிவு செய்யும் முயற்சியா?

நான் இப்பிரதியை எழுதுவதற்காகவே உயிர் தப்பியதாகக் கூறும் சிலர் இருக்கிறார்கள். ஆனால் நான் அதை ஒப்புக்கொள்ளவில்லை. நான் எப்படி உயிர் தப்பினேன் என்று எனக்குத் தெரியாது; நான் பலவீனமானவன், கூச்ச சுபாவம் கொண்டவன். என்னைத் தற்காத்துக்கொள்ள எதையுமே நான் செய்யவில்லை. ஒரு அற்புதம் நிகழ்ந்ததா? நிச்சயமாக இல்லை. சொர்க்கம் எனக்காக ஒரு அற்புதத்தை நிகழ்த்துமெனில், ஏன் என்னிலும் தகுதியானவர்களுக்கு அதைச் செய்யவில்லை. இது வெறும் சந்தர்ப்பத்தை தவிர வேறொன்றுமில்லை. இருப்பினும், நான் உயிர் தப்பியிருப்பதனால் அதற்கு ஒரு அர்த்தம் அளிக்கத் தேவையுள்ளது. ஒருவேளை, நான் காகிதத்தில் எழுத முனையும், எவ்வித அர்த்தமுமற்ற, ஒரு அனுபவத்தின் அர்த்தத்தைக் காக்க முயல்கிறேனா?

பின்னோக்கிப் பார்க்கையில், எனது வார்த்தைகளின் மூலம் நான் எதை அடைய விரும்பினேன் என்று எனக்குத் தெரியாது அல்லது இன்னும் தெரியவில்லை என்றே ஒப்புக்கொள்ள வேண்டும். இவ்வாக்குமூலமின்றி, ஒரு எழுத்தாளனாக, எனது வாழ்க்கை-காலம்- இப்பொழுது உள்ளதுபோல், மனித நினைவிலிருந்து எதிரி தனது குற்றங்களைத் துடைத்தெறிந்து, இறுதி வெற்றியை அனுபவிப்பதைத் தடுக்கும் தார்மீகப் பொறுப்பு உள்ளது என நம்பும் ஒரு சாட்சியமாக ஆகியிருக்காது.

இப்பொழுது சமீபத்தில் கண்டுபிடிக்கப்பட்ட ஆவணங்களுக்கு நன்றி. அந்த ஆதாரங்கள் அதிகாரத்தை அடைந்த ஆரம்ப நாட்களில், ஜெர்மானிய நாஜிகள் உருவாக்க எண்ணிய சமுதாயத்தில் யூதர்களுக்கு இடமே இல்லை என்பதைக் காட்டுகின்றன. அவர்களின் ஆட்சி முடிவடையும் நிலையில் குறிக்கோள் மாறிவிட்டது. அவர்கள் சிதைவுகளாக விட்டுச்செல்லும் உலகத்தில் யூதர்கள் வாழ்ந்ததற்கான அடையாளங்கள் இல்லாமல் இருக்க வேண்டுமென தீர்மானித்திருந்தனர். அதனால்தான் ரஷ்யா, உக்ரைன், லித்வேனியா என எல்லா இடங்களிலும் நாஜிகளின் துணைநிலைக் கொலைப் படைகள் இறுதித் தீர்வை நிகழ்த்துவதற்காக, தங்கள் இயந்திரத் துப்பாக்கிகளை ஒரு மில்லியனுக்கும் மேற்பட்ட யூதர்கள், ஆண்கள், பெண்கள், குழந்தைகளை நோக்கித் திருப்பி, சற்றுமுன்னர் அவர்களாலேயே தோண்டப்பட்ட மாபெரும் கல்லறைகளில் தூக்கி வீசினர். தனிப்படைப் பிரிவுகள்

பின்னர் பிணங்களைத் தோண்டியெடுத்து, அவற்றை எரியூட்டின. இவ்வாறாக, வரலாற்றில் யூதர்கள் இரண்டு முறை கொல்லப்பட்டதுமல்லாமல், அவர்களுக்கு ஒரு கல்லறையில் சவ அடக்கமும் மறுக்கப்பட்டது.

ஹிட்லரும் அவனது கூட்டாளிகளும் நிகழ்த்திய யுத்தமானது, யூத இனத்தைச் சேர்ந்த ஆண்கள், பெண்கள், குழந்தைகளுக்கு மட்டும் எதிரானதல்ல, ஆனால் அது யூத மதம், யூதப் பண்பாடு, யூதப் பாரம்பரியம், அதனால் யூதர்கள் குறித்த நினைவுகளுக்கும் எதிரானது எனத் தெளிவாகிறது.

வரலாற்றில் ஒரு நாள், இக்காலத்தின் மீது தீர்ப்பளிக்கப்படும், அதற்கு நான் சாட்சியாக வேண்டியிருக்கும் என்பதை அறிவேன். மேலும், சொல்வதற்கு என்னிடம் எண்ணற்ற விஷயங்கள் உள்ளது என்பதும் அவற்றைச் சொல்வதற்கான வார்த்தைகள் என்னிடம் இல்லை என்பதையும் நான் அறிவேன். வேதனையுடன் எனது போதாமைகளை உணர்ந்தபடி, மொழி ஒரு தடையாக மாறிவிட்டதை வேறுவழியின்றி கவனித்துக்கொண்டிருந்தேன். ஒரு புதிய மொழியைக் கண்டுபிடிக்க வேண்டிய தேவையுள்ளது தெள்ளத் தெளிவானது. ஆனால் எதிரியால் துரோகம் இழைக்கப்பட்ட, பகிரப்பட்ட வார்த்தைகளை ஒருவர் எவ்வாறு சீரமைத்து உருமாற்றுவது? பசி- தாகம்- அச்சம்- போக்குவரத்து- தேர்வு- நெருப்பு- புகைக் கூண்டு; இவ்வார்த்தைகள் அனைத்தும் உள்ளார்ந்த ஒரு அர்த்தத்தைக் கொண்டுள்ளன. ஆனால், அக்காலத்தில் அவை வேறொன்றை அர்த்தப்படுத்தின. எனது தாய்மொழியில் எழுதும்போது- அப்பொழுது அது மறைந்துவிடும் நிலையில் இருந்தது. - நான் ஒவ்வொரு வாக்கியத்திற்குப் பின்னரும் சற்று இடைவெளி விடுவேன், பின் மீண்டும், மீண்டும் முதலிலிருந்து தொடங்குவேன்... பிற வினைச்சொற்களை, படிமங்களை, பிற மௌன ஓலங்களை என் மனக்கண் முன் கொணர்வேன். ஆனாலும் இன்னும் அது சரியாக இல்லை. ஆனால் சரியாகச் சொல்வதானால் 'அது' என்பது என்ன? 'அது' நழுவலான அபகரிக்கப்படும் அல்லது அவதூறுக்கு ஆளாகும் என்பதால் இருளால் போர்த்தப்பட்ட ஒன்று. அகராதிகள் அதற்குத்தரும் அர்த்தங்களெல்லாம் அற்பமான, வெளிறிய, உயிரற்றவையாக இருக்கின்றன. இறுக மூடப்பட்ட கால்நடை வாகனத்தில் சென்ற கடைசிப் பயணத்தை, அறியப்படாத அந்த இடத்தை நோக்கிச் சென்ற இறுதிப் பயணத்தை விவரிக்க ஏதேனும் வழி

இருக்கிறதா? அல்லது எங்கு மனிதத்தன்மையற்று இருப்பது மனிதமாக உள்ளதோ, எங்கு கட்டுப்பாடான, சீருடை அணிந்த, கற்றறிந்த மனிதர்கள் கொலைச் செயல் புரிய வந்தார்களோ, எங்கு அப்பாவிக் குழந்தைகளும், சோர்ந்திருந்த முதியவர்களும் மரணிக்க வந்தார்களோ, அந்தப் பைத்தியம் பிடித்த, உறைந்த பிரபஞ்சத்தைக் கண்டுபிடித்ததை எப்படி எழுதுவது?

மனதின் அடியாழத்தில், அந்த சாட்சி தனது வாக்குமூலம் பெறப்படாது என்பதை இன்று போலவே அன்றும் அறிவான். ஏனெனில் அது மனிதனின் இருண்ட பிரதேசத்தில் இருந்து வெளிப்பட்ட ஒரு சம்பவம் தொடர்புடையது என்பதால். ஆஸ்விட்சில் அதை அனுபவித்தவர்களுக்கு மட்டுமே அது என்னவென்று தெரியும். மற்றவர்கள் அதை என்றுமே அறியமாட்டார்கள்.

ஆனால் குறைந்தபட்சம் அவர்கள் அதைப் புரிந்து கொள்வார்களா?

பலவீனமானவர்களுக்கு உதவுவது, நோயுற்றவர்களைக் குணப்படுத்துவது, சிறு குழந்தைகளைப் பாதுகாப்பது, முதியோரின் ஞானத்தை மதிப்பது ஆகியவற்றை இயல்பாகக் கருதும் ஆண்களும் பெண்களும் இங்கு என்ன நடந்தது என்பதைப் புரிந்து கொள்வார்களா?

இந்த சபிக்கப்பட்ட பிரபஞ்சத்தில், அந்த எஜமானர்கள், பலவீனமானவர்களைச் சித்திரவதை செய்ததையும், குழந்தைகள், நோயாளிகள், முதியோரைப் படுகொலை செய்ததையும் அவர்களால் அறிந்துகொள்ள இயலுமா?

இருப்பினும், இந்த அனுபவத்தை வாழ்ந்து பார்த்தபின், ஒருவருக்கு பேசுவது- அது எவ்வளவு கடினமாக இருப்பினும், சாத்தியமற்றதாக இருப்பினும், ஒருவரால் அமைதியாக இருக்க இயலாது.

ஆதலால் நான் மனம் தளரவில்லை. நான் வார்த்தைகளை சூழ்ந்திருந்த, கடந்து சென்ற அந்த மௌனத்தை நம்பினேன். பிர்கெனா குறித்த அனைத்து வாக்குமூலங்களும், பிர்கெனாவின் நிலங்களில் வீழ்ந்து கிடக்கும் சாம்பலை விட சக்தி மிக்கதாக இருக்காது என்பதை நான் அறிவேன். ஏனெனில் பேசப்படாத பொருளைப் பேச முயலும் எனது முயற்சிகளையும் மீறி, இன்னும் அது 'சரி' இல்லை.

அதனால்தான், யிட்டிஷ் மொழியில் எழுதப்பட்டு முதலாவதாக பிரெஞ்சு மொழியிலும் பின்னர் ஆங்கிலத்திலும் மொழி பெயர்க்கப்பட்ட, எனது "இந்த உலகம் அமைதியாக இருந்தது" என்ற அந்தக் கையெழுத்துப் பிரதி, நோபல் பரிசு பெற்ற மாபெரும் கத்தோலிக்க பிரெஞ்சு எழுத்தாளர் பிரான்சுவா மோரியாக் அவர்களின் இடைவிடாத முயற்சிகளுக்குப் பின்னும் பிரெஞ்சு மற்றும் அமெரிக்காவில் உள்ள முக்கிய பதிப்பாளர்கள் அனைவராலும் நிராகரிக்கப்பட்டது. நேரடி சந்திப்புகள், கடிதங்கள் மற்றும் தொலைபேசி அழைப்புகள் என்று பல மாதங்கள் கடந்தபின் இறுதியாக அது வெற்றிகரமாக அச்சிடப்பட்டது.

நான் நிறைய திருத்தங்கள் செய்தபோதிலும் எனது யிட்டிஷ் மொழி மூலப்பிரதி மிக நீண்டதாக இருந்தது. எடிஷன்ஸ் டி மினுட்ஸ் என்ற கௌரவமிக்க அந்த சிறு நிறுவனத்தின் புகழ்பெற்ற தலைவர் ஜெரோம் லிண்டன் பிரதியை மேலும் எடிட் செய்து பிரெஞ்சு பிரதியில் சில பகுதிகளை நீக்கினார். நான் அவரது முடிவை ஏற்றுக் கொண்டேன். ஏனெனில் நான் சில விஷயங்கள் தேவையற்றதாக இருக்குமோ என்று எண்ணினேன். உள்ளடக்கம் மட்டுமே முதன்மையானது. நான் குறைவாகச் சொல்வது என்பதை விட மிக அதிகமாக சொல்லி விடுவேனோ என்று அஞ்சினேன்.

எடுத்துக்காட்டாக: யிட்டிஷ் மொழியின் மூலப் பிரதியில் அதன் தொடக்கம் இத்தகைய ஒரு வாக்கியத்துடன் தொடங்குகிறது:

ஆதியில் நம்பிக்கை இருந்தது-அது குழந்தைத்தனமானது; நம்பிக்கை-அது வீணானது. மேலும் மாயை-அது ஆபத்தானது. நாங்கள் கடவுளை நம்பினோம், மனிதனை நம்பினோம். நம்மில் ஒவ்வொருவரிடமும் ஷெகினா சுடரின் புனித தீப்பொறி ஒப்படைக்கப்பட்டிருக்கிறது; ஒவ்வொருவரும் தங்களது விழிகளிலும் ஆன்மாவிலும் இறைவனின் பிம்பத்தின் பிரதிபலிப்பைச் சுமந்திருக்கிறோம். இன்று என்ற மாயையில் வாழ்ந்தோம்.

அதுவே நாங்கள் அனுபவித்த கடும் சோதனைகளுக்கு காரணமாக அல்ல, ஆதாரமாக இருந்தது.

அந்த யிட்டிஷ் மூலப்பிரதியில் எனது தந்தையின் மரணம் மற்றும் விடுதலை குறித்து நிறையப் பகுதிகள் இருந்தன. இந்தப் புதிய மொழியாக்கத்தில் அவற்றை ஏன் சேர்க்கவில்லை?

ஒருவேளை மிகவும் தனிப்பட்டதாகவும் மிகவும் அந்தரங்கம் ஆனதாகவும் இருந்ததால். அவை வரிகளுக்கு இடையில் எஞ்சியிருக்க வேண்டும். இருப்பினும்...

நான் அந்த இரவை, எனது வாழ்வின் மிகப் பயங்கரமான அந்த இரவை நினைவுகூர்கிறேன்:

"...எலீசெர், என் மகனே, இங்கே வா... நான் உன்னிடம் சில விஷயங்களைச் சொல்ல வேண்டும்... உன்னிடம் மட்டுமே பேச வேண்டும்... வா, என்னைத் தனியே விட்டுச் செல்லாதே... எலீசெர்..."

நான் அவரது குரலைக் கேட்டேன். அந்த வார்த்தைகளின் அர்த்தத்தை, அக்கணத்தின் சோக பரிமாணத்தையும் நான் புரிந்து கொண்டேன், இருப்பினும் நான் அசையவில்லை.

அவரது கடைசி ஆசை, அந்த வேதனையில், அவரது காயமுற்ற உடலிலிருந்து அவரது ஆன்மா பிரித்தெடுக்கப்படும் அத்தருணத்தில், தன்னருகில் நான் இருக்கவேண்டும் என்பதுதான் - இருப்பினும் நான் அவரது அந்த விருப்பத்தைப் பூர்த்தி செய்ய விடவில்லை.

நான் அஞ்சினேன்.

அடிகளுக்கு அஞ்சினேன்.

அதனால் அவரது அழுகுரலுக்கு நான் செவிடனாய் இருந்தேன்.

எனது துயர்மிகு வாழ்க்கையைத் தியாகம் செய்து, அவரருகில் ஓடிச்சென்று, அவரது கைகளைப் பற்றி, அவருக்கு நம்பிக்கையூட்டி, அவர் கைவிடப்படவில்லை என்பதை உணர்த்தி, நான் அவரருகில் இருக்கிறேன், நான் அவர் துயரை உணர்கிறேன் என்றெல்லாம் உணர்த்தி இருக்க வேண்டும். அதற்கு மாறாக நான் மல்லாந்து படுத்தபடி, எனது தந்தையார், என் பெயர் சொல்லி அழைப்பதையும், அழுவதையும் நிறுத்தும்படி இறைவனிடம் வேண்டிக் கொண்டிருந்தேன். நான் எஸ்எஸ் படையினரின் கோபத்திற்கு ஆளாக அஞ்சினேன்.

உண்மையில் எனது தந்தைக்கு இப்பொழுது உணர்வில்லை. இருப்பினும் அவரது சோகமிக்க, வேதனையளிக்கும் குரல், என் பெயரை அழைத்தபடி, வேறு எவரையுமல்ல, என்னை அழைத்தபடியே இரவின் அமைதியைக் கிழித்தபடி இருந்தது. எஸ்எஸ் படையினர் மிகுந்த ஆத்திரத்தில் எனது தந்தையின்

மண்டையில் அடித்துக் கொண்டிருந்தனர்: "அமைதியாக இரு, கிழவனே, அமைதியாக இரு..."

அதற்கு மேலும் எனது தந்தை எஸ்எஸ் படையினரின் தாக்குதலை உணரவில்லை, நான் உணர்ந்தேன். இருப்பினும் நான் எதுவும் செய்யவில்லை. நான் எனது தந்தையை எஸ்எஸ் படையினர் அடிக்க விட்டுவிட்டேன். நான் அவரைத் தனிமையில், மரணத்தின் பிடியில், இருக்க விட்டுவிட்டேன். அதிலும் மிக மோசம், அவர் அழுததற்காகவும் சத்தமிட்டதற்காகவும், எஸ்எஸ் படையினரின் கோபத்தைத் தூண்டியதற்காகவும் நான் அவர் மீது கோபம் கொண்டேன்.

"எலீசெர்! எலீசெர்! வா, என்னைத் தனியே விட்டுப் போகாதே..."

அவரது குரல் மிக அருகிலும், மிகத் தொலைவிலிருந்தும் என்னை எட்டியது. ஆனாலும் நான் அசையவில்லை. என்னால் என்னை எப்போதுமே மன்னிக்க முடியாது.

மேலும் என்னுள் இருந்த கீழ்மையான, ஆதிமனித உணர்வுகளை விழித்தெழ வைத்து, என்னையே எனக்கு அன்னியனாக்கிய, என்னைச் செயலற்றவனாகச் செய்த, இந்த உலகத்தை ஒருபோதும் நான் மன்னிக்க மாட்டேன்.

அவரது கடைசி வார்த்தை எனது பெயராகத்தான் இருந்தது. ஒரு அழைப்பு, ஆனால் நான் அதற்கு பதில் அளிக்கவில்லை.

யிட்டிஷ் மொழியில், அந்த விவரிப்பு கண்ணாடியில் தெரிந்த எனது பிம்பத்தைக் குறிப்பதுடன் முடியவில்லை, ஆனால் இன்று நிலவும் இருண்ட மனநிலையைக் குறிப்பிட்டே முடிந்தது.

இப்பொழுது, புச்சென்வால்ட்டிற்கு பத்தாண்டுகளுக்குப் பின்னர், இந்த உலகம் எதையும் விரைவில் மறந்து விடுகிறது என்பதை உணர்ந்தேன். இன்று, ஜெர்மனி ஓர் இறையாண்மை அரசு. ஜெர்மன் இராணுவம் மீண்டும் உயிர்ப்பிக்கப்பட்டு விட்டது. புச்சென்வால்டின் கேடுகெட்ட, வக்கிரமான அரக்கன் இல்சே கோச், குழந்தைகள் பெற்று, என்றென்றும் மகிழ்ச்சியாக வாழ அனுமதிக்கப்பட்டுள்ளான்... போர்க்குற்றவாளிகள் ஹாம்பர்க் மற்றும் மியூனிக் நகரவீதிகளில் சுதந்திரமாக உலாவித் திரிகின்றனர். கடந்த காலம் அழிக்கப்பட்டு, புறக்கணிக்கப்பட்டு மறதியில் தள்ளப்பட்டது போல் தோன்றுகிறது.

இன்று ஜெர்மனி, பிரான்ஸ், ஏன் அமெரிக்காவிலும் உள்ள யூத எதிர்ப்பாளர்கள், ஆறு மில்லியன் யூதர்கள் அழித்தொழிக்கப்பட்டதாகக் கூறப்படும் 'கதை' ஏமாற்று வேலையே தவிர உண்மையில்லை என்று உலகத்திடம் கூறுகின்றனர், அதில் பெரும்பான்மை மக்கள், உண்மையை அறியாமல், அதை நம்பவும் செய்யலாம். இன்றல்ல, நாளையோ அல்லது அதற்கு மறுநாளிலோ...

இச்சிறு தொகுப்பு வரலாற்றின் போக்கை மாற்றிவிடுமென்றோ அல்லது உலகின் மனசாட்சியை உலுக்கி விடும் என்றோ நம்புமளவிற்கு நான் அப்பாவியல்ல. புத்தகங்கள் ஒரு காலத்தில் பெற்றிருந்த அந்த சக்தியை இப்பொழுது கொண்டிருக்கவில்லை.

நேற்று மௌனமாக இருந்தவர்கள் நாளையும் மௌனமாகவே இருப்பார்கள்.

வாசகர்கள் இதை உரிமையுடன் கேட்கலாம்: முந்தையது ஏறத்தாழ நாற்பத்தி ஐந்து ஆண்டுகளாக பதிப்பிலிருக்கும் நிலையில் இந்தப் புதிய மொழியாக்கம் எதற்கு? அது மூலப்பிரதிக்கு உண்மையாகவோ அல்லது நன்றாகவோ இல்லையெனில், மூலத்திற்கு நெருக்கமான, அதை விடச் சிறந்த ஒரு மொழியாக்கத்தின் மூலம் அதை மாற்ற நான் ஏன் இவ்வளவு நீண்ட காலம் காத்திருந்தேன்?

இதற்கான பதில், அப்போது நான் ஆரம்ப நிலையிலிருந்த, அறியப்படாத எழுத்தாளன். எனது ஆங்கிலம் அவ்வளவு சிறப்பானதாக இல்லை. எனது பிரிட்டிஷ் பதிப்பாளர், ஒரு மொழிபெயர்ப்பாளரைக் கண்டுபிடித்து விட்டதாகக் கூறியவுடன் நான் மகிழ்ச்சியடைந்தேன். பின்னர் மொழியாக்கத்தை வாசித்துப் பார்த்தேன், அது சரியாக இருப்பதாகத் தோன்றியது. நான் அதை மறுவாசிப்பு செய்யவில்லை. அதன் பின்னர் எனது பெரும்பாலான படைப்புகளை, எனது குரலை அறிந்த, மற்றெவரையும் விட சிறப்பாக அதை பிறருக்கு வெளிப்படுத்தத் தெரிந்த எனது துணைவியார் மரியன், மொழியாக்கம் செய்தார். நான் அதிர்ஷ்டசாலி. பாரார், ஸ்ட்ராஸ் மற்றும் ஜிரோ பதிப்பகம் (Farrar, Straus and Giroux) ஒரு புதிய மொழியாக்கம் செய்யுமாறு கேட்டபோது, அவள் அதற்கு ஒப்புக் கொண்டாள். வாசகர்கள் அவளது மொழியாக்கத்தை வரவேற்பார்களென நம்புகிறேன். உண்மையில் அவளது கடுமையான திருத்தங்கள்

காரணமாக, என்னால் பல முக்கிய விவரங்களைச் சரிபார்க்கவும், திருத்தங்களைச் செய்யவும் முடிந்தது.

நான் நீண்ட காலத்திற்கு முன்னரே எழுதப்பட்ட பிரதியை மறுவாசிப்பு செய்கையில், நான் இன்னும் தாமதிக்காமல் செயல்பட்டது நல்லதென்று உணர்கிறேன். இருப்பினும் நான் ஆச்சரியம் கொள்கிறேன்: நான் சரியான வார்த்தைகளைப் பயன்படுத்தியிருக்கிறேனா? நான் அங்கு சென்ற அந்த முதல் இரவைப் பற்றி, அந்த முள்வேலியின் பின்னிருந்த எதார்த்தத்தைக் கண்டறிந்தது பற்றிப் பேசினேன். ஒரு மூத்த முகாம்வாசி எங்களை எச்சரித்தார், எங்களின் வயது குறித்து பொய் பேசும்படி ஆலோசனை கூறினார். எனது வயதை அதிகமாக்கவும், என் தந்தையின் வயதைக் குறைத்துக் கூறவும் சொன்னார். அந்தத் தேர்வு, மாறுபாடற்ற ஆகாயத்தின் கீழ், தொலைவில் அச்சுறுத்தும் புகைக்கூண்டுகளை நோக்கிய அணிவகுப்பு. கைக்குழந்தைகள் கொழுந்து விட்டெரியும் குழிகளில் தூக்கி வீசப்பட்டனர்... அவர்கள் உயிருடன் இருந்ததாக நான் கூறவில்லை, ஆனால் நான் அவ்வாறு கருதினேன். ஆனால் பிறகு என்னை சமாதானப்படுத்திக் கொண்டேன். இல்லை, அவர்கள் இறந்து விட்டார்கள், இல்லையென்றால் எனக்கு நிச்சயமாகப் பைத்தியம் பிடித்திருக்கும். இருப்பினும் என்னுடன் இருந்த முகாம்வாசிகள் சிலர் அதைப் பார்த்தனர்; அவர்கள் அக்குழந்தைகள் நெருப்பில் வீசப்படும்போது உயிருடன் இருந்ததாகக் கூறினார்கள். வரலாற்று அறிஞர்கள், குறிப்பாக டெல்போர்ட் டெய்லர் அதை உறுதி செய்தார். ஆனால் எப்படியோ நான் மனநிலை பிறழாமல் இருந்தேன்.

இந்த முன்னுரையை முடிக்கும் முன்பு, நான் மனிதர்களைப் போலவே, புத்தகங்களுக்கும், ஒரு விதி உள்ளதென்பதில், ஆழ்ந்த நம்பிக்கை கொண்டுள்ளேன் என்பதை வலியுறுத்திக் கூறுகிறேன். சில புத்தகங்கள் துயரத்தையும், மற்றவை மகிழ்ச்சியையும், சில இரண்டையுமே வரவேற்கின்றன.

முன்னர், நாற்பத்தி ஏழு ஆண்டுகளுக்கு முன், 'இரவு' பிரெஞ்சு பதிப்பு வெளியிடுவதில் எதிர்கொண்ட சிரமங்களை விவரித்திருந்தேன். பெருமளவில் ஆதரவான விமர்சனங்கள் வெளியாகியும் புத்தக விற்பனை அரிதாகவே இருந்தது. அதன் உள்ளடக்கம் மனச்சோர்வு தருவதாகக் கருதப்பட்டதால்,

எவராலும் கவனிக்கப்படவில்லை. ஒரு யூத மதகுரு தனது பிரசங்கத்தில் இப்புத்தகத்தைக் குறிப்பிட்டால், "யூத இனத்தின் கடந்த காலத் துயரங்களைக் குழந்தைகள் மீது சுமத்துவது" அர்த்தமற்றது என்று குறை கூற மக்கள் தயாராக இருந்தார்கள்.

அதற்குப்பின் நிறைய மாற்றங்கள் ஏற்பட்டுள்ளன. 'இரவு' நான் எதிர்பார்த்திராத அளவு வரவேற்பைப் பெற்றது. இன்று அமெரிக்காவிலும் பிற நாடுகளிலும் பள்ளிகளிலும் கல்லூரிகளிலும் இது பாடத்திட்டத்தில் இடம் பெற்று வாசிக்கப்படுகிறது.

இந்நிகழ்வை எவ்வாறு விளக்குவது? முதலில் மக்களின் மனப்போக்கில் ஒரு சக்திவாய்ந்த மாற்றம் ஏற்பட்டது. ஐம்பதுகளிலும், அறுபதுகளிலும், இரண்டாம் உலகப்போருக்கு முன்னரோ அல்லது போர்க்காலத்திலோ பிறந்தவர்கள், யூத இனப்பேரழிவு (Holocaust) குறித்து கவனமின்மையும், ஒரு அக்கறை காட்டுவது போன்ற பாவனை செய்வதாகவும் கூறினர். ஆனால் தற்பொழுது அது உண்மையில்லை.

அந்தக் காலத்தில், இத்தகைய உள்ளடக்கம் கொண்ட புத்தகங்களை வெளியிட மிகச் சில பதிப்பாளர்களே இருந்தனர்.

இன்று, இத்தகைய நூல்கள் பெரும்பாலான புத்தகப் பட்டியல்களில் இடம்பெற்றுள்ளன. பல்கலைக்கழகங்களிலும் உண்மை இதுதான். முன்பு, மிகச்சில பள்ளிகளில் மட்டுமே பாடத்திட்டத்தில் இருந்தது. இன்றோ பல பள்ளிகளில் உள்ளது. மேலும் இப்பாடத்திட்டங்கள் பிரபலமாக உள்ளன. பண்பாட்டின் முக்கியப் பகுதியாக ஆஸ்விட்ச் மாறிவிட்டது. தற்போது திரைப்படங்கள், நாடகங்கள், புதினங்கள், சர்வதேச மாநாடுகள், கண்காட்சிகள், ஆண்டுவிழாக்கள், நாட்டின் அதிகாரபூர்வ பங்களிப்புடன் நடைபெறுகின்றன. இதற்கு நம் கவனத்தைக் கவரும் ஒரு எடுத்துக்காட்டு வாசிங்டன் டி.சி.யில் உள்ள ஐக்கிய நாடுகள் இனப்பேரழிவு நினைவு அருங்காட்சியகம்; அது 1993 இல் தொடங்கப்பட்டதில் இருந்து இதுவரை இருபத்தி மூன்று மில்லியன் பார்வையாளர்கள் அங்கு வருகை புரிந்துள்ளனர்.

ஒரு வேளை, இனப்படுகொலைக்கு ஆளாகாமல் உயிர் பிழைத்தவர்களின் எண்ணிக்கை தினமும் அருகிக் கொண்டிருப்பதால், அவர்களுடைய நினைவுகள் விரைவில் மறைந்து விடும் என்பதே ஒரு வித ஈர்ப்பை ஏற்படுத்தக் காரணமாக இருக்கலாம். ஏனென்றால் இறுதியாக, இது

நினைவை, அதன் மூலத்தை, அதன் பிரமாண்டத்தை, ஆம், அதன் விளைவுகளையும் பற்றியது.

உயிர் பிழைத்து, வாக்குமூலம் அளிக்க முன்வந்துள்ளவருக்கு, தெளிவாகத் தெரியும்: அவனது கடமை மரித்தவர்களுக்கும், உயிர் தப்பியவர்களுக்கும் சாட்சியாக நிற்க வேண்டும் என்பது. ஒருமித்த, கூட்டான நினைவுக்குச் சொந்தமான ஒரு கடந்த காலத்தை, எதிர்காலத் தலைமுறையிடமிருந்து பறிக்க அவனுக்கு உரிமையில்லை. அதை மறப்பது ஆபத்தானது மட்டுமல்ல மேலும் தாக்குதல் நடத்துவது போன்றது; மாண்டவர்களை மறப்பது அவர்களை மீண்டுமொரு முறை கொல்வதை ஒத்தது.

சில நேரங்களில் "ஆஸ்விட்ச்சிற்கு எதிர் வினை என்ன?" என்று எனக்குத் தெரியுமா என்று கேட்பார்கள். அதற்கு பதில் எனக்குத் தெரியாது என்பது மட்டுமல்ல, ஆனால் இத்தகைய ஒரு மாபெரும் சோகத்திற்கு, ஒரு எதிர்வினை இருக்கமுடியுமா என்று எனக்குத் தெரியவில்லை. எனக்குத் தெரிந்தது, பொறுப்பு ஏற்பதில் ஒரு எதிர்வினை உள்ளது என்பதே. நாம் மிக நெருக்கத்தில் இருப்பினும், வெகு தொலைவில் உள்ள, தீமையும் இருளும் சூழ்ந்த, இந்த சகாப்தத்தைப் பற்றிப் பேசுகையில் "பொறுப்பு" என்பதே ஆதார வார்த்தையாக இருக்கிறது.

சாட்சி தன்னையே வற்புறுத்தி வாக்குமூலம் அளிக்கச் செய்துள்ளான். இன்றைய இளைஞர்களுக்காகவும், நாளை பிறக்கப் போகும் குழந்தைகளுக்காகவும். அவனது கடந்த காலம், அவர்களது எதிர்காலம் ஆவதை அவன் விரும்பவில்லை.

எ. வீ.

முன்னுரை

வெளிநாட்டுப் பத்திரிகையாளர்கள் அடிக்கடி என்னைச் சந்திக்க வருவார்கள். நான் அவர்களின் வருகை குறித்து அஞ்சினேன். ஏனெனில் என் மனதில் இருக்கும் அனைத்தையும் வெளிப்படுத்த விரும்பிய போதும், பிரான்ஸ் குறித்த அந்தப் பேட்டியாளரின் நோக்கு என்னவென்று அறியாமல், அவர் எதையாவது எழுதுவதற்கு வாய்ப்பளித்து விடுவோமோ என்று பயந்தேன். இத்தகைய சந்திப்புகளில் எப்போதும் கவனமாகவே இருப்பேன்.

அந்தக் குறிப்பிட்ட காலை நேரத்தில் டெல் அவிவ் நகரப் பத்திரிகைக்காக என்னைப் பேட்டி காணவந்த ஒரு யூத இளைஞர் உடனடியாக எனது அனுதாபத்தைப் பெற்றுவிட்டார். எங்களது உரையாடல் வெகுவிரைவில் சொந்த விஷயங்களுக்குத் திரும்பியது. அது ஜெர்மனி, பிரான்ஸை ஆக்ரமிப்பு செய்திருந்த யுத்தகாலத்தை என்னை நினைவுகூர வைத்தது. எல்லா நேரங்களிலும் நாம் நேரடியாகத் தொடர்புகொண்ட விஷயங்கள் மட்டுமே நம்மைப் பாதிக்கும் என்பதில்லை. அவரிடம், அந்த இருண்ட வருடங்களில் நான் பார்த்தவற்றில், ஆஸ்விட்ச் ரயில் நிலையத்தில் ரயில் பெட்டிகளில் அடைக்கப்பட்டு நின்றிருந்த யூதக்குழந்தைகள் என்னில் விட்டுச் சென்றது போன்ற ஆழ்ந்த பாதிப்பை வேறு எதுவும் ஏற்படுத்தவில்லை என்பதைத் தெரிவித்தேன். இருப்பினும் அவர்களை நான் நேரடியாகக்

கூடப் பார்க்கவில்லை. எனது மனைவி, அச்சம் நிரம்பிய குரலில், அவர்களைப் பற்றி என்னிடம் விசாரித்தாள். அந்நேரத்தில் நாஜிகளின் அழித்தொழிப்பு முறைகள் குறித்து நாங்கள் எதையுமே அறிந்திருக்கவில்லை. அதை யாரால் கற்பனை செய்திருக்கமுடியும்! இருப்பினும் தங்களது அன்னையரிடமிருந்து இந்தக் குழந்தைகள் பிய்த்தெடுக்கப்பட்ட முறையே நாங்கள் நடக்கக்கூடுமென கருதியதையெல்லாம் மிஞ்சி விட்டது. அந்த நாளில்தான் முதல்முறையாக மனித அறிவுக்கு எட்டாத அந்த அநீதியைத் தொட்டு ஒரு சகாப்தத்தின் முடிவும் மற்றொரு சகாப்தத்தின் தொடக்கமும் வெளிப்பட்டதாக நான் நம்புகிறேன்.

பதினெட்டாம் நூற்றாண்டில் மேற்கத்திய மனிதன் கற்பனை செய்த கனவு, அதன் விடியலை 1789இல் கண்டதாக அவன் கருதினான். 1914ஆம் ஆண்டு ஆகஸ்ட் 2ஆம் தேதி வரை அறிவின் முன்னேற்றத்தாலும் விஞ்ஞானக் கண்டுபிடிப்புகளாலும் அது மேலும் வலுப்பெற்றது. ஆனால் இறுதியாக இக்கனவு ரயில் பெட்டிகளில் அடைபட்டிருந்த சிறு குழந்தைகளின் முன் மறைந்து போய்விட்டது. ஆனாலும் அவர்கள் விஷவாயு அறையில் பலியாகப் போகிறார்கள், தகன உலைக்கு எரிபொருளாகப் போகிறார்கள் என்று அப்போது எனக்குத் தெரியாது.

பிறகு நான் அந்த இளம் பத்திரிகையாளனிடம் சொல்ல வேண்டியிருந்தது இதுதான். ஒரு பெருமூச்சுடன், “எவ்வளவு முறை அந்தக் குழந்தைகளைப் பற்றி எண்ணியிருக்கிறேன்!” என்று நான் கூறியபோது அவன் பதிலளித்தான். “நானும் அவர்களில் ஒருவன்.” அவனும் அவர்களில் ஒருவன்.

அவன், தனது தாயும் அன்புக்குரிய தங்கையும், அவனது தந்தையும், மற்றும் இரு சகோதரிகள் தவிர்த்து குடும்பம் முழுவதும் உயிருள்ள ஜீவன்களை இரையாக்கிக் கொள்ளும் தகன உலையில் மறைவதைக் கண்டிருக்கிறான். அச் சிறுவன் ஒவ்வொரு நாளும், அவனது தந்தையின் வேதனைக்கு, அவரது மரணத்திற்குப் பார்வையாளனாக இருக்க நிர்ப்பந்திக்கப்பட்டிருக்கிறான். எத்தகைய ஒரு மரணம், அந்தச் சிறுவன் தப்பியது எப்படி என்ற அதிசயமும் இந்நூலில் விவரிக்கப்பட்டுள்ளது. ‘அன்னி பிராங்க்கின்’ நாட்குறிப்புக்கு கிடைத்தது போன்று இதற்குக் கிடைக்கப் போகும் எண்ணற்ற வாசகர்களின் வாசிப்பிற்கே இதை நான் விட்டுவிடுகிறேன்.

இத்தனிப்பட்ட சுய அனுபவப்பதிவு மற்ற பல நூல்களுக்கு பின்னர் வந்திருக்கிறது. அதில் விவரிக்கப்படும் பெருங்கொடூரம் குறித்து ஏற்கனவே எல்லாவற்றையும் நாம் அறிந்துள்ளதாகத் தோன்றினாலும், இந்நூல் வித்தியாசமான தனித்துவம் கொண்ட ஒப்பற்ற ஒன்று என்று உறுதிபடச் சொல்வேன். டிரான்சில்வேனியாவின் சிறு நகரமான சிகெட்டில் வாழ்ந்த யூதர்களுடன் விதி விளையாடியது. அந்த விதியின் கரங்களிலிருந்து தப்பிச் செல்ல போதிய காலமிருந்தும் அவர்களுடைய செயலின்மை; அதற்கு தங்களை விட்டுக்கொடுத்த கற்பனைக்கும் அப்பாற்பட்ட அந்த சகிப்புத்தன்மை, அப்படுகொலையிலிருந்து தப்பி வந்த ஒருவன் கண்ணால் பார்த்தவற்றை செய்திகளாக அவர்களுக்குக் கொண்டு வந்தபோதும், அந்த சாட்சியின் எச்சரிக்கைகளையும் வேண்டு கோள்களையும் செவிமடுக்காமல் இருந்தது என விதி அவர்களை மரணப்பாதையில் செலுத்தியது. அவர்கள் அவனை நம்ப மறுத்து அவனை பைத்தியக்காரனாகக் கருதியது. இத்தகைய சூழ்நிலைகளே தன்னளவில் வேறு எதனுடனும் ஒப்பிட இயலாத ஒரு நூலுக்கான உத்வேகத்தை அளிக்கப் போதுமானது என்று எனக்குத் தோன்றுகிறது.

இருப்பினும், இந்த அசாதாரணமான நூல் என்னை மிகவும் ஈர்த்ததற்கு வேறொரு காரணம் உண்டு. தனது கதையைக் கூறும் இந்தச் சிறுவன் கடவுளால் தேர்ந்தெடுக்கப்பட்ட ஒருவன். முதன்முதலாக அவனது மனசாட்சி விழிப்படைந்ததில் இருந்து அவன் கடவுளுக்காக வாழ்ந்திருக்கிறான். தால்முட் போன்ற நீதிநூல்களைப் படித்து வளர்ந்திருக்கிறான். கப்பாலாவில் தீட்சை பெற்று நித்தியத்திற்கு தன்னை அர்ப்பணிக்க உத்வேகம் கொண்டிருந்திருக்கிறான். தீமையின் சக்திக்கு முன்னால் தோற்று, கடவுள் இறந்துவிட்டதை தன் ஆன்மாவில் உணர்கிறான் அச் சிறுவன். நம்மைப் போன்ற இறை நம்பிக்கையாளர்களுக்கு வேறெந்தப் பேரழிவின் தாக்கத்தை விடவும் இது கொடுக்கும் அதிர்ச்சி பெரியதல்லவா?

தனது தங்கையும், தாயும் பிற ஆயிரக்கணக்கானவர்களுடன் வீசப்பட்ட தகன உலையின் கரும் புகைச் சுருள்கள் ஆகாயத்தில் விரிந்து பரவுவதை அவனது விழிகள் பார்க்கும்போது அவனுக்குள் என்ன நிகழ்ந்திருக்கும் என்று நாம் கற்பனை செய்ய முயல்வோம்:

"நான் என்றுமே மறக்க மாட்டேன் அந்த இரவை. முகாமில் தங்கிய அந்த முதல் இரவு, எனது வாழ்க்கையையே ஒரு நீண்ட இரவாக மாற்றி ஏழுமுறை முத்திரையிட்டது.

நான் என்றுமே மறக்க மாட்டேன், அப்புகையை.

நான் என்றுமே மறக்க மாட்டேன், அந்த மௌனமான நீலவானத்தின் கீழ் புகை வளையங்களாக மாறிய குழந்தைகளின் சிறிய முகங்களை.

நான் என்றுமே மறக்க மாட்டேன், எனது இறைநம்பிக்கையை விழுங்கிய அந்தச் சுவாலைகளை.

நான் என்றுமே மறக்க மாட்டேன், வாழும் ஆசையை நித்தியமாக என்னிடமிருந்து பறித்த அந்த இருண்ட அமைதியை.

நான் என்றுமே மறக்க மாட்டேன் எனது கடவுளையும், எனது ஆன்மாவையும் கொன்று, எனது கனவுகளைச் சாம்பலாக மாற்றிய அந்தக் கணங்களை.

நான் என்றுமே மறக்க மாட்டேன் இவை அனைத்தையும், கடவுளைப்போல நீடித்து வாழ எனக்கு விதிக்கப்பட்டிருந்தாலும் கூட.

என்றுமே..."

அதன் பிறகுதான் அந்த இளம் யூதனை நோக்கி என்னை முதலில் எது ஈர்த்தது என்பதைப் புரிந்து கொண்டேன். மரணத்திலிருந்து உயிர்த்தெழுந்த லாசரஸ் போன்ற அவனது தோற்றம். இருப்பினும் பரிதாபகரமான பிணங்களின் மத்தியில் சுற்றித் தடுமாறித் திரிந்த அந்த இருண்ட சூழலின் கைதியாகவே இன்னும் இருந்தான். அவனிடம், நீட்சேயின் குரல் ஏறத்தாழ ஒரு நடைமுறை யதார்த்தத்தையே வெளிப்படுத்தியது: கடவுள் இறந்து விட்டார், அன்பின், மென்மையின், ஆறுதலின் கடவுள், ஆபிரகாமின், ஈசாக்கின், யாக்கோபின் கடவுள், என்றென்றுமாக இச் சிறுவனின் கூரிய பார்வைக்கு அப்பால் அனைத்து சிலைகளிலிருந்தும் பெரு வேட்கைகொண்ட இனத்தின் பெயரால் நிகழ்த்தப்பட்ட பேரழிவுப் புகையில், என்றென்றுமாக மறைந்து விட்டார்.

கடவுள் நம்பிக்கை கொண்ட எத்தனை யூதர்கள் இந்த மரணத்தை அனுபவித்திருக்கிறார்கள். பயங்கரமான நாட்களிலும் அதி பயங்கரமான அந்த நாளில், அந்தச் சிறுவன் மற்றொரு சிறுவன் தூக்கிலிடப்படுவதைப் (ஆம்!) பார்த்து விட்டு, அது ஒரு சோக தேவதையின் முகம் போல இருந்ததாகச் சொல்கிறான். அவனுக்குப் பின்னால் இருந்த ஒருவன்

"இறைவன் எங்கே இருக்கிறான்? அவன் எங்கே இருப்பான்?" என்று கேட்டதாக நமக்குக் கூறுகிறான். என்னுள்ளிருந்து ஒரு குரல் அவனுக்கு பதிலளித்தது; 'எங்கே? இதோ இங்கே- இங்குதான் இந்தத் தூக்கு மேடையில்தான் அவன் தூக்கிலிடப்பட்டான்.'

யூத வருடத்தின் கடைசி நாளில், இந்தச் சிறுவனும் ரோஸ் ஹசனா சடங்கில் பங்கேற்றிருக்கிறான். ஆயிரக்கணக்கான அடிமைகள் ஒரே குரலில் 'நித்தியமானவரின் நாமம் போற்றப்படட்டும்' என்று ஜெபித்ததைக் கேட்டிருக்கிறான். இதற்கு சற்று முன்பெல்லாம், எத்தகைய ஆராதனையுடன், எத்தனை பக்தியுடன், எத்தகைய நேசத்துடன் அவனும் கூட மண்டியிட்டு வணங்கியிருப்பான். ஆனால் அன்று அவன் மண்டியிடவில்லை, அவன் நின்றிருக்கிறான். இதயமும் ஆன்மாவும் சிந்தித்துப் பார்த்திராத பெருங்கொடுமைக்கும் கீழ்மைக்கும் ஆளாகிய அந்த மனிதப் பிராணி குருடாகவும் செவிடாகவும் உள்ள தெய்வத்தை எதிர்க்கிறது.

நான் இனி உன்னிடம் எதையும் இறைஞ்சவில்லை. என்னால் இனி புலம்பமுடியாது. அதற்கு மாறாக நான் வலிமையடைந்ததாக உணர்கிறேன். நான் குற்றஞ்சாட்டுகிறேன், இறைவனே குற்றவாளி. என் விழிகள் திறந்துவிட்டன. நான் தனிமையில் இருக்கிறேன், கடவுளும் இல்லாத மனிதனும் இல்லாத ஒரு உலகத்தில், கொடூரமான தனிமையில் இருக்கிறேன். நேசமின்றி கருணையின்றி இருக்கிறேன். நான் இப்பொழுது சாம்பலைத் தவிர வேறெதுவுமில்லை ஆனால் இத்தனை காலம், எனது வாழ்க்கையில் பிணைக்கப்பட்டிருந்த அந்த எல்லாம் வல்ல இறைவனை விட நான் பலசாலியாக உணர்கிறேன். வழிபாட்டிற்காகக் கூடியிருக்கும் இம்மக்களின் மத்தியில், நான் ஒரு பார்வையாளனாக, ஒரு அந்நியனாக உணர்கிறேன்.

அன்பே கடவுள் என்று நம்பும் நான், ஒருநாள் தூக்கில் தொங்கிய அந்தச் சிறுவனின் முகத்தில் தோன்றிய தேவதையின் சோகத்தை, தன் கருவிழிகளில் பிரதிபலித்த எனது இளம் நண்பனுக்கு என்ன பதில் கூறமுடியும்? நான் அவனிடம் என்ன கூறினேன்? சிலுவையில் அறையப்பட்ட, யாருடைய சிலுவை இந்த உலகத்தையே ஆட்சி செய்கிறதோ அந்த மற்றொரு யூதனை அவனது சகோதரனைப் பற்றி நான் பேசினேனா? அவனது நம்பிக்கையின் தடைக்கல்லே, என்னுடைய நம்பிக்கையின் அடிக்கல் என்பதையும் எனது பார்வையில், சிலுவைக்கும் மனிதர்களின் வேதனைக்குமான பொருத்தமே, ஊடுருவ இயலாத மர்மத்தின் திறவுகோல் என்றும் அதில்தான் அவனது குழந்தைப் பருவ நம்பிக்கை தொலைந்துவிட்டது என்றும் உறுதி செய்தேனா? யூத இறையாட்சி எப்படியோ தகன உலைகளிலிருந்தும் எலும்புக் கிடங்குகளிலிருந்தும் மீண்டும் உயிர்த்தெழுந்துவிட்டது. யூத தேசம், மரித்த ஆயிரக்கணக்கானவர்கள் மத்தியில் இருந்து உயிர்த்தெழுந்து விட்டது. அவர்கள் மூலமாகவே அது மீண்டும் வாழ்கிறது. நமக்குத் தெரியாது, ஒரு துளி ரத்தத்தின், ஒரு சொட்டுக் கண்ணீரின் மதிப்பு, எல்லாமே கனிவுதான். இறைவன் நித்தியமானவனாக இருப்பின் நம்மில் ஒவ்வொருவரின் கடைசி வார்த்தையும் அவனுக்குச் சொந்தமானது. இதைத்தான் நான் அந்த யூதக் குழந்தைக்குச் சொல்லியிருக்கவேண்டும். ஆனால் என்னால் அவனை அணைத்தபடி அழத்தான் முடிந்தது.

- பிரான்சுவா மோரியாக்

அவனது வாழ்நாள் முழுதும், எப்போதுமே குடும்பப் பெயர் இல்லாததுபோல, அனைவரும் அவனை கோயில்கார மோசே என்றே அழைத்தனர். அவன் ஒரு யூத வழிபாட்டுத் தலத்தின் சகல வேலைகளையும் கவனித்துக் கொண்டிருந்தான். நான் எனது குழந்தைப் பருவத்தைக் கழித்த டிரான்சில்வேனியாவில் உள்ள சிறு நகரமான சிகெட்டில் உள்ள யூதர்கள் அனைவரும் அவனிடம் மிகுந்த பிரியத்துடன் இருந்தனர். அவன் ஒரு ஏழை எனவே கடும் வறுமையில் வாழ்ந்தான். பணிவுடன் இருப்பான். பொதுவாக, அந்நகர மக்கள் ஏழைகளுக்கு உதவியபோதிலும் அவர்கள் மீது பிரியம் கொண்டதில்லை. அதற்கு விதிவிலக்கு கோயில்கார மோசே. அவன் எவருடைய பிரச்சனையிலும் தலையிடுவதில்லை. எவரும் அவன் இருப்பதைத் தொந்தரவாக உணர்ந்ததில்லை. தன்னை ஒரு முக்கியத்துவம் அற்றவனாக, பார்வைக்குப் புலப்படாதவனாக மாற்றிக்கொள்ளும் கலையைக் கற்றுத் தேர்ந்தவன்.

தோற்றத்தில் அவன் ஒரு கோமாளியைப் போல் காட்சியளித்தான். அனாதை போன்ற தனது பரிதாபமான தோற்றத்தால் மக்களைப் புன்னகைக்க வைத்தான். எங்கோ தொலைவை உற்றுநோக்கியது போல் தோன்றும் கனவில் மிதக்கும் அவனது பரந்த விழிகளை எனக்குப் பிடிக்கும். அவன் அரிதாகவே பேசினான். சில நேரங்களில் அவன் பாடுவான் அல்லது மந்திரம் செபிப்பான். அவன் தெய்வீக வேதனை குறித்தும், நாடு கடத்தப்பட்ட இறைவனின் புனித இருப்பு குறித்தும், கப்பாலா*வின்படி, அது மீட்சிக்காக

★ கப்பாலா – (CABBALA) பண்டைய யூத பாரம்பரிய அடிப்படையிலான பைபிள் குறித்த மறைபொருள் விளக்க உரை.

மனிதனை எதிர்நோக்கிக் காத்திருப்பது பற்றியும் கூறுவதை நான் கேட்டிருக்கிறேன்.

1941ஆம் ஆண்டில் நான் அவனைச் சந்தித்தேன். அப்பொழுது எனக்கு கிட்டத்தட்ட பதிமூன்று வயது. நான் ஆழ்ந்த இறை நம்பிக்கை கொண்டிருந்தேன். பகலில் தால்முட்* படித்தேன். இரவில் யூத தேவாலயத்திற்குச் சென்று யூதக் கோயில் அழிக்கப்பட்டதை** எண்ணி அழுது புலம்புவேன்.

ஒருநாள் எனது தந்தையிடம் நான் கப்பாலா கற்றுக் கொள்வதற்கு ஒரு ஆசிரியரை ஏற்பாடு செய்யும்படி கேட்டேன்.

“அதைக் கத்துக்கிறதுக்கான வயசு உனக்கு இன்னும் வரலே. மைமோனிஸ் முப்பது வயதிலேதான் இறைமையோட மறை பொருளைக் கற்கத் தொடங்கணும்னு சொல்லியிருக்காரு. நீ முதல்லே உனக்கு புரியக்கூடிய அடிப்படையான விஷயங்களை மட்டும் படி.”

எனது தந்தை மிகவும் பண்பட்ட, உணர்ச்சிவசப்படாத மனிதர். வீட்டிலும்கூட ஒருபோதும் எவ்வித உணர்ச்சியையும் அவர் வெளிப்படுத்துவதில்லை. தனது குடும்பத்தைவிட மற்றவர்களின் மீதுதான் அவர் அதிக கவனம் செலுத்தினார். சிகெட் நகரிலுள்ள யூத சமூகத்தினர் அவர் மீது மிகுந்த மரியாதை வைத்திருந்தனர். அவர்கள் அடிக்கடி பொது விஷயங்களிலும், ஏன் சொந்த விஷயங்களிலும்கூட அவரிடம் ஆலோசனை கேட்டனர். அவருக்கு நாங்கள் நான்கு குழந்தைகள். மூத்தவள் ஹில்டா. அடுத்து பியா. மூன்றாவதாக, ஒரே மகனான நான். பிறகு குடும்பத்தின் செல்லக்குழந்தையான ஜிபோரா.

எனது பெற்றோர் ஒரு கடையை நடத்தினார்கள். ஹில்டாவும் பியாவும் கடைப்பணிகளில் அவர்களுக்கு உதவினர். என்னைப் பொறுத்தவரை எனக்கான இடம் பள்ளிக்கூடம் என்று கூறிவிட்டார்கள்.

“சிகெட் நகரத்திலே கப்பாலாவை அறிஞ்சவங்க யாருமில்லை” என்றே அப்பா திரும்பத் திரும்பக் கூறுவார்.

---

* தால்முட் – (TALMUD) யூத மதத்தின் பொதுச் சடங்குகள் சார்ந்த விதிகளின் தொகுப்பு.

** ஹூப்ரு மொழி பைபிளின்படி புராதன ஜெருசலேமில், மன்னன் சாலமனால் கட்டப்பட்ட முதல் கோயில், அந்நகரை இரண்டாம் நெபுகட்நேசர், 587இல் முற்றுகையிட்டபோது அழிக்கப்பட்டது.

அவர் எனக்குள் இருக்கும் அந்த ஆசையை விரட்டவே விரும்பினார். ஆனால் அது வீணாகப் போனது. ஏனென்றால் நானே ஒரு ஆசிரியரைக் கண்டுபிடித்துவிட்டேன். அது கோயில்கார மோசே.

ஒருநாள் அந்தி சாயும் நேரத்தில் நான் வழிபட்டுக் கொண்டிருந்த போது அவன் என்னைக் கவனித்திருக்கிறான்.

என்னை நீண்டகாலமாக அறிந்தவன்போல என்னிடம் கேட்டான், "நீ வழிபடும்போது எதுக்காக அழறே?"

மிகவும் குழப்பத்துடன் "எனக்குத் தெரியலே" என்று பதில் கூறினேன்.

அந்தக் கேள்வி எனது சிந்தனையில் எழுந்ததே இல்லை. நான் அழுதேன். ஏனென்றால் எனக்குள் இருந்த ஏதோ ஒன்று அழவேண்டுமென உணர்த்தியது. எனக்குத் தெரிந்தது அவ்வளவுதான்.

ஒரு கணத்திற்குப் பின் அவன் கேட்டான். "நீ எதற்காக வழிபடுறே?"

நான் எதற்காக வழிபடுகிறேன்? விசித்திரமான கேள்வி. நான் ஏன் வாழ்கிறேன்? நான் ஏன் சுவாசிக்கிறேன்?

"எனக்குத் தெரியலே." மேலும் குழப்பத்துடன், ஒருவித சங்கடத்துடன் நான் கூறினேன். "எனக்குத் தெரியலே."

அன்றைய தினத்திலிருந்து, பிறகு நான் அவனை அடிக்கடி பார்த்தேன். ஒவ்வொரு கேள்விக்கும் ஒரு சக்தி இருப்பதாகவும் அது மறைந்து போவதாகவும் எனக்கு உறுதியாக தெளிவாக விளக்கிக் கூறினான்.

"மனிதன் தான் கேட்கிற கேள்வி மூலமாகத்தான் கடவுளை நெருங்குகிறான்" என்று அடிக்கடி கூறுவான். "இதுதான் உண்மையான உரையாடல். மனுசன் கடவுளைக் கேள்வி கேட்கிறான். கடவுளும் பதில் சொல்றான். ஆனா அவனோட பதில் நமக்குப் புரியறதில்லே. நம்மாலே அதைப் புரிஞ்சுக்க முடியாது. ஏன்னா அது ஆத்மாவோட ஆழத்திலே இருந்து வருது. மரணம் வரைக்கும் அது இருக்கும். நீ உண்மையான பதில்களை உனக்குள்ளேதான் கண்டுபிடிக்கணும் எலிசெர்."

"மோசே, நீ எதுக்காக வழிபடறே?" என்று கேட்டேன்.

இரவு | 27

"நான் எனக்குள்ளே இருக்கிற கடவுளை வழிபடுகிறேன். அவன்கிட்ட சரியான கேள்விகளை கேக்க எனக்கு பலம் கொடுன்னு."

நாங்கள் இதைப்போல ஒவ்வொரு நாள் மாலையிலும், யூத தேவாலயத்தின் அனைத்து நம்பிக்கையாளர்களும் சென்ற பிறகு பாதி எரிந்த சில மெழுகுவர்த்திகளின் மங்கிய வெளிச்சத்தில் அமர்ந்தபடி நாங்கள் பேசினோம்.

ஒரு மாலை நேரத்தில் அவனிடம் ஜோகர், கப்பாலா குறித்த நூல்கள் மற்றும் யூத இறைமை இணைவின் இரகசியங்களைப் போதிப்பதற்கான ஆசிரியர் கிடைக்காததால் நான் எவ்வளவு வருத்தத்துடன் இருக்கிறேன் என்று கூறினேன். அவன் சிரித்தான். ஒரு நீண்ட மௌனத்திற்குப்பின் அவன் கூறினான்.

"மறைபொருள் உண்மைங்கிற தோட்டத்திலே நுழைறதுக்கு ஆயிரத்தோரு கதவுகள் இருக்கு. ஒவ்வொரு மனுசனுக்குள்ளேயும் ஒரு கதவு இருக்கு. அவன் தனக்கான கதவை விட்டு வேறு கதவு வழியா நுழைகிற தப்பை செய்யக்கூடாது. ஏன்னா அப்படி நுழையறவங்களுக்கு மட்டுமில்லே, ஏற்கனவே அங்கிருக்கிறவங்களுக்கும் அது ஆபத்தானது."

கோயில்கார மோசே - சிகெட்டின் ஏழை பாதசாரி, மணிக்கணக்கில், என்னிடம் கப்பாலாவின் மறைபொருள்கள் மற்றும் வெளிப்பாடுகள் பற்றிப் பேசினான். அவ்வாறே எனது தீட்சை தொடங்கியது. நாங்கள் ஒன்றாக, பத்து முறைகளுக்கும் மேலாக, ஜோகரின் ஒரே பக்கத்தை திரும்பத் திரும்பப் படிப்போம். அதை மனப்பாடம் செய்வதற்காக அல்ல, அப்புனிதத்தின் சாரத்தை அறிந்துகொள்ளத்தான்.

அந்த மாலை நேரங்களில், கோயில்கார மோசே, என்னை ஆதியும் அந்தமுமற்ற, கேள்வியும் பதிலும் 'ஒன்று ஆகக்கூடிய' காலத்தை நோக்கி இட்டுச் செல்வான் என்ற ஆழ்ந்த நம்பிக்கை தோன்றியது.

பின் ஒருநாள், சிகெட்டில் இருந்த வெளிநாட்டைச் சேர்ந்த யூதர்கள் அனைவரும் வெளியேற்றப்பட்டனர். கோயில்கார மோசேவும் ஒரு வெளிநாட்டவன்தான்.

ஹங்கேரியப் போலீசாரால், கால்நடைகளை ஏற்றிச்செல்லும் புகைவண்டிகளில் திணிக்கப்பட்ட அவர்கள் மௌனமாக அழுதார்கள். நடைமேடையில் நின்றிருந்த நாங்களும்கூட

அழுதோம். ரயில் தொடுவானில் மறைந்தது; அது தன் கரிய, அசுத்தமான புகையைத் தவிர வேறெதையும் விட்டுச் செல்லவில்லை.

எனக்குப் பின்னாலிருந்த யாரோ ஒருவர் பெருமூச்செறிந்தபடி கூறியது கேட்டது. "நாம் வேறு எதை எதிர்பார்க்கமுடியும்? இதுதான் போர்..." என்றார் அவர்.

நாடு கடத்தப்பட்டவர்கள் விரைவில் மறக்கப்பட்டனர். அவர்கள் சென்ற சில நாட்களுக்குப் பின், அவர்கள் கலீசியாவில் வேலை பார்த்தபடி, தங்கள் விதியை எண்ணியபடி திருப்தியுடன் இருப்பதாக வதந்தி நிலவியது.

நாட்கள் கடந்தன, பின் வாரங்கள், மாதங்கள் கடந்தன. வாழ்க்கை மீண்டும் இயல்பு நிலைக்குத் திரும்பியது. ஒரு அமைதியான அச்சத்தின் வாசமற்ற காற்று எங்கள் வீடுகளினூடே வீசத் தொடங்கியது. வியாபாரிகளுக்கு நன்றாக வியாபாரம் நடந்தது. மாணவர்கள் தங்கள் புத்தகங்களில் ஆழ்ந்திருந்தனர். குழந்தைகள் வீதிகளில் விளையாடின.

ஒருநாள், நான் வழிபாட்டுத்தலத்தினுள் நுழைய முற்படும்போது, வாயிலருகே ஒரு மர இருக்கையில் மோசே அமர்ந்திருப்பதைக் கண்டேன்.

அவன் தனக்கும் தன்னுடைய கூட்டாளிகளுக்கும் என்ன நடந்ததென்று கூறினான். நாடு கடத்தப்பட்டவர்கள் நிறைந்திருந்த அந்த புகைவண்டி ஹங்கேரிய எல்லையைத் தாண்டி போலந்து எல்லையை அடைந்தவுடன் அவர்கள் அங்கிருந்த 'ஜெஸ்டபோ'★ விடம் ஒப்படைக்கப்பட்டனர். புகைவண்டி அங்கேயே நிறுத்தப்பட்டது. யூதர்கள் அதிலிருந்து இறங்கி சரக்கு லாரிகளில் ஏறும்படி ஆணையிடப்பட்டனர். சரக்கு லாரிகள் காட்டை நோக்கிச் சென்றன. யூதர்கள் அதிலிருந்து இறங்கும்படி ஆணையிடப்பட்டனர். அவர்கள் தங்களது வேலையை முடித்தவுடன், 'ஜெஸ்டபோ' ஆட்கள் தங்கள் வேலையைத் தொடங்கினர். உணர்ச்சியோ, அவசரமோ இன்றி அவர்கள் அக்கைதிகளைக் கொலை செய்தனர். அவர்கள் பெரும் குழிகளைத் தோண்டும்படி கட்டாயப்படுத்தப்பட்டனர். ஒவ்வொரு கைதியும் அப்புதைகுழியினருகே சென்று கழுத்தை நீட்டியபடி நிற்க அவர்கள் சுட்டுக் கொல்லப்பட்டனர். குழந்தைகள் ஆகாயத்தில் தூக்கி

★ ஜெஸ்டபோ – நாஜி உளவுத்துறை

வீசப்பட்டு இயந்திரத் துப்பாக்கிக்காரர்களின் இலக்குகளாயின. இது கோலோமேயின் அருகிலுள்ள கலிசியாக் காட்டில் நடந்தது. அப்படியானால் எப்படி கோயில்கார மோசே தப்பினான்? அதிர்ஷ்டவசமாக. அவன் காலில் குண்டடிபட்டு விழுந்ததில் இறந்து விட்டதாகக் கருதப்பட்டதால்...

ஒவ்வொரு பகலும், ஒவ்வொரு இரவும் அவன் ஒவ்வொரு யூத இல்லத்திற்கும் சென்று தன்னுடைய கதையையும், மூன்று நாட்களாக மரணித்துக்கொண்டிருந்த மால்கா என்ற சிறுமியின் கதையையும் சொன்னான். தன் மகன்கள் கொல்லப்படுமுன் தன்னைக் கொன்றுவிடும்படி கெஞ்சிய டோபியாஸ் என்ற தையல்காரனின் கதையைச் சொன்னான்.

மோசே மாறிவிட்டான். அவனது விழிகளில் இருந்த ஆனந்தம் போய்விட்டது. இப்பொழுதெல்லாம் அவன் பாடுவதே இல்லை. அவன் கடவுளைப் பற்றியோ கப்பாலாவைப் பற்றியோ பேசவில்லை. தான் கண்டதைப் பற்றி மட்டுமே பேசினான். மக்கள் அவனது கதைகளை நம்ப மறுத்தது மட்டுமல்ல அவன் கூறுவதைக் கேட்கவும் மறுத்தனர்.

சிலர் நாம் அவன் மேல் அனுதாபம் காட்டவேண்டுமென எதிர்பார்க்கிறான். அதனால் விஷயங்களை கற்பனை செய்து கூறுகிறான் என்றனர். வேறு சிலர் அவனுக்குப் பைத்தியம் பிடித்துவிட்டது என்று கூறினார்கள்.

ஆனால் மோசே விம்மி அழுதபடி அவர்களை வேண்டினான்.

“யூதர்களே, நான் சொல்வதைக் கேளுங்கள். நான் உங்களிடம் கேட்பது அதை மட்டும்தான். எனக்கு உங்க பணமோ பரிதாபமோ தேவையில்லை. நான் சொல்றதை மட்டும் கேளுங்க” என்று வழிபாட்டுத்தலத்தில், அந்திவேளையிலும் இரவுப் பிரார்த்தனைகளின்போதும் அலறியபடியே இருப்பான்.

என்னாலும்கூட அவன் கூறியதை நம்பமுடியவில்லை. நான் அடிக்கடி மாலையில் பிரார்த்தனை முடிந்தவுடன், அவனருகில் அமர்ந்து அவனது கதைகளைக் கேட்டு என்னால் முடிந்தவரை அவனது வேதனையைப் புரிந்து கொள்ள முயல்வேன். எனக்கு அவன் மீது அனுதாபம் மட்டுமே தோன்றியது.

கண்களில் மெழுகுத்துளி போல கண்ணீர் வழிய, அவன் முணுமுணுப்பான். “எல்லோரும் என்னைப் பைத்தியக்காரன்னு நினைக்கிறாங்க.”

ஒருமுறை நான் அவனிடம் கேட்டேன். "நீ சொல்றதை எல்லா மக்களும் நம்பணும்னு ஏன் எதிர்பார்க்குறே? நானா இருந்தா அவங்க நம்புறது நம்பாததைப் பத்தி கவலைப்படவே மாட்டேன்."

காலத்திலிருந்து தப்ப விரும்புபவன்போல அவன் தன் கண்களை மூடிக் கொண்டான்.

மனக்கசப்புடன் அவன் கூறினான். "உனக்குப் புரியலே. உன்னாலே புரிஞ்சுகிற முடியலே. நான் அதிர்ஷ்டவசமா உயிர் தப்பினேன். எப்படியோ இங்கே வந்து சேர்ந்தேன். எனக்கு இந்த சக்தி எங்கேயிருந்து கிடைச்சது? நான் சிகெட்டுக்கு திரும்பிவந்து என்னோட மரணத்தை விவரிச்சு எல்லாருக்கும் சொல்ல நெனச்சேன். ஏன்னா நேரம் இருக்கிறபோதே நீங்க எல்லாம் அதுக்குத் தயாரா இருக்கணுமேன்னுதான். நான் எப்படி வாழ்றது, என் வாழ்க்கை இனி என்னவாகும் என்பது பற்றியெல்லாம் எந்த அக்கறையும் எனக்கு இல்லை. நான் தனியாளா இருக்கேன். இல்லை, நான் திரும்பி வர விரும்புனதே உங்க எல்லோரையும் எச்சரிக்கை செய்யத்தான். ஆனால் யாரும் நான் சொல்றதைக் கேட்க மாட்டேங்கிறாங்க."

1942ஆம் ஆண்டின் இறுதியில் இது நடந்தது.

அதன்பின் வாழ்க்கை இயல்பு நிலைக்குத் திரும்பியது. நாங்கள் தினமும் மாலையில் கேட்கும் லண்டன் வானொலி எங்களுக்கு மகிழ்ச்சியான செய்திகளைத் தந்தது. ஜெர்மனியின் மீது தினமும் நடத்தப்பட்ட குண்டு வீச்சு; ஸ்டாலின்கிராடில் இரண்டாவது முன்னணிக்கான ஆயத்தம் போன்றவை. சிகெட்டைச் சேர்ந்த யூதர்களாகிய நாங்கள், கூடிய விரைவில் வரவிருக்கும் மேன்மையான நாட்களை எதிர்நோக்கிக் காத்திருந்தோம்.

நான் தொடர்ந்து எனது படிப்பில் தீவிர கவனம் செலுத்த ஆரம்பித்தேன். பகலில் தால்முட்டையும், இரவில் கப்பாலாவையும் படித்தேன். என்னுடைய தந்தை தனது தொழிலிலும் சமுதாயப்பணிகளிலும் கவனம் செலுத்தினார். போர்சேயைச் சேர்ந்த பிரபல யூத மதகுருவின் பிரசங்கத்தைக் கேட்பதற்காகவும், புத்தாண்டை எங்களுடன் கொண்டாடவும் என் தாத்தா வந்திருந்தார். ஹில்டாவிற்கு பொருத்தமான மணமகனைத் தேட இதுவே சரியான நேரம் என்று எனது தாய் எண்ணிக் கொண்டிருந்தாள்.

இவ்வாறாக 1943ஆம் ஆண்டு கடந்தது.

1944ஆம் ஆண்டின் வசந்தகாலம். ரஷ்ய முன்னணியிலிருந்து அற்புதமான செய்தி வந்தது. இனி எவ்வித சந்தேகமும் இல்லை: ஜெர்மனி நிச்சயம் தோல்வியடையும். மாதங்களிலா, அல்லது வாரங்களிலா என்பதுதான் கேள்வி.

மரங்கள் பூத்துக் குலுங்கின. எல்லா ஆண்டையும்போலவே இந்த ஆண்டின் வசந்தகாலத்திலும் நிச்சயதார்த்தங்கள், திருமணங்கள், குழந்தை பிறப்புகள் நடந்தன.

மக்கள் கூறினார்கள். "செம்படை அசுரத்தனமாக முன்னேறி வருகிறது... ஹிட்லர் விரும்பினாலும் கூட நமக்கு தீங்கு இழைக்க முடியாது."

ஆம், அவன் எங்களை பூண்டோடு அழித்தொழிக்க தீர்மானித்திருந்ததையே சந்தேகித்தோம்.

அவன் எல்லா மக்களையும் அழித்தொழிக்க விரும்புகிறானா? எண்ணற்ற நாடுகளில் பரவிக்கிடக்கும் அவ்வளவு யூதர்களையும் அவனால் அழித்தொழிக்கமுடியுமா? எத்தனை லட்சம் மக்கள்! என்ன வழிமுறைகளை அவன் கையாளுவான்? அதுவும் இருபதாம் நூற்றாண்டின் இடைக்காலத்தில்!

எங்களது முதியோர்கள் யுத்த தந்திரம், வெளியுறவு அரசியல், ஜியோனிசம் போன்ற அனைத்திலும் (தங்கள் தலைவிதியைத் தவிர) ஈடுபாடு கொண்டிருந்தனர்.

கோயில்கார மோசேயும்கூட அமைதியாகிவிட்டான். அவன் பேசிச் சோர்வடைந்துவிட்டான். மக்களின் பார்வையைத் தவிர்க்க, அவன் விழிகளைத் தாழ்த்தி, முதுகைக் குறுக்கியபடி வழிபாட்டுத் தலத்திலும் வீதிகளிலும் சுற்றித் திரிந்தான்.

அந்த நேரத்தில் நாட்டைவிட்டு வெளியேறி பாலஸ்தீனம் செல்வதற்கான வெளியேற்ற அனுமதிச்சீட்டுகள் எளிதில் கிடைத்தன. நான் என் அப்பாவிடம் எல்லாவற்றையும் விற்றுவிட்டு வெளியேறிவிடலாம் என்றேன்.

"எனக்கு அதிக வயதாகிவிட்டது மகனே" என்றார். "ஒரு புதிய வாழ்க்கையைத் தொடங்க, அதுவும் தொலைவிலே உள்ள ஒரு நாட்டில், மீண்டும் ஆரம்பத்திலேருந்து வாழ்க்கையைத் தொடங்க முடியாதபடி எனக்கு மிகவும் வயதாகிவிட்டது."

புதாபெஸ்ட் வானொலி பாசிஸ்ட் கட்சி அதிகாரத்தைக் கைப்பற்றியதாக அறிவித்தது. நாஜி ஆதரவு நியிலாஸ் கட்சித் தலைவர்களை அழைத்து ஒரு புதிய அரசு அமைக்கும்படி கூற அரசுப் பிரதிநிதியான மிக்லாஸ் ஹோர்தி வற்புறுத்தப்பட்டார்.

இருப்பினும் இதற்கு நாங்கள் வருத்தமடையவில்லை. நாங்கள் பாசிஸ்டுகளைப் பற்றிக் கேள்விப்பட்டிருக்கிறோம். ஆனாலும் அவர்கள் எங்களுக்கு அரூபமாகவே இருந்தனர். இது எங்களைப் பொறுத்தவரையில் ஒரு நிர்வாக மாற்றம் மட்டுமே வேறெதுவுமில்லை.

மறுநாள், மேலும் வருத்தமூட்டும் செய்திகள் வந்தன. அரசின் அனுமதியுடன், ஜெர்மானியத் துருப்புகள் ஹங்கேரிய எல்லைக்குள் நுழைந்து விட்டன.

இறுதியாக மக்கள் கவலைப்படத் தொடங்கினர். அப்போது தலைநகரிலிருந்து திரும்பிய எங்கள் நண்பர்களில் ஒருவனான மொய்சே செய்ம் பெர்கோவிச் கூறினான், "புதாபெஸ்டில் யூதர்கள் அச்சமும் பீதியும் நிறைஞ்ச சூழ்நிலையிலேயே வாழ்றாங்க. தினமும் யூதர்களுக்கு எதிரான சம்பவங்கள் வீதிகளிலும், ரயில்களிலும் நடக்குது. பாசிஸ்ட்கள், யூதர்களின் கடைகளையும் வழிபாட்டுத்தலங்களையும் தாக்குறாங்க. நிலைமை ரொம்ப மோசமாகிக்கொண்டே வருது."

இச்செய்தி சிகெட் நகரம் முழுவதும் காட்டுத்தீயெனப் பரவியது. ஆனால் அது நீடிக்கவில்லை. மீண்டும் நம்பிக்கை துளிர்த்தது: விரைவில் மக்கள் இதைப்பற்றியே பேசினர்.

"ஜெர்மானியர்கள் இவ்வளவு தூரம் வரமாட்டாங்க. அவங்க புதாபெஸ்டிலேயே தங்குவாங்க. அதுக்கு யுத்த தந்திரமும் அரசியல் காரணமும் இருக்கு..."

ஆனால் மூன்று நாட்கள் முடிவதற்குள் ஜெர்மானிய ராணுவ வாகனங்கள் எங்கள் வீதிகளில் தென்பட்டன.

பெரும் துயரம். ஜெர்மானிய படைவீரர்களின் இரும்புத் தலைக் கவசங்களில் அவர்களின் சின்னமான மரணத்தின் தலை பொறிக்கப்பட்டிருந்தது.

இருப்பினும், ஜெர்மானியர்கள் குறித்த எங்களது முதல் மனப் பதிவு மிகுந்த நம்பிக்கையூட்டுவதாக இருந்தது. அதிகாரிகள் தனியார் வீடுகளில், யூதர்களின் வீடுகளிலும்கூட

தங்க வைக்கப்பட்டனர். விருந்தளிப்பவர்களுடனான அவர்களது அணுகுமுறை, சற்று விலகியும் ஆனால் மரியாதை கொண்டதாகவும் இருந்தது. அவர்கள் சாத்தியமற்ற எதையும் தேவை என்று கேட்கவும் இல்லை, இனிமையற்ற எதையும் பேசவில்லை. ஏன் சில நேரங்களில், இல்லத்தரசிகளைப் பார்த்து புன்முறுவல்கூட செய்தனர். எங்கள் வீட்டிற்கு எதிர்வீட்டில் ஒரு ஜெர்மானிய அதிகாரி தங்கியிருந்தார். கான் குடும்பத்தினருடைய ஒரு அறையில் இருந்தார். அவர்கள் அவரை வசீகரமான, அமைதியான, விரும்பத்தக்க, மரியாதை கொண்ட, கருணை மிக்க மனிதர் என்று கூறினார்கள். அந்த வீட்டிற்கு தங்க வந்த மூன்றாவது நாளிலேயே, அவர் திருமதி கானுக்கு ஒரு சாக்லெட் பெட்டியைப் பரிசளித்தார். நன்னம்பிக்கைவாதிகள் உற்சாகம் கொண்டனர்.

“இதோ, நீங்களே பாருங்க! நாங்க உங்களிடம் என்ன சொன்னோம்? நீங்க எங்களை நம்ப மறுத்தீங்க. அவர்கள் நம்முடைய ஜெர்மானியர்கள்! அவர்களைப் பற்றி நீங்கள் என்ன நினைக்கிறீர்கள்? அவர்களது அபகீர்த்தி பெற்ற குரூரத்தனம் எங்கே உள்ளது?”

ஜெர்மானியர்கள் ஏற்கனவே எங்களது நகரத்தில் இருந்தனர், பாசிஸ்டுகள் ஏற்கனவே அதிகாரத்தில் இருந்தனர், தீர்ப்பு ஏற்கனவே அறிவிக்கப்பட்டு விட்டது- இருப்பினும் சிகெட் நகர யூதர்கள் தொடர்ந்து புன்முறுவலுடன் இருந்தனர்.

பாஸ் ஓவரின்* எட்டு நாட்கள். சீதோஷ்ண நிலை அற்புதமாக இருந்தது. எனது அம்மா சமையலறையில் சுறுசுறுப்பாக வேலை செய்துகொண்டிருந்தாள். இப்பொழுது எந்த யூத வழிபாட்டுத்தலமும் திறக்கப்படவில்லை. எனவே நாங்கள் தனியார் வீடுகளில் கூடினோம். ஜெர்மானியர்களுக்கு ஆத்திரமூட்டிவிடக்கூடாது அல்லவா. நடைமுறையில், ஒவ்வொரு யூத மதகுருவின் குடியிருப்பும் வழிபாட்டுத்தலமாக மாறிவிட்டது.

★ பாஸ் ஓவர் – (Passover) மோசஸ் தலைமையில் எகிப்திலிருந்து இஸ்ரேலியர்கள் வெளியேறியதையும், மரண தேவதை யூத வீடுகளைக் கடந்து சென்று எகிப்தில் முதலில் பிறந்த ஆண் குழந்தைகளைப் பலி கொண்டதையும் நினைவுகூரும் எட்டுநாள் வசந்த விழா,

நாங்கள் குடித்தோம், உணவருந்தினோம், பாடினோம். பைபிளில் பாஸ் ஓவரின் அந்த எட்டு நாட்களிலும் நாங்கள் மகிழ்ச்சிக் கொண்டாட்டத்தில் இருக்க வேண்டும் என்று ஆணையிடப்பட்டிருந்தது. ஆனால் எங்கள் இதயத்தில் அது இல்லை. நாங்கள் விழா முடிவடைய வேண்டுமென விரும்பினோம், ஏனெனில் அதன்பின் தொடர்ந்து நாங்கள் கொண்டாடுவதுபோல் பாவனை செய்யவேண்டிய அவசியம் இருக்காது.

'பாஸ் ஓவரின்' ஏழாவது நாள் இறுதியாகத் திரை விலகியது. ஜெர்மானியர்கள் யூத சமூகத்தின் தலைவர்களைக் கைது செய்தனர்.

அந்த கணத்திலிருந்து எல்லாமே மிக வேகமாக நிகழ்ந்தது. மரணத்தை நோக்கிய ஓட்டம் தொடங்கிவிட்டது.

முதல் பிரகடனம்: யூதர்கள் மூன்று நாட்கள் தங்கள் வீட்டைவிட்டு வெளியே செல்லத் தடை. மீறினால் மரண தண்டனை.

கோயில்கார மோசே எங்கள் வீட்டை நோக்கி விரைந்தோடி வந்தான்.

"நான் உங்களை எச்சரித்தேனே" என்று அலறினான். எவ்வித பதிலுக்காகவும் காத்திராமல், அவன் சென்று விட்டான்.

அன்றைய தினமே ஹங்கேரியக் காவலர்கள் நகரத்திலுள்ள அனைத்து யூதர்களின் வீடுகளிலும் அத்துமீறி நுழைந்தனர். எந்த யூதருக்கும் தனது வீட்டில் தங்கம், நகைகள் அல்லது விலைமதிப்பற்ற எந்தப் பொருளையும் வைத்திருக்க தடை விதிக்கப்பட்டது. எல்லாவற்றையும் அதிகாரிகளிடம் ஒப்படைக்கவேண்டும். மீறினால் மரண தண்டனை காத்திருக்கிறது. எனது தந்தை, வீட்டின் கீழே உள்ள நிலவறையில் எங்களது சேமிப்புகளைப் புதைத்து வைத்தார்.

வீட்டில், எனது அம்மா தொடர்ந்து வழக்கமான வேலைகளில் சுறுசுறுப்பாக இருந்தாள். சில நேரங்களில், அதை நிறுத்தி விட்டு மௌனமாக எங்களை உற்று நோக்கியபடி இருப்பாள்.

அந்த மூன்று நாட்கள் முடிவடைந்தவுடன், ஒரு புதிய ஆணை பிறப்பிக்கப்பட்டது. ஒவ்வொரு யூதரும் மஞ்சள் நட்சத்திர சின்னத்தை அணியவேண்டும்.

எங்கள் சமூகத்தின் சில முக்கிய உறுப்பினர்கள், ஹங்கேரிய போலீசின் உயர் அதிகாரிகளுடன் தொடர்புள்ள எனது தந்தையைச் சந்தித்து, இந்த சூழ்நிலை குறித்து அவர் என்ன நினைக்கிறார் என்று கேட்க வந்தனர். நிலைமை அச்சமூட்டுவதாக எனது தந்தை கருதவில்லை. ஆனால் ஒருவேளை அவர்களை மனந்தளரச் செய்யவோ அல்லது அவர்களது துயரத்தை அதிகப்படுத்தவோ அவர் விரும்பாமல் இருந்திருக்கலாம்.

"மஞ்சள் நட்சத்திரமா? நல்லது. அதனால் என்ன? அதனாலே நீங்க சாகப்போவதில்லையே..."

(பாவம் அப்பா! பிறகு எதனால் நீங்கள் இறந்தீர்கள்?)

ஆனால் அவர்கள் ஏற்கனவே புதிய ஆணைகளைப் பிறப்பிக்கத் தொடங்கிவிட்டனர். நாங்கள் உணவு விடுதிகளுக்கு அல்லது சிற்றுண்டிச் சாலைகளுக்குச் செல்வதற்கும், புகைவண்டியில் பயணிக்கவும், யூத வழிபாட்டுத் தலத்திற்குச் செல்வதற்கும், ஆறுமணிக்கு மேல் வீதிகளில் நடப்பதற்கும் இனிமேல் எங்களுக்கு உரிமை கிடையாது.

பிறகு 'கெட்டோ' எனப்படும் பிரத்தியேக யூதக் குடியிருப்புகள் வந்தன.

சிகெட்டில் இரண்டு கெட்டோக்கள் அமைக்கப்பட்டன. நகரத்தின் மையத்தில் நான்கு வீதிகளைக் கொண்ட பெரிய குடியிருப்பு ஒன்று, புறநகர் பகுதியில் ஏராளமான சிறு சிறு வீதிகளைக் கொண்ட சிறிய குடியிருப்பு ஒன்று. நாங்கள் வசித்து வந்த செர்பன்ட் வீதி, முதலாவது கெட்டோவின் உள்ளே இருந்தது. எனவே நாங்கள் எங்கள் சொந்த வீட்டிலேயே இருக்க முடிந்தது. ஆனால் அது தெருமுனையில் இருந்ததால் வீதியை நோக்கியிருந்த அனைத்து ஜன்னல்களும் மூடி மறைக்கப்பட்டன. நாங்கள் எங்களுடைய சில அறைகளை தங்கள் குடியிருப்புகளிலிருந்து விரட்டப்பட்ட எங்கள் உறவினர்களுக்குக் கொடுத்தோம்.

கொஞ்சம் கொஞ்சமாக வாழ்க்கை இயல்பு நிலைக்குத் திரும்பியது. எங்களைச் சுற்றி அமைக்கப்பட்டிருந்த முள்வேலி உண்மையில் எங்களுக்கு எவ்வித அச்சத்தையும் தரவில்லை. நாங்கள் அதை அவ்வளவு மோசமான விஷயமாகக் கருதவில்லை. நாங்கள் எங்களுக்குள் ஒருமித்து இருப்பதாக

எண்ணினோம். ஒரு சிறு யூதக் குடியரசு... நாங்கள் ஒரு யூதகவுன்சில், ஒரு யூத காவல்படை, ஒரு சமூகப் பணிக்கான அலுவலகம், ஒரு உழைப்பாளர் கமிட்டி, ஒரு சுகாதாரப் பிரிவு என ஒரு முழுமையான அரசு இயந்திரத்தையே அமைத்தோம்.

மக்கள் இதை ஒரு நல்ல விஷயமாகக் கருதினார்கள். இனி எங்கள் விழிகளின் முன் அந்த விரோதமிக்க முகங்கள், அந்த வெறுப்பு நிறைந்த பார்வைகள் தென்படாது. இனி எவ்வித அச்சமும் இல்லை. எவ்வித வேதனையும் இல்லை. நாங்கள் யூதர்கள் மத்தியில், சகோதரர்கள் மத்தியில் வாழ்கிறோம்...

இருப்பினும் சில விரும்பத்தகாத தருணங்கள் இருந்தன. ஒவ்வொரு நாளும் ஜெர்மானியர்கள் ராணுவ ரயில்களில் நிலக்கரியை ஏற்றுவதற்காக, ஆட்களை கூட்டிச் செல்ல வருவார்கள். அத்தகைய வேலையைச் செய்ய முன்வரும் தொண்டர்கள் அரிதாகவே இருந்தனர். ஆனால் இதைத்தவிர சூழ்நிலை அமைதியாகவும் நம்பிக்கையூட்டுவதாகவும் இருந்தது.

பெரும்பாலான மக்கள் யுத்தம் முடியும்வரை, செம்படை வரும்வரை இந்த கெட்டோவில் இருப்போம் என்று எண்ணிக் கொண்டிருந்தனர். பிறகு எல்லாமே முன்போல் மாறிவிடும். இந்த கெட்டோவை ஆண்டது ஜெர்மானியரோ அல்லது யூதரோ அல்ல; வெறும் மாயைதான்.

அறுப்பின் பண்டிகைக்கு (சவுலாட்) இன்னும் சுமார் இரண்டு வாரங்கள் இருந்தன. வசந்தத்தின் கதிரொளியில், மக்கள் கவலையின்றி எதையும் பொருட்படுத்தாமல் ஜனசந்தடி மிக்க வீதிகளில் உலவினர். அவர்கள் உற்சாகத்துடன் வாழ்த்துக்களைப் பறிமாறிக்கொண்டனர். குழந்தைகள் நடைபாதைகளில் விளையாடின. நானும் எனது பள்ளித்தோழர்கள் சிலரும் எஸ்ரா மாலிக் தோட்டத்தில் அமர்ந்து தால்முட்டின் ஒரு உரையைப் படித்துக்கொண்டிருந்தோம்.

இரவு வந்தது. எங்கள் வீட்டின் பின்முற்றத்தில் இருபது பேர் கூடியிருந்தனர். எனது தந்தை அவர்களுக்கு சில குட்டிக்கதைகளைக் குறிப்பிட்டு அது குறித்த தனது கருத்தையும் கூறிக்கொண்டிருந்தார். அவர் ஒரு தேர்ந்த கதைசொல்லி.

திடீரென கதவு திறந்தது. முன்னாள் வணிகராக இருந்து, காவலராக மாறிய, ஸ்டெர்ன் உள்ளே வந்து எனது தந்தையை தனியாக அழைத்துச் சென்றார். பொழுது சாய்ந்து இருள் சூழ்ந்து

இரவு | 37

கொண்டிருந்தபோதும் எனது தந்தையின் முகம் வெளிறுவதை என்னால் காணமுடிந்தது.

"என்ன ஆச்சு?" நாங்கள் அனைவரும் அவரைக் கேட்டோம்.

"எனக்குத் தெரியலை. மன்றத்தோட சிறப்புக் கூட்டத்திற்கு என்னை வரச்சொல்லியிருக்கிறாங்க. ஏதோ நடந்திருக்கணும்."

அவர் எங்களுக்குச் சொல்லிக்கொண்டிருந்த கதை முடிவடையாமல் பாதியிலேயே நின்று போனது.

"இப்பவே நான் அங்கு போறேன்" என்றபடி சென்றார். "நான் எவ்வளவு சீக்கிரம் முடியுமோ அவ்வளவு சீக்கிரமா திரும்பி வந்துருவேன். அதைப் பத்தி எல்லாம் உங்களுக்கு சொல்றேன். எனக்காகக் காத்திருங்க."

நாங்கள் சில மணி நேரம் காத்திருக்கத் தயாரானோம். பின்முற்றம், அறுவை சிகிச்சை அறைக்கு முன்னுள்ள நடைபாதையைப் போல மாறி விட்டது. நாங்கள் கதவு திறக்கப்படுவதற்காகக் காத்திருந்தோம்- அந்த ஆகாயத்தின் திறப்பைக் காண்பதற்காகக் காத்திருப்பதைப்போல. வதந்திகளைக் கேள்விப்பட்ட அண்டை வீட்டாரும் தங்கள் கைக்கடிகாரங்களைப் பார்த்தனர். நேரம் மிக மெதுவாக நகர்ந்தது. இத்தகைய நீண்ட கூட்டம் நடப்பதன் அர்த்தம் என்ன?

"எனக்கு துர்ச்சகுனத்தின் அறிகுறிகள் தெரிகின்றன" என்றாள் அம்மா. "இன்று நண்பகலில் கெட்டோவில் இரண்டு புதிய முகங்களை ஜெஸ்டபோவைச் சேர்ந்த இரு ஜெர்மானிய அதிகாரிகளைப் பார்த்தேன். இதுவரை எந்த ஒரு அதிகாரியும் இங்கு வந்ததே கிடையாது."

கிட்டத்தட்ட நள்ளிரவாகிவிட்டது. எவரும் படுக்கைக்குச் செல்ல விரும்பவில்லை. சிலர் தங்கள் வீடுகளில் எல்லாம் சரியாக இருக்கிறதா என்றறிய விரைந்து சென்று திரும்பினர். சிலர் தங்கள் வீடுகளுக்குத் திரும்பிச் சென்றனர். ஆனால் செல்லுமுன் என் அப்பா திரும்பி வந்தவுடன் தங்களுக்கு தெரிவிக்கவேண்டுமென்று சொல்லிவிட்டுச் சென்றனர்.

இறுதியாக கதவு திறந்தது. அப்பா தோன்றினார். அவர் வெளிறிப் போயிருந்தார். உடனே அவரை அனைவரும் சூழ்ந்து கொண்டனர்.

“என்ன நடந்தது? எங்களுக்கு சொல்லுங்க என்ன நடந்ததுன்னு! ஏதாவது பேசுங்க!”

அந்த கணத்தில் நம்பிக்கை தரும் ஒரு வார்த்தைக்காக நாங்கள் எவ்வளவு ஆவலுடன் இருந்தோம்! அந்தக் கூட்டம் வழக்கமான நலத்திட்டம் மற்றும் சுகாதாரப் பிரச்சனைகளை ஆய்வு செய்வது குறித்துத்தான். எதற்கும் பயப்படத் தேவையில்லை என்று சொல்லப்படும் சில வார்த்தைகளுக்காக... ஆனால் எனது தந்தையின் தளர்வுற்ற முகத்தை ஒருமுறை பார்த்ததுமே சந்தேகத்திற்கு இடமில்லாமல் தெரிந்தது.

“செய்தி மோசமானதுதான்” என்று அப்பா இறுதியாகக் கூறினார். அதன்பின் ஒற்றை வார்த்தை “வெளியேற்றம்.”

கெட்டோ முற்றிலும் அழிக்கப்படப் போகிறது. மறுநாளிலிருந்து வீதிவீதியாக நாங்கள் வெளியேறவேண்டும்.

நாங்கள் எல்லாவற்றையும், எல்லா விவரங்களையும் அறிந்து கொள்ள விரும்பினோம். அந்தச் செய்தி எங்களை அதிர்ச்சியடையச் செய்தது. இருப்பினும் அந்தக் கசப்பான செய்தியை முழுவதுமாக ஈர்த்துக்கொள்ள விரும்பினோம்.

“நம்மை எங்கே கொண்டு போகப்போறாங்க?”

அது ஒரு ரகசியம். அனைவருக்கும் அது ரகசியம், ஒருவரைத் தவிர. யூத கவுன்சில் தலைவர். ஆனால் அவர் சொல்லமாட்டார். அவரால் சொல்லமுடியாது. இதுகுறித்து அவர் ஏதாவது பேசினால் சுட்டுவிடுவதாக ஜெஸ்டபோ அச்சுறுத்தியுள்ளது.

“எங்கும் வதந்திதான் நிலவுது” உடைந்த குரலில் எனது தந்தை சொன்னார். “நாம் ஹங்கேரியில் உள்ள ஏதோ ஒரு இடத்திலே செங்கல் தொழிற்சாலை வேலைக்குப் போகிறோமாம். காரணம் இங்கே நாம் எல்லைக்குப் பக்கத்திலே இருப்பதுதான்.”

ஒரு கண அமைதிக்குப் பின் அவர் மேலும் சொன்னார்.

“நாம் ஒவ்வொருத்தரும் அவங்களோட சொந்த உடைமைகளை மட்டும் எடுத்துக்கிற அனுமதியுண்டாம். ஒரு தோள் பை, கொஞ்சம் உணவு, ஒரு சில ஆடைகள். வேறெதுவும் கூடாதாம்.”

மீண்டும் ஒரு கனத்த மௌனம் நிலவியது. ‘போய் உங்க அக்கம்பக்கத்தினரையெல்லாம் எழுப்புங்க. அவங்களும் தயாராகணுமில்லே” என்றார் அப்பா.

என்னைச் சுற்றி நின்றிருந்த நிழல்கள் ஒரு ஆழ்ந்த உறக்கத்திலிருந்து விழிப்பது போல் எழுந்து அமைதியாக எல்லாத் திசைகளிலும் ஓடி மறைந்தன.

ஒருகணம் நாங்கள் தனிமையில் இருந்தோம். பின் திடீரென்று, எங்களுடன் வசித்துவந்த உறவினரான பாடியா ரீச் அறைக்குள் வந்தார்:

"யாரோ வெளிப்புறத்திலே உள்ள அடைக்கப்பட்ட ஜன்னலைத் தட்டியபடி இருக்காங்க!"

யுத்தம் முடிந்த பின்னரே அன்று தட்டியது யார் என்பதை நான் அறிந்தேன். அது ஹங்கேரிய காவல்துறையைச் சேர்ந்த ஒரு இன்ஸ்பெக்டர். எனது தந்தையின் நண்பர். நாங்கள் கெட்டோவிற்குச் செல்லுமுன் அவர் எங்களிடம் சொன்னார். "பயப்படாதீங்க. உங்களுக்கு ஏதாவது ஆபத்து வர்ற மாதிரி தெரிஞ்சா நான் உங்களை எச்சரிக்கை பண்றேன்." அந்த இரவில் அவர் எங்களுடன் பேசியிருந்தால் ஒருவேளை நாங்கள் தப்பி ஓடியிருப்போம்... ஆனால் நாங்கள் சிரமப்பட்டு ஜன்னலை திறப்பதற்குள் தாமதமாகிவிட்டது. வெளியே எவரும் இல்லை.

கெட்டோ விழித்து விட்டது, ஒன்றன்பின் ஒன்றாக ஜன்னல்களில் வெளிச்சம் வந்தது.

நான் எனது அப்பாவின் நண்பரொருவரின் வீட்டிற்குச் சென்றேன். நரைத்த தாடியும், கனவு காண்பவனின் விழிகளையும் கொண்ட அந்த முதிய குடும்பத்தலைவரை எழுப்பினேன். நீண்ட இரவுநேரப் படிப்பின் காரணமாக அவருக்கு கூன் விழுந்திருந்தது.

"எழுந்திருங்க. அய்யா, எழுந்திருங்க! நீங்க பயணத்துக்கு தயாராக வேண்டும். நாளைக்கு இங்கேருந்து உங்க குடும்பத்தோட, மத்த யூதர்கள் எல்லோரோடயும் உங்களை நாட்டைவிட்டு வெளியேத்தப் போறாங்க. எங்கேன்னு என்னைக் கேக்காதீங்க. ஆண்டவனாலேதான் அதுக்கு பதில் சொல்லமுடியும். தயவுசெஞ்சு எழுந்திருங்க."

அவர் நான் சொல்லும் ஒரு வார்த்தையைக்கூட புரிந்து கொள்ளவில்லை. எனக்கு சித்தம் கலங்கிவிட்டது என்று அவர் ஒருவேளை எண்ணியிருக்கலாம்.

“இது என்ன கதை? பயணத்துக்குத் தயாராகணுமா? என்ன பயணம்? ஏன்? என்னதான் நடக்குது? உனக்கென்ன கிறுக்கு பிடிச்சுருக்கா?”

இன்னும் அரைத்தூக்கத்துடன் பீதி நிறைந்த விழிகளுடன் அவர் என்னை உற்றுப்பார்த்த விதம், திடீரென நான் குலுங்கிச் சிரித்தபடி இறுதியில், ‘போய் படுங்க... தூங்குங்க... இனிய கனவுகள். ஒண்ணும் நடக்கலை. எல்லாமே ஒரு வேடிக்கைதான்’ என்று நான் கூறுவேன் என எதிர்பார்த்தது போலிருந்தது.

எனது தொண்டை வறண்டு வார்த்தைகள் சிக்கி உதடுகள் செயலிழந்தன. அதற்கு மேல் பேசுவதற்கு எதுவுமேயில்லை.

இறுதியில் அவர் புரிந்து கொண்டார். படுக்கையைவிட்டு எழுந்து இயந்திரகதியான அசைவுகளுடன் ஆடைகளை அணியத் தொடங்கினார். பின் அவர் தனது உறங்கும் மனைவியின் அருகில் சென்று மிகுந்த மென்மையுடன் அவளது புருவங்களைத் தொட்டார். அவள் கண்களைத் திறந்தாள். அவளது உதடுகளில் புன்னகை தோன்றி மறைந்தது போல் எனக்குத் தோன்றியது. பிறகு அவர் தனது இரு குழந்தைகளையும் எழுப்பச் சென்றார். அவர்கள் திடுக்கிட்டு தங்களின் கனவுகளிலிருந்து இழுத்துவரப்பட்டது போல விழித்தெழுந்தனர். நான் ஓடி வந்துவிட்டேன்.

நேரம் மிக வேகமாகச் சென்றது. அதற்குள் காலை நான்கு மணியாகி விட்டது. எனது தந்தை நண்பர்களுக்கு ஆறுதல் கூற, யூத கவுன்சிலுக்கு ஓடிச்சென்று விதிக்கப்பட்ட தீர்ப்பு விலக்கப்பட்டதா என்றறிய - என இங்குமங்கும் ஓடிச் சோர்வுற்றிருந்தார். அந்தக் கடைசிக் கணம் வரை எங்கள் இதயத்தில் நம்பிக்கையின் ஒரு துளி உயிர்ப்புடன் இருந்தது.

பெண்கள் முட்டைகளை அவித்தனர். இறைச்சியை வறுத்தனர். கேக்குகளை தயாரித்தனர். தங்கள் முதுகில் மாட்டிக் கொள்வதற்கேற்ற பைகளைத் தைத்தனர். குழந்தைகள் பெரியவர்களின் பாதையில் குறுக்கிடாமல் இருக்க, என்ன செய்வதென்று அறியாது இலக்கின்றி இங்குமங்கும் சுற்றித் திரிந்தனர்.

எங்கள் வீட்டுப் பின்முற்றம் உண்மையில் ஒரு சந்தை போலக் காட்சியளித்தது. வீட்டுப் பொக்கிஷங்கள், விலைமதிப்பற்ற கம்பளங்கள், வெள்ளியாலான மெழுகுவர்த்தி தாங்கிகள்,

வழிபாட்டு நூல்கள் மற்றும் பிற வழிபாட்டுப் பொருட்கள் பரிதாபகரமான எச்சங்களாக, புழுதி படிந்த பூமியில் இறைந்துகிடந்தன. இவை அனைத்தும் அந்த அற்புதமான நீலவானத்தின் கீழ் நிகழ்ந்தது.

காலை எட்டுமணிக்குள், உருக்கிய ஈயம் போன்ற ஒரு சோர்வு, எங்கள் நாடி நரம்புகளில், மூளையில் தங்க ஆரம்பித்தது. வழிபாட்டின் மத்தியில் நான் இருந்தபொழுது திடீரென வீதியில் கூச்சல் கேட்டது. எனது வழிபாட்டுக்குரிய மேலாடையைக் களைந்தெறிந்து விட்டு ஜன்னலை நோக்கி ஓடினேன். ஹங்கேரிய போலீசார் கெட்டோவில் நுழைந்து, பக்கத்து வீதியில் சத்தமிட்டுக் கொண்டிருந்தனர்.

"யூதர்கள் எல்லாம் வெளியே வாங்க! சீக்கிரம்!"

அவர்களைப் பின்தொடர்ந்து வந்த யூத போலீசார் உடைந்த குரலில் எங்களிடம் கூறினார்கள்:

"உரிய நேரம் வந்துருச்சு... நீங்க இதையெல்லாம் விட்டுப் போகணும்..."

ஹங்கேரிய போலீசார் தங்கள் குண்டாந்தடியாலும் துப்பாக்கிக் கட்டையாலும் காரணமின்றி கண்டபடி அடிக்க, அந்த அடிகள் முதியவர்கள், பெண்கள், குழந்தைகள், ஊனமுற்றோர் என வரையறையின்றி அனைவர் மீதும் விழுந்தது.

ஒன்றன்பின் ஒன்றாக வீடுகள் காலியாகி, வீதிகள் மூட்டைகளைச் சுமந்து செல்லும் மக்களால் நிறைந்தன. பத்து மணிக்குள், அனைவரும் வெளியே இருந்தனர். போலீசார் ஒருமுறை, இருமுறை, இருபது முறை வருகைக் கணக்கெடுத்தனர். வெப்பம் கடுமையாக இருந்தது. வியர்வை மக்களின் முகங்களிலிருந்தும் உடல்களிலிருந்தும் ஊற்றெனப் பெருக்கெடுத்தது.

குழந்தைகள் தண்ணீர் கேட்டுக் கதறின.

தண்ணீர்? கையருகில், வீடுகளில், முற்றங்களில் ஏராளமாகத் தண்ணீர் இருந்தது. ஆனால் வரிசையை விட்டு விலகக்கூடாதென அவர்கள் தடை செய்யப்பட்டுள்ளனர்.

"தண்ணி! அம்மா! எனக்குத் தாகமா இருக்கு!"

கெட்டோவைச் சேர்ந்த சில யூத போலீசார் ரகசியமாகச் சென்று சில குவளைநீரை நிரப்பி வந்தனர். எனது

சகோதரிகளும் நானும் கடைசி வண்டியில் செல்வதென்று விதிக்கப்பட்டிருந்ததாலும் நாங்கள் எங்கும் செல்ல இன்னும் அனுமதிக்கப்பட்டிருப்பதாலும் எங்களால் முடிந்தவரை நாங்களும் உதவினோம்.

பிறகு, இறுதியாக பிற்பகல் ஒரு மணிக்கு கிளம்புவதற்கான அழைப்பு வந்தது.

அங்கு மகிழ்ச்சி நிலவியது. ஆம், மகிழ்ச்சி. தகிக்கும் சூரியனின் கீழே நட்ட நடுவீதியில், மூட்டை முடிச்சுகளுக்கு இடையே அமர்ந்திருப்பதைவிட, நரகத்தில் கூடுதலான சித்ரவதை இருக்காது என்று அவர்கள் எண்ணியிருக்கலாம். இதைவிட வேறெதையும் ஏற்றுக்கொள்ளலாம். அதனால் தான் கிளம்பச் சொன்னதும் அவர்கள் கைவிடப்பட்ட வீதிகள், மரணித்த வெறுமையான வீடுகள், தோட்டங்கள், கல்லறை முகடுகள் ஆகியவற்றை திரும்பிக்கூடப் பார்க்காமல் தங்கள் பயணத்தைத் தொடங்கினார்கள். ஒவ்வொருவரின் முதுகிலும் ஒரு சுமை இருந்தது. ஒவ்வொருவரின் விழிகளிலும் கண்ணீர்த்துளியும், வேதனையும். மெதுவாக அணிவகுப்பு கெட்டோ வாசலை நோக்கிச் சென்றது.

நான் அங்கே நடைபாதையில், அவர்கள் என்னைக் கடந்து செல்வதைப் பார்த்தபடி நகர முடியாமல் நின்றிருந்தேன். இதோ வருகிறார் யூத மதகுரு... கூன் விழுந்த முதுகுடன், தாடி மழிக்கப்பட்டு விநோதமாகத் தோன்றும் முகத்துடன், முதுகில் ஒரு மூட்டையுடன். வெளியேற்றப்படுபவர்களின் மத்தியில் அவர் இருப்பதே அக்காட்சிக்கு ஒருவித யதார்த்தமற்ற தன்மையைக் கூட்டியது. அது பாபிலோனில் சிறைப்பிடிக்கப்பட்டது குறித்த அல்லது ஸ்பானிய கிறிஸ்தவ மதத்திற்கு எதிரான கிளர்ச்சிகள் மீதான விசாரணை பற்றிய ஒரு கதைப்புத்தகத்தின் அல்லது சரித்திர நாவலின், கிழிக்கப்பட்ட ஒரு பக்கத்தில் உள்ளதுபோல் இருந்தது.

ஒவ்வொருவராக என்னைக் கடந்து சென்றனர். எனது ஆசிரியர்கள், எனது நண்பர்கள், மற்றவர்கள், அவர்களில் சிலரைக் கண்டு நான் அஞ்சியிருக்கிறேன், அவர்களில் சிலரை நான் கேலிக்கு உகந்தவர்களாகக் கண்டிருக்கிறேன். இத்தனை ஆண்டுகளாக நான் சேர்ந்து வாழ்ந்த அனைவரும் என்னைக் கடந்து சென்றனர். அதோ அவர்கள் வீழ்ச்சியுற்று, தங்கள் சுமைகளை, தங்கள் வாழ்க்கையை இழுத்தபடி, தங்கள்

இரவு | 43

வீடுகளைக் கைவிட்டுச் சென்றார்கள். தங்கள் பால்ய கால வருடங்களை விட்டு உதைபட்ட நாய்களைப்போல் அஞ்சி ஒடுங்கியபடி அவர்கள் சென்றார்கள்.

நாங்கள் இருந்த திசையைக்கூடப் பார்க்காமல் எங்களைக் கடந்து அவர்கள் சென்றார்கள். அவர்கள் எங்கள் மீது பொறாமைப்பட்டிருக்க வேண்டும்.

அணிவகுப்பு வீதி முனையில் திரும்பி மறைந்தது. மேலும் சில அடிகள் சென்றால் கெட்டோ மதில்களைத் தாண்டி அவர்கள் சென்று விடுவார்கள்.

வீதி திடீரென கைவிடப்பட்ட சந்தையைப் போலிருந்தது. எதை வேண்டுமானாலும் அங்கு காணலாம். கைப்பெட்டிகள், கைப்பைகள், கத்திகள், தட்டுகள், ரூபாய் நோட்டுகள், காகிதங்கள், மங்கிய புகைப்படங்கள். மக்கள் தங்களுடன் எடுத்துச் செல்ல எண்ணியிருந்த பொருட்கள் அனைத்தும் இறுதியில் அவர்களால் விட்டுச் செல்லப்பட்டுள்ளன. அவை தங்கள் மதிப்பை முற்றிலும் இழந்துவிட்டன.

எங்கும் அறைக்கதவுகள் திறந்து கிடந்தன. கதவுகளும் ஜன்னல்களும் வெறுமையில் வாய் பிளந்து கிடந்தன. எதுவும் எவருக்கும் சொந்தமின்றி எல்லோருக்கும் எல்லாமே இலவசமாக இருந்தது. தனக்குத் தேவையானதை எவரும் எடுத்துக் கொள்ளலாம். ஒரு திறந்த கல்லறை.

ஒரு வெப்பம் மிக்க கோடைகாலச் சூரியன்.

நாங்கள் அன்றைய தினத்தை உணவின்றிக் கழித்தோம். ஆனால் உண்மையில் எங்களுக்கு பசி எடுக்கவில்லை. நாங்கள் முற்றிலும் சோர்ந்திருந்தோம்.

எனது தந்தையார் வெளியேற்றப்படுபவர்களுடன் கெட்டோ வாசல் வரை சென்றார். அவர்கள் முதலில் பெரிய யூத வழிபாட்டுத் தலத்திற்குக் கொண்டு செல்லப்பட்டு அங்கு அவர்களிடம் தங்கம், வெள்ளி அல்லது விலைமதிப்பற்ற பொருட்கள் எதையேனும் எடுத்துச் செல்கிறார்களா என்று கவனமாக சோதனை நடத்தப்பட்டது. அங்கே பெரும் வெறிக் கூச்சல்கள். குண்டாந்தடித் தாக்குதலும் நடந்தது.

"நம்ம முறை எப்ப வரும்?" என்று அப்பாவைக் கேட்டேன்.

“நாளை மறுநாள். குறைந்தபட்சம் நிலைமை மாறவேன்னா... ஒருவேளை அதிசயம் ஏதாவது...”

இந்த மக்கள் எங்கு கொண்டு செல்லப்படுகிறார்கள்? இன்னும் எவருக்கும் அது பற்றி தெரியாதா? இல்லை, ரகசியம் கவனத்துடன் காக்கப்படுகிறது.

பொழுது சாய்ந்து விட்டது. அன்று இரவு சீக்கிரமாகவே நாங்கள் உறங்கச் சென்றோம். எனது அப்பா சொன்னார். “நல்லாத் தூங்குங்க குழந்தைகளா, நாளை மறுநாள் செவ்வாய்க் கிழமை வரைக்கும்.”

திங்கட்கிழமை ஒரு சிறு கோடைகால மேகம்போல, அதிகாலை நேரக் கனவு போல கடந்து சென்றது.

எங்கள் பெட்டிகளை நிரப்புவதிலும், ரொட்டிகளும் கேக்குகளும் தயாரிப்பதிலும் சுறுசுறுப்பாக இருந்தோம். வேறெதைப் பற்றியும் நாங்கள் யோசிக்கவில்லை. தீர்ப்பு கூறப்பட்டுவிட்டது.

அன்று மாலை அம்மா, நாங்கள் சோர்வடையாமல் இருக்க, எங்களை சீக்கிரம் படுக்கச் செல்லுமாறு கூறினாள். எங்கள் வீட்டில் நாங்கள் தங்கும் கடைசி இரவு இதுதான்.

நான் அதிகாலையிலேயே எழுந்துவிட்டேன். நாங்கள் வெளியேற்றப்படுவதற்கு முன் வழிபாடு செய்ய விரும்பினேன்.

எனது அப்பா சீக்கிரம் எழுந்து தகவலறிய நகரத்திற்குச் சென்றார். அவர் சுமார் எட்டு மணிக்குத் திரும்பி வந்தார். நல்ல செய்தி. நாங்கள் இன்று நகரத்தை விட்டு வெளியேற வேண்டியதில்லை. நாங்கள் சிறு கெட்டோவிற்குள் தான் செல்லவேண்டும். அங்கு நாங்கள் காத்திருக்கவேண்டும். அங்கிருந்து கடைசியாகத்தான் நாங்கள் செல்லவேண்டியிருக்கும்.

ஒன்பது மணிக்கு, முந்தைய ஞாயிற்றுக்கிழமைக் காட்சிகள் மீண்டும் தொடங்கின. குண்டாந்தடிகளுடன் போலீசார் சத்தமிட்டனர்.

“யூதர்களெல்லாம் வெளியே வாங்க.”

நாங்கள் தயாராக இருந்தோம். நான்தான் முதலாவதாக வெளியேறினேன். எனது பெற்றோரின் முகங்களைப் பார்த்து நான் உடைந்துபோய் கண்ணீர்விட்டு அழ விரும்பவில்லை. இரண்டு தினங்களுக்கு முன்னர் மற்றவர்கள் இருந்தது போல,

வீதியின் மத்தியில் நாங்கள் அமர்ந்திருந்தோம். அதே உக்கிரமான வெப்பம். அதே தாகம். ஆனால் தண்ணீர் கொண்டுவரத்தான் எவரும் எஞ்சியிருக்கவில்லை.

கடவுள் குறித்த தேடலில், மீட்பரின் வருகையைத் துரிதப்படுத்தும் உண்ணாநோன்பில், வாழ்க்கை குறித்த கற்பனையில் பல வருடங்களாக வாழ்ந்து கழித்த எனது வீட்டைப் பார்த்தேன். இருப்பினும் சிறிது துக்கத்தையே உணர்ந்தேன். எனது மனம் வெறுமையாக இருந்தது.

"எழுந்திருங்க! வரிசையா எண்ணிக்கை சொல்லுங்க!"

எழுந்தோம். எண்ணிக்கையைச் சொன்னோம். கீழே அமர்ந்தோம். மீண்டும் எழுந்து நின்றோம். மீண்டும் மீண்டும். நாங்கள் கூட்டிச் செல்லப்படுவதற்காக பொறுமையின்றிக் காத்திருந்தோம். அவர்கள் எதற்காகக் காத்திருக்கிறார்கள்? இறுதியாக, ஆணை வந்தது:

"முன்னோக்கி அணிவகுத்துச் செல்லுங்கள்!"

எனது தந்தை அழுதார். நான் முதல்முறையாக அவர் அழுவதைப் பார்த்தேன். நான் கற்பனைகூடச் செய்ததில்லை - அவரால் அழமுடியுமென்று. எனது அம்மா, முகத்தில் ஒரு இறுகிய பாவத்துடன், ஒரு வார்த்தைகூடப் பேசாமல் ஆழ்ந்த சிந்தனையுடன் நடந்தாள். என் தங்கை ஜிபோரா, ஏழே வயதான சிறு பெண். அழகான கூந்தல் நேர்த்தியாக வாரப்பட்டு, கையில் ஒரு சிவப்புக் கோட்டுடன் இருந்த அவளைப் பார்த்தேன். அவளது முதுகில் இருந்த மூட்டை கனமாக இருந்திருக்க வேண்டும். அவள் பல்லைக் கடித்துக்கொண்டாள். இது குறித்து குறை கூறுவது பயனற்றது என்பதை அவள் இப்போது அறிந்து கொண்டாள். காவலர்கள் தங்கள் குண்டாந்தடிகளால் அடித்தனர். "வேகம்!" என்னிடம் வலிமையெதுவும் எஞ்சியிருக்கவில்லை. பயணம் இப்பொழுதுதான் தொடங்கியிருக்கிறது. ஆனால் நான் மிகவும் பலவீனமாக உணர்ந்தேன்.

"வேகம்! வேகம்! சீக்கிரம் போங்க சோம்பேறி உதவாக்கரைகளா!" என்று ஹங்கேரியப் போலீசார் கத்தினர்.

இந்த கணத்தில்தான் நான் அவர்களை வெறுக்கத் தொடங்கினேன். இன்றும் என்னுடைய அந்த வெறுப்புதான் எங்களுக்கிடையிலான ஒரே உறவாக இருக்கிறது. அவர்கள்தான்

எங்களது முதலாவது அடக்குமுறையாளர்கள். அவர்கள்தான் நரகத்தின், மரணத்தின் ஆரம்ப முகங்கள்.

அவர்கள் எங்களை ஓடும்படி உத்தரவிட்டனர். இருமடங்கு வேகத்தில் ஓடினோம். நாங்கள் இவ்வளவு பலசாலிகளாக இருப்போம் என்று யார் நினைத்திருப்பார்கள்? ஜன்னல்களுக்கும் மூடப்பட்ட சட்டங்களுக்கும் பின் நின்று எங்கள் சக குடிமக்கள் நாங்கள் கடந்து செல்வதைப் பார்த்தனர்.

இறுதியில் நாங்கள் செல்லவேண்டிய இடத்தை அடைந்துவிட்டோம். எங்கள் மூட்டைகளை தரையில் வீசிவிட்டு கீழே சரிந்தோம்.

"ஓ. பிதாவே, பிரபஞ்சத்தின் தேவனே, உன் பேரிரக்கத்தால் எங்கள் மீது கனிவு காட்டு..."

சிறிய கெட்டோ. நாங்கள் இப்பொழுது பயன்படுத்தும் பொருட்களுக்குச் சொந்தமானவர்கள் மூன்று நாட்களுக்கு முன் இங்கே தங்கியிருந்தனர். அவர்கள் வெளியேற்றப்பட்டு விட்டனர். ஏற்கனவே நாங்கள் அவர்களை முற்றிலும் மறந்துவிட்டோம்.

பெரிய கெட்டோவைவிட இங்கு எல்லாமே படுமோசமாகக் கிடந்தது. மக்கள் எதிர்பாராத நேரத்தில் வெளியே விரட்டப்பட்டிருக்க வேண்டும். எனது மாமா குடும்பத்தினர் தங்கியிருந்த அறையைப் பார்க்கச் சென்றேன். அங்கே மேஜைமீது பாதி அருந்தப்பட்ட நிலையில் சூப் கோப்பை இருந்தது. சூட்டடுப்பில் வைக்கத் தயாரான நிலையில் அப்பம் இருந்தது. ஒருவேளை எனது மாமா அவற்றைத் தன்னுடன் எடுத்துச் செல்லலாமென எண்ணியிருப்பாரோ என்னவோ?

நாங்கள் அங்கு நிலை கொண்டோம். (என்ன ஒரு வார்த்தை?) நான் விறகு சேகரிக்கச் சென்றேன். எனது சகோதரிகள் நெருப்பை மூட்டினார்கள். தனது சோர்வையும் மீறி எனது அம்மா உணவைத் தயாரிக்கத் தொடங்கினாள்.

"நாம் தளர்ந்து விடக்கூடாது, நாம் தளர்ந்து விடக்கூடாது" என்று அவள் திரும்பத் திரும்பச் சொல்லிக் கொண்டிருந்தாள்.

மக்களின் மனநிலை அவ்வளவு மோசமாகிவிடவில்லை. அச்சூழ்நிலைக்கு பழக ஆரம்பித்தோம். இதில் நம்பிக்கையுடன் பேசிய சிலரும் இருந்தனர். ஜெர்மானியர்களுக்கு எங்களை

வெளியேற்ற நேரம் இருக்காது என்று அவர்கள் கூறினார்கள். ஏற்கனவே வெளியேற்றப்பட்டவர்களைப் பொருத்தவரை நிலைமை மிகவும் மோசம்தான். இனி எதுவும் செய்யமுடியாது. எங்களைப் பொருத்தவரை அவர்கள் போர் முடியும் வரை எங்களது துயரகரமான வாழ்க்கையை இங்கேயே கழிக்க அனுமதிக்க வாய்ப்பு உள்ளது.

கெட்டோவிற்கு காவல் கிடையாது. எவரும் விருப்பம் போல் வரலாம், வெளியே செல்லலாம். எங்களுடைய பணிப்பெண் மார்த்தா, எங்களைப் பார்க்க வந்தாள். விம்மியழுதபடி எங்களை தனது கிராமத்திற்கு வரும்படியும் அங்கு பாதுகாப்புடன் இருக்கலாம் என்றும் கெஞ்சினாள். எனது அப்பா அதற்கு செவி சாய்க்கவில்லை.

"நீங்க விரும்பினால் போங்க" என்று என்னிடமும் எனது மூத்த சகோதரிகளிடமும் கூறினார். "நான் இங்கேயே உங்க அம்மாவோடயும் இந்தக் குழந்தையோடவும் தங்கிக்கிறேன்..."

இயல்பாகவே நாங்களும் பிரிந்து செல்ல மறுத்து விட்டோம்.

இரவு. எவரும் பிரார்த்தனை செய்யவில்லை. ஏனெனில் இரவு வேகமாகச் சென்றுவிடும். நட்சத்திரங்கள் எங்களை விழுங்கிய நெருப்பின் பொறிகளாக இருந்தன. ஒருநாள் அந்த நெருப்பு அணைந்தால் ஆகாயத்தில் எதுவும் எஞ்சியிருக்காது, இறந்த நட்சத்திரங்களையும் இறந்த விழிகளையும் தவிர.

செய்வதற்கு எதுவுமில்லை, உறங்குவதைத் தவிர, ஏற்கெனவே இங்கிருந்து சென்றவர்களின் படுக்கையில் படுத்து ஓய்வெடுக்கவேண்டும். எங்களது பலத்தை சேகரித்துக்கொள்ள வேண்டும்.

பொழுது புலர்ந்ததும் இந்த சோக உணர்வுகள் விலகிவிட்டன. நாங்கள் விடுமுறையில் இருப்பதைப்போல உணர்ந்தோம். மக்கள் கூறினார்கள். "யாருக்குத் தெரியும்? ஒருவேளை நாம் வெளியேற்றப்படறது நல்லதுக்குத்தானோ என்னவோ. எல்லை ரொம்ப தொலைவில் இல்லை. நாம் சீக்கிரம் துப்பாக்கிச் சத்தத்தைக் கேக்கலாம். பிறகு பொதுமக்களை இங்கிருந்து எப்படியும் வேறு இடத்துக்கு மாத்திருவாங்க..."

"கொரில்லாப் படைக்கு நாம உதவி பண்ணுவோம்ன்னு ஒருவேளை அவங்க பயப்படறாங்க போல."

"என்னைக் கேட்டால், இந்த நாட்டைவிட்டு வெளியேத்துற விஷயமே ஒரு நாடகம்தான். ஆமாம். சிரிக்காதீங்க. அவங்க நம்ம நகைகளைத் திருட விரும்புறாங்க. அவங்களுக்குத் தெரியும், நாம எல்லாத்தையும் புதைச்சு வச்சிருக்கோம்னு. அவங்க அதைத் தேடிப் பார்க்கக் காத்திருக்காங்க. சொந்தக்காரங்க விடுமுறையிலே போயிட்டா அவங்களுக்கு வசதிதானே...'

விடுமுறை!

இந்த நம்பிக்கை மிகுந்த பேச்சுகளை எவரும் நம்பவில்லையென்றாலும் பொழுதைப் போக்க உதவியது. நாங்கள் அங்கு வசித்த சில நாட்கள் இனிமையாகவும் அமைதியாகவும் சென்றன. மக்கள் ஒருவரோடொருவர் இணக்கமாக இருந்தனர். இப்பொழுது ஏழை, பணக்காரன், பிரபலங்கள், மற்றவர்கள் என்ற வேறுபாடே இல்லை; மக்கள் அனைவருக்கும் பொதுவான இன்னும் அறியப்படாத ஒரே விதி காத்திருந்தது.

ஓய்வு நாளான, சனிக்கிழமை, எங்கள் வெளியேற்றத்திற்கு தேர்ந்தெடுக்கப்பட்டது.

முந்தைய இரவில், நாங்கள் பாரம்பரிய முறையில் வெள்ளிக்கிழமை இரவு உணவை உண்டோம். ரொட்டிக்கும் திராட்சை ரசத்திற்குமான கருணைக்கு இறைவனுக்கு நன்றியைத் தெரிவித்தபின் ஒரு வார்த்தை பேசாமல் உணவை விழுங்கினோம். கடைசிமுறையாக குடும்ப மேஜை முன் அமர்ந்து உணவருந்துவதாக உணர்ந்தோம். நான் இரவு முழுவதும் உறக்கம் வராமல் என் மனதில் நினைவுகளையும், எண்ணங்களையும் புரட்டிக் கொண்டிருந்தேன்.

விடியலில் கிளம்புவதற்கு ஆயத்தமாக நாங்கள் வீதியில் இருந்தோம். இம்முறை ஹங்கேரிய போலீசார் இல்லை. யூத கவுன்சில் தாங்களே எல்லாவற்றையும் ஒழுங்குபடுத்திக்கொள்வதாக ஒப்பந்தம் செய்திருந்தது.

எங்களது வண்டி பிரதான யூத வழிபாட்டுத் தலத்தை நோக்கிச் சென்றது. நகரமே கைவிடப்பட்டது போலக் காட்சியளித்தது. ஆனால் மூடப்பட்ட கதவுகளின் பின்னே, எங்களது நேற்றைய நண்பர்கள், எப்பொழுது எங்கள் வீடுகளைச்

கூறையாடலாம் என அந்த கணத்திற்காக, ஒருவேளை காத்துக் கொண்டிருக்கலாம்.

யூத வழிபாட்டுத்தலம் ஒரு பெரும் புகைவண்டி நிறுத்தம் போல இருந்தது. மூட்டை முடிச்சுகள்... கண்ணீர்த் துளிகள்... பீடம் உடைக்கப்பட்டிருந்தது. தோரணங்கள் கிழிக்கப்பட்டிருந்தன. சுவர்கள் வெறுமையாக இருந்தன. அங்கு ஏராளமானவர்கள் இருந்ததால் சுவாசிப்பதுகூட கடினமாக இருந்தது. நாங்கள் அங்கே கொடூரமான இருபத்துநான்கு மணி நேரத்தைக் கழித்தோம். ஆண்கள் கீழேயும், பெண்கள் முதல் மாடியிலும் இருந்தனர். அன்று சனிக்கிழமை; நாங்கள் அன்றைய பூஜையில் பங்கேற்க வந்தது போல் இருந்தது. வெளியே செல்ல தடைவிதிக்கப்பட்டிருந்ததால், எல்லோரும் அங்கேயே ஒரு மூலையை இயற்கை உபாதைகளுக்கான இடமாக்கிவிட்டனர்.

மறுநாள் நாங்கள் கால்நடைகளுக்கான சரக்குப்பெட்டிகள் காத்திருந்த, புகைவண்டி நிலையத்தை நோக்கி வரிசையாகச் சென்றோம். ஹங்கேரிய போலீசார் ஒரு பெட்டிக்கு எண்பது பேர் என்ற கணக்கில் எங்களை உள்ளே ஏற்றினார்கள். எங்களுக்கு சிறிது ரொட்டித் துண்டுகளும் சில வாளித் தண்ணீருமே வைக்கப்பட்டிருந்தது. ஜன்னல் சட்டங்கள் இறுக்கமாக உள்ளதா என்று சோதிக்கப்பட்டது. பின் பெட்டிகள் பூட்டப்பட்டன. ஒவ்வொரு பெட்டிக்கும் ஒரு நபர் பொறுப்பாளராக நியமிக்கப்பட்டார். யாராவது தப்பியோடிவிட்டால் பொறுப்பாளர் சுட்டுக் கொல்லப்படுவார்.

இரு ஜெஸ்டபோ அதிகாரிகள் சிரித்தபடி நடைபாதையில் உலவிக் கொண்டிருந்தனர். அவர்கள் மிகுந்த புன்னகையுடன் இருந்தனர். அவர்களைப் பொருத்தவரை எல்லா விஷயங்களும் மிக நன்றாகவே நடந்து வருகிறது.

ஒரு நீண்ட சீழ்க்கை ஒலி காற்றைக் கிழித்தது. சக்கரங்கள் நகரத் தொடங்கின. எங்கள் வழி நீண்டு சென்றது.

படுத்துக் கிடப்பது என்ற பேச்சிற்கே இடமில்லை. அனைவரும் கீழே உட்காரவும் முடியாது. எனவே நாங்கள் முறை வைத்து கீழே அமரலாமெனத் தீர்மானித்தோம். மிக அரிதாகவே காற்று வந்தது. அதிர்ஷ்டக்காரர்களுக்கு ஜன்னலின் அருகே இடம் கிடைத்தது. வண்டி கடந்து செல்லும்போது அவர்களால் பசுமையான கிராமப்புறத்தைக் காணமுடிந்தது.

இரண்டு நாள் பயணத்திற்குப் பின், நாங்கள் கடுமையான தாகத்தால் தவித்தோம். அதுபோலவே வெப்பமும் தாங்க முடியவில்லை.

வழக்கமான கட்டுப்பாடுகளை மீறி, இளம் வயதினர் தங்கள் கூச்ச சுபாவங்களை உதறிவிட்டு, இருளைச் சாதகமாக்கிக்கொண்டு வேறு எவரைப்பற்றியும் கவலைப்படாமல், தாங்கள் மட்டும் இவ்வுலகத்தில் தனியாக இருப்பதைப்போல், தங்கள் உணர்ச்சிகளுக்கு ஆட்பட்டு, எங்கள் மத்தியிலேயே வெளிப்படையாக சரசங்களில் ஈடுபட்டனர். மற்றவர்கள் அதைக் கவனிக்காதது போல் பாவனை செய்தனர்.

எங்களிடம் இன்னும் சிறிது உணவு மிஞ்சி இருந்தது. இருப்பினும் நாங்கள் பசி போக்கும் அளவு உண்ணவில்லை. சேமிப்பு என்பதே நாளைக்கான சேமிப்பு என்பதாக இருந்தது. நாளை இதைவிட மோசமானதாக இருக்கலாம்.

புகைவண்டி, செக்கோஸ்லோவேகிய எல்லையில் உள்ள சிறு நகரமான கஸ்சாவில் நின்றது. நாங்கள் ஹங்கேரியில் தங்கப் போவதில்லை என்பதை உணர்ந்தோம். எங்களது விழிகள் திறந்தன, ஆனால் மிகவும் தாமதமாக.

இரவு | 51

எங்கள் பெட்டியின் கதவு தள்ளி திறக்கப்பட்டது. ஒரு ஜெர்மானிய அதிகாரி, ஒரு ஹங்கேரிய லெப்டினென்ட்-மொழிபெயர்ப்பாளனுடன் வந்து தன்னை அறிமுகப்படுத்திக்கொண்டான்.

“இந்த நிமிடத்துலேருந்து நீங்க ஜெர்மன் ராணுவத்தோட கட்டுப்பாட்டில் இருக்கீங்க. உங்களில் எவரிடமாவது தங்கம், வெள்ளி அல்லது கடிகாரம் போன்ற உடைமைகள் இருந்தா இப்பொழுதே கொடுத்திருங்க. பின்னாலே இவை ஏதாவது உங்களிடம் இருப்பதைக் கண்டுபிடிச்சா அந்த இடத்திலேயே சுட்டுக் கொன்னுடுவோம். அடுத்து உங்களில் யாருக்காவது உடல் நலமில்லேன்னு தோணினால் மருத்துவமனைப் பெட்டிக்குப் போயிடுங்க. அவ்வளவுதான்.”

ஹங்கேரிய லெப்டினென்ட், ஒரு கூடையுடன் எங்கள் மத்தியில் வந்து, அச்சத்தின் கசப்புச் சுவையை ருசிக்க விரும்பாதவர்களின் கடைசி உடைமைகளைச் சேகரித்துக்கொண்டான்.

“இந்தப் பெட்டியில் எண்பது பேர் இருக்கீங்க. உங்களில் யாராவது ஒருத்தரைக் காணோம்னாலும் எல்லோரையும் நாயைச் சுடுற மாதிரி சுட்டுத் தள்ளிருவேன்...” என்றான் ஜெர்மன் அதிகாரி.

அவர்களிருவரும் சென்று மறைந்தார்கள். கதவுகள் மூடப்பட்டன. நாங்கள் முற்றிலுமாக ஒரு பொறியில், எங்கள் கழுத்துவரை சிக்கியுள்ளோம். கதவுகள் ஆணியடித்து மூடப்பட்டன. வெளிச்செல்லும் பாதை இறுதியாகத் துண்டிக்கப்பட்டு விட்டது. உலகமே காற்றுப்புகமுடியாமல் அடைக்கப்பட்ட ஒரு கால்நடை வண்டியாகிவிட்டது.

எங்களுடன் சுமார் ஐம்பது வயதான, திருமதி ஸ்காச்டெர் என்ற பெண்மணி இருந்தாள். அவளுடன் அவளது பத்து வயது மகனும் ஒரு மூலையில் ஒடுங்கியபடி இருந்தான். அவளது கணவனும் இரு மூத்த மகன்களும் தவறுதலாக, முதல் வண்டியில் அனுப்பப்பட்டனர். அந்தப் பிரிவு அவளை முற்றிலும் நிலைகுலையச் செய்துவிட்டது.

நான் அவளை நன்கு அறிவேன். இறுக்கமும் கூரிய பார்வையும் கொண்ட அமைதியான பெண். பலமுறை விருந்தாளியாக என் வீட்டிற்கு வந்திருக்கிறாள். அவளது கணவன் மிகுந்த இறைபக்தியுடன், இரவும் பகலும் மதநூல்களைப்

படிப்பதிலேயே கவனம் செலுத்திய நிலையில், அவள்தான் குடும்பத்தை உழைத்துக் காப்பாற்றினாள்.

திருமதி ஸ்காச்டெரின் சித்தம் கலங்கிவிட்டது. முதல்நாள் பயணத்தின்போதே அவள் முனகியபடியே, தான் ஏன் தனது குடும்பத்தைவிட்டு பிரிக்கப்பட்டேன் என்று புலம்பியபடியே இருந்தாள். நேரம் ஆக ஆக அவளது அலறல் அதிகரிக்கத் தொடங்கியது.

மூன்றாவது இரவில், ஒருவர் மீது ஒருவர் சாய்ந்து அமர்ந்தபடியும் சிலர் நின்றபடியும் உறங்கிய போது அமைதியைச் சிதைக்கும்படி உயிர் கிழிக்கும் ஓசை எழுந்தது.

"தீ! தீ தெரியுது! எனக்கு தீ தெரியுது."

ஒரு கணம் பீதி நிலவியது. அப்படிக் கத்தியது யார்? அது திருமதி ஸ்காச்டெர்தான். பெட்டியின் நடுவில், ஜன்னலின் வெளிறிய வெளிச்சத்தில் நின்றிருந்த அவள், தானிய வயலில் நிற்கும் ஒரு வாடிய மரம் போலக் காட்சியளித்தாள். அவள் ஜன்னலை நோக்கி கைகாட்டியபடி அலறினாள்.

"பாருங்க! அங்கே பாருங்க! தீ! பயங்கரமான தீ! பிதாவே. ஓ... அந்த தீ..."

சில ஆட்கள் ஜன்னல் கம்பிகளை அழுத்தியபடி வெளியே எட்டிப் பார்த்தனர். அங்கே எதுவும் இல்லை. இருளைத் தவிர.

இந்த திகிலூட்டும் சன்னதத்தின் அதிர்ச்சியிலிருந்து மீள்வதற்கு எங்களுக்கு நீண்ட நேரம் ஆனது. இன்னும் அதை எண்ணி நடுங்கினோம். புகைவண்டிச் சக்கரத்தின் ஒவ்வொரு உறுமலுடனும் எங்களின் உடல்களின் கீழ் ஒரு அதலபாதாளம் பிளக்கப்படப்போவதாக உணர்ந்தோம். எங்களது வேதனையைக் கட்டுப்படுத்தச் சக்தியற்று எங்களை நாங்களே ஆறுதல்படுத்திக் கொள்ள முனைந்தோம்.

"அவளுக்கு பைத்தியம் பிடிச்சுருச்சு, பாவம்..."

சிலர் அவளது புருவத்தின் மீது ஈரத்துணியை வைத்து அவளை அமைதிப்படுத்த முயன்றனர். ஆனாலும் அவளது அலறல்கள் தொடர்ந்தன.

"தீ... தீ!"

அவளது சிறுபையன் அழுதுகொண்டே அவளது உடையைப் பிடித்தபடி அவளுடைய கைகளைப் பற்றிக்கொள்ள முயன்றான். "ஒண்ணுமில்லே, அம்மா! அங்கே ஒண்ணுமில்லே... உக்காரு." அவனது தாயின் அலறல்களை விட இது என்னை மிகவும் உலுக்கியது.

சில பெண்கள் அவளை அமைதிப்படுத்த முயன்றனர். "இன்னும் கொஞ்ச நாளிலே உன் புருசனையும் மகன்களையும் மீண்டும் கண்டு புடிச்சிடலாம்."

அவள் மூச்சு விடாமல் தொடர்ந்து கத்தினாள். அவளது குரல் விம்மலால் உடைந்தது.

"யூதர்களே நான் சொல்றதை கவனியுங்க. எனக்கு தீ தெரியுது. பயங்கரமான தீ ஜ்வாலையா தெரியுது. அது ஒரு நெருப்பு உலை!"

ஏதோ ஒரு தீய ஆவியால் பீடிக்கப்பட்டு, மனதின் அடியாழத்திலிருந்து அவள் பேசியது போல் தோன்றியது.

எங்களை அமைதிப்படுத்திக்கொள்ளவும், அவளை ஆசுவாசப்படுத்துவதைவிட, நாங்கள் இயல்பு நிலைக்கு திரும்புவதற்காகவும் அதற்கு விளக்கம் கூற முயன்றோம். "அவளுக்கு ரொம்ப தாகமா இருக்கும். பாவம்! அதனாலேதான் தீ ஜ்வாலை அவளை விழுங்கிறதா சொல்லிக்கிட்டிருக்கா."

ஆனால் அதனால் எவ்விதப் பயனும் இல்லை. எங்களுடைய பீதியைக் கட்டுப்படுத்த முடியவில்லை. எங்களது நரம்புகள் வெடித்துவிடும் போல் இருந்தது. எங்களது உடல் முழுதும் வலித்தது. அனைவருக்குமே பைத்தியம் தொற்றியது போல இருந்தது. அதற்கு மேலும் பொறுக்கமுடியாத சில இளைஞர்கள் வலுக்கட்டாயமாக அவளை அமரச் செய்து அவளை இறுக்கிக்கட்டி அவளது வாயில் ஒரு கந்தையை திணித்து வைத்தனர்.

மீண்டும் அமைதி நிலவியது. தன் தாயின் அருகில் அமர்ந்தபடி அச்சிறுவன் அழுதுகொண்டிருந்தான். இரவில் பயணிக்கும் புகைவண்டிச் சக்கரங்களின் ஓசையைக் கேட்டபடி நான் மீண்டும் இயல்பாக சுவாசிக்க ஆரம்பித்தேன்.. இனி நாங்கள் தூங்கலாம். ஓய்வு கொள்ளலாம். கனவு காணலாம்.

ஓரிரு மணி நேரங்கள் இவ்வாறு கழிந்தன. மீண்டும் எழுந்த ஓர் அலறல் எங்களை உலுக்கி எழுப்பியது. அந்தப் பெண் தனது

கட்டுகளையெல்லாம் அவிழ்த்தெறிந்து விட்டு முன்பைவிடவும் மிகவும் உரத்த குரலில் அலறினாள்.

"அந்த தீயைப் பாருங்க! தீ ஜ்வாலை! எங்கே பார்த்தாலும் தீ ஜ்வாலை...."

மீண்டும் இளைஞர்கள் அவளை இறுகக் கட்டி அவளது வாயையும் அடைத்தனர். அவளை அடிக்கவும் செய்தனர். மற்றவர்கள் அவர்களுக்கு ஊக்கமளித்தனர். "அவளை அமைதியா இருக்கச் செய்யுங்க. அவளுக்கு பைத்தியம்! அவ வாயை மூடுங்க. இங்கே அவ மட்டும் இல்லே. அவ வாயை மூடிட்டு இருக்கணும்..."

அவர்கள் பலமுறை அவளது தலையில் பலத்த அடிகளை, மரண அடிகளை அடித்தனர். அவளது சிறு பையன் அவளை இறுகப் பற்றிக்கொண்டான். அவன் அழவில்லை. ஒருவார்த்தை கூடப் பேசவில்லை. இப்போது அவன் விம்மக்கூட இல்லை.

அந்த இரவு முடிவற்றது போல் தோன்றியது. விடியலில், திருமதி ஸ்காச்டெர் அமைதியாகி விட்டாள். ஒரு மூலையில் ஒடுங்கியபடி இருந்த, அவளது அச்சம் தோய்ந்த பார்வை, வெறுமையை ஊடுருவியபடி இருந்தது. அவள் எங்களைப் பார்க்கவே இல்லை.

அவள் இவ்வாறே நாள் முழுவதும் ஊமையாக, எங்களிடமிருந்து தனிமைப்பட்டு இருந்தாள். இரவாகத் தொடங்கியதும் அலற ஆரம்பித்தாள். "தீ... அதோ அங்கே தீ தெரியுது!"

அவள் தொலைவில் ஒரு இடத்தை, எப்பொழுதும் அதே இடத்தை சுட்டிக்காட்டுவாள். அவர்கள் அவளை அடித்து ஓய்ந்து விட்டனர். உஷ்ணம், தாகம், கொள்ளை நோயை உருவாக்கக்கூடிய நாற்றம், காற்று இல்லாமல் திணறும் மூச்சு - எங்களைக் கிழித்தெறியும் இந்த அலறலுடன் ஒப்பிடும்பொழுது அவை ஒன்றுமேயில்லை. இன்னும் சில நாட்கள் கழிந்தால் நாங்கள் எல்லோரும்கூட அவளைப்போல் அலறத் தொடங்கியிருப்போம்.

ஆனால் நாங்கள் ஒரு புகைவண்டி நிறுத்தத்தை அடைந்துவிட்டோம். ஜன்னலுக்கு அருகில் அமர்ந்திருந்தவர்கள் அதன் பெயரைச் சொன்னார்கள்.

"ஆஸ்விட்ச்"

எவருமே அந்தப் பெயரைக் கேள்விப்பட்டதே இல்லை.

புகைவண்டி மீண்டும் புறப்படவில்லை. பிற்பகல் மெதுவாகக் கடந்தது. பின் சரக்குவண்டியின் கதவுகள் திறக்கப்பட்டன. இரண்டு ஆட்கள் கீழே இறங்கித் தண்ணீர் கொண்டுவர அனுமதிக்கப்பட்டனர்.

அவர்கள் திரும்பிவந்தபோது தங்கள் கைக்கடிகாரத்தை பரிமாற்றம் செய்து, இதுதான் கடைசி நிறுத்தம் என்பதை அறிந்து கொண்டதாகக் கூறினார்கள். நாங்கள் இங்கு இறங்கி விடுவோம். இங்கு ஒரு தொழிலாளர் முகாம் உள்ளது. அங்குள்ள நிலைமை நன்றாகவே இருக்கிறது. குடும்பங்கள் பிரிக்கப்படாது. இளைஞர்கள் மட்டும் தொழிற்சாலைகளில் பணிபுரியவேண்டும். முதியவர்களும் இயலாதவர்களும் வயல் வெளிகளில் பணி புரியவேண்டும்.

எங்கள் நம்பிக்கை உயர்ந்து சென்றது. முந்தைய இரவுகளின் பீதியிலிருந்து, ஒரு திடீர் விடுதலையை உணர்ந்தோம். நாங்கள் இறைவனுக்கு நன்றி கூறினோம்.

திருமதி ஸ்காச்டெர் வாடிய நிலையில் ஒரு மூலையில் ஊமையாக அங்கு நிலவிய நம்பிக்கை குறித்த அக்கறையின்றி அமர்ந்திருந்தாள். அவளது சிறு பையன் அவளது கையை வருடியபடி இருந்தான்.

பொழுது சாயத் தொடங்கியவுடன், பெட்டியின் உள்ளே இருள் சூழ்ந்தது. எங்கள் இருப்பில் இருந்த கடைசி உணவை நாங்கள் உண்ணத் தொடங்கினோம். இரவு பத்து மணிக்கு எல்லோரும் சற்று வசதியாகத் தூங்குவதற்கான இடத்தை தேடிக்கொண்டிருந்தோம். சீக்கிரமே நாங்கள் அனைவரும் உறங்க ஆரம்பித்தோம். திடீரென்று அலறல்.

“அந்தத் தீயைப் பாருங்க... அந்த தீச்சுவாலைகலைப் பருங்க... அதோ அங்கே...”

திடுக்கிட்டு விழித்து நாங்கள் ஜன்னலை நோக்கி விரைந்தோம். மீண்டும் நாங்கள் அவளை நம்பினோம் - அது ஒரே ஒரு கணத்திற்கு மட்டும் என்றாலும். ஆனால் வெளியே இரவின் இருளைத் தவிர வேறெதுவும் இல்லை. எங்கள் ஆன்மாவில் அவமானத்துடன், இருப்பினும் அச்சத்தால் அரிக்கப்பட்டு மீண்டும் எங்கள் இடங்களுக்குத் திரும்பினோம். அவள்

தொடர்ந்து அலற ஆரம்பித்ததால் அவர்கள் மீண்டும் அவளை அடிக்கத் தொடங்கினார்கள். மிகவும் சிரமப்பட்டே அவளை அமைதிப்படுத்த முடிந்தது.

எங்கள் பெட்டியின் பொறுப்பாளனாக இருந்தவன், நடைபாதையில் நடந்து கொண்டிருந்த ஒரு ஜெர்மானிய அதிகாரியை அழைத்து அவனிடம் ஸ்காச்டெரை மருத்துவமனையுள்ள பெட்டிக்கு எடுத்துச் செல்லமுடியுமா என்று கேட்டான்.

"பொறுமையாக இரு. அவளை சீக்கிரமா அங்கே கொண்டு போய்விடலாம்" என்றான் அந்த ஜெர்மானியன்.

பதினோரு மணியளவில், புகைவண்டி நகரத் தொடங்கியது. நாங்கள் ஜன்னலை அழுத்தியபடி எட்டிப்பார்த்தோம். வண்டி மிக மெதுவாக நகர்ந்தது. கால் மணி நேரத்திற்குப் பிறகு அதன் வேகம் குறையத் தொடங்கியது. ஜன்னலின் வழியே எங்களால் கம்பியாலான முள்வேலியைப் பார்க்க முடிந்தது. இதுதான் முகாமாக இருக்கவேண்டும் என்று உணர்ந்தோம்.

திருமதி ஸ்காச்டெர் இருப்பதையே நாங்கள் மறந்து விட்டோம். திடீரென பயங்கரமான அலறலைக் கேட்டோம்.

"யூதர்களே! பாருங்கள்! ஜன்னல் வழியே பாருங்கள்! தீ! பாருங்கள்."

புகைவண்டி நிற்கும் பொழுது இந்தமுறை நாங்கள் ஓர் உயர்ந்த புகைபோக்கி வழியே கறுத்த ஆகாயத்தை நோக்கி வெளிப்படும் தீ ஜ்வாலையைப் பார்த்தோம்.

திருமதி ஸ்காச்டெர் அமைதியாக இருந்தாள். மீண்டும் ஒருமுறை அவள் ஊமையாகி, எதைப்பற்றிய அக்கறையும் இன்றி, சிந்தனையின்றி மூலையிலுள்ள தன்னுடைய இடத்திற்குச் சென்றுவிட்டாள்.

இருளில் அந்த தீ ஜ்வாலைகளைப் பார்த்தோம். காற்றில் சகிக்க முடியாத ஒருவித துர்நாற்றம் மிதந்தது. திடீரென எங்கள் பெட்டியின் கதவுகள் திறந்தன. கோடு போட்ட சட்டையும் கருப்பு கால் சராயும் அணிந்த விசித்திரமான தோற்றம் கொண்ட சிலர், எங்கள் பெட்டிக்குள் தாவிக் குதித்தனர். அவர்கள் கைகளில் மின்சார டார்ச்சுகளையும் குண்டாந்தடிகளையும்

வைத்திருந்தனர். அவர்கள் எல்லாப் பக்கமும் தாறுமாறாக அடித்தபடி கத்தினர்.

"எல்லோரும் கீழே இறங்குங்க! எல்லாப் பொருட்களையும் அங்கேயே விட்டு வெளியே வாங்க. சீக்கிரம்!"

நாங்கள் வெளியே குதித்தோம். நான் ஸ்காச்டெரை நோக்கி என் கடைசிப் பார்வையை வீசினேன். அவளது சிறு பையன் அவளது கையைப் பற்றியபடி இருந்தான்.

எங்கள் முன் தீ ஜ்வாலைகள். காற்றில் சதை கருகும் நெடி. அது நள்ளிரவாக இருக்கவேண்டும். நாங்கள்- பிர்கெனாவை- ஆஸ்விட்சின் வரவேற்பு மையத்தை அடைந்துவிட்டோம்.

நாங்கள் இதுவரை போற்றிப் பாதுகாத்து வந்த, ஒவ்வொரு இடமாக எங்களுடன் சுமந்துவந்த பொருட்கள் அனைத்தையும் புகைவண்டியிலேயே விட்டுவிட்டோம். அவற்றுடன் இறுதியாக, எங்கள் மாயைகளையும்.

ஒவ்வொரு சில அடி தூரத்திலும், எங்களை நோக்கி குறிவைக்கப்பட்ட இயந்திரத் துப்பாக்கிகளுடன், ஒரு எஸ் எஸ்* ஆள் நின்றான். கையோடு கை கோர்த்தபடி நாங்கள் கூட்டத்தைத் தொடர்ந்தோம்.

எஸ் எஸ் கீழ்நிலை அதிகாரி ஒருவன் கையில் குண்டாந்தடியுடன் எங்களைச் சந்திக்க வந்தான். அவன் ஆணை பிறப்பித்தான்.

"ஆண்கள் அனைவரும் இடதுபுறம் செல்லுங்கள். பெண்கள் எல்லோரும் வலதுபுறம் செல்லுங்கள்."

எட்டு வார்த்தைகள் நிதானமாக இலக்கின்றி எவ்வித உணர்ச்சியும் இன்றிப் பேசப்பட்டன. எட்டு எளிய சிறிய வார்த்தைகள். இருப்பினும் அந்த கணத்தில்தான் நான் என் தாயை விட்டுப் பிரிந்தேன். எனக்கு யோசிப்பதற்கு நேரமில்லை. ஆனால் அதற்குள் எனது தந்தையின் கை அழுத்தத்தை நான் உணர்ந்தேன். நாங்கள் தனியாகிவிட்டோம். ஒரு வினாடியின் ஒருதுளியில், நான் எனது தாயும் சகோதரிகளும் வலதுபுறம் செல்வதைப் பார்த்தேன். ஜிபோரா, அம்மாவின் கையைப் பற்றியிருந்தாள். நான்

★ எஸ்எஸ் – *(Schutz Staddel)* கருஞ்சட்டையினர். தொடக்கத்தில் ஹிட்லரின் பாதுகாவலர்களாக இருந்தனர். பின்னர் ஹெய்ன்ரிச் ஹிம்லரின் தலைமையின் கீழ் உளவுப்படை மற்றும் கண்காணிப்புப் படையாக மாறினர். ஜெர்மனியின் ஆளுகைக்குட்பட்ட ஐரோப்பிய நாடுகள் இப்பெயரைக் கேட்டாலே நடுங்கும் நிலை ஏற்பட்டது.

அவர்கள் தொலைவில் சென்று மறைவதைக்கண்டேன். எனது தங்கையைப் பாதுகாப்பது போல, அம்மா அவளது அழகிய கூந்தலை வருடிக்கொடுப்பதை, அப்பாவுடனும் மற்றவர்களுடனும் நான் நடந்து செல்லும்போது பார்த்தேன். அந்த இடத்தில், அந்தக் கணத்தில், எனது தாயையும் ஜிபோராவையும் விட்டு என்றென்றுமாகப் பிரிகிறேன் என்பது எனக்குத் தெரியாது. நான் நடந்து கொண்டே இருந்தேன். அப்பா எனது கையைப் பிடித்துக்கொண்டிருந்தார்.

என் பின்னே ஒரு கிழவன் தரையில் விழுந்தான். அவன் அருகில் இருந்த எஸ்எஸ் ஆள் தனது உறையில் ரிவால்வரை மீண்டும் வைத்துக் கொண்டிருந்தான்.

எனது கை அப்பாவின் தோளுக்கு மாறியது. எனக்கு இருந்த ஒரே சிந்தனை அவரை இழந்து விடக்கூடாது, தனிமைப்பட்டு விடக்கூடாது என்பதுதான்.

எஸ் எஸ் அதிகாரிகள் ஆணை பிறப்பித்தனர். "ஐந்து பேராக நில்லுங்கள்!"

கூச்சல். என்ன ஆனாலும் சரி, நாங்கள் ஒன்றாகவே இருக்கவேண்டும்.

"ஏய். பையா உன் வயசு என்ன?"

கைதிகளில் ஒருவன்தான் என்னிடம் அவ்வாறு கேட்டான். அவனது முகத்தை என்னால் பார்க்க முடியவில்லை. ஆனால் அவனது குரல் இறுக்கமாகவும் சோர்வுடனும் இருந்தது.

"எனக்கு இன்னும் பதினைஞ்சு வயசாகலே."

"இல்லை. பதினெட்டு."

"இல்லை. பதினைஞ்சு" நான் கூறினேன்.

"முட்டாள். நான் சொல்றதைக் கேளு."

பிறகு அவன் அப்பாவிடம் கேட்க அவர் பதிலளித்தார்.

"அம்பது."

"இல்லை அம்பது இல்லை. நாற்பது புரியுதா? பதினெட்டு, நாற்பது."

அவன் இரவின் நிழலினுள் சென்று மறைந்தான். எங்களை வசை பாடியபடியே இரண்டாவது மனிதன் வந்தான்.

"இங்கே எதுக்கு வந்திருக்கிறீங்க? நாயோட மகன்களா. இங்கே நீங்க என்ன செய்யறீங்க? ம்..."

யாரோ ஒருவன் துணிந்து அவனுக்கு பதிலளித்தான். "நீ என்ன நினைக்கிறே. நாங்க இங்கே சந்தோசமா இருக்கிறதுக்கு வந்திருக்கோம்னு நெனக்கிறியா. இங்கே வரணும்னு நாங்க கேட்டோமா என்ன?"

அவன் மேலும் பேசியிருந்தால் அந்த மனிதன் அவனைக் கொன்றிருப்பான்.

"வாயை மூடுடா, அசிங்கம் பிடிச்ச பன்றியே, இல்லே இங்கேயே உன்னை அடிச்சுக் கொன்னுருவேன். இங்கே வந்ததைவிட, நீங்க இருந்த இடத்திலேயே தூக்கு போட்டு செத்திருந்தாக்கூட நல்லா இருந்திருக்கும். ஆஸ்விட்சிலே உங்களுக்கு என்ன காத்திருக்குதுன்னு தெரியாதா? அதைப்பத்தி நீங்க கேள்விப்படலையா? 1944இல் நடந்ததைப் பத்தி?"

இல்லை. நாங்கள் கேள்விப்படவில்லை. எங்களிடம் யாரும் சொல்லவும் இல்லை. தன் காதுகளையே அவனால் நம்பமுடியவில்லை. அவனது பேச்சின் தொனி மேலும் குரூரமானது.

"அதோ அங்கே இருக்கே ஒரு புகைபோக்கி. அது தெரியுதா? அதிலே உள்ள தீ ஜ்வாலை தெரியுதா. (ஆம். நாங்கள் தீ ஜ்வாலையைப் பார்த்தோம்) அங்கேதான்- உங்க எல்லோரையும் கூட்டிக்கொண்டு போகப் போறாங்க. அதுதான் உங்க கல்லறை. இன்னும் அது உங்களுக்குப் புரியலையா? முட்டாத் தேவடியாப் பசங்களா... உங்களுக்கு எதுவுமே புரியாதா? உங்களை எல்லாம் எரிக்கப் போறாங்க. கொளுத்தி சாம்பலாக்கப் போறாங்க."

அவன் கோபத்தில் வெறி பிடித்தவனாக மாறிக்கொண்டிருந்தான். நாங்கள் அசைவற்று சிலையாக நின்றிருந்தோம். உண்மையில் இது எல்லாம் ஒரு பயங்கர கனவா? கற்பனை செய்யமுடியாத பயங்கர கனவா?

என்னைச் சுற்றி முணுமுணுப்புகள் எழுந்ததைக் கேட்டேன். "நாம் எதாவது செய்யணும். நம்மை சாகடிக்க விடக்கூடாது. பலியாடு மாதிரி கொலைக்களத்திற்கு நாம் போகக்கூடாது. நாம் இதை எதிர்க்கணும்."

எங்களில் வலுவான இளைஞர்கள் சிலரும் இருந்தனர். அவர்களிடம் கத்திகள் இருந்தன. அவர்கள் பிறரைத்தூண்டினர். ஆயுதமேந்திய காவலர்கள் மீது பாய்ந்து தாக்கலாம் என்றனர்.

ஒரு இளைஞன் குரலெழுப்பினான். "உலகம் முழுவதும் ஆஸ்விட்சின் இருப்பை அறியட்டும். எல்லோரும் அதைப் பற்றிக் கேள்விப்படட்டும்."

ஆனால் முதியவர்கள், தங்கள் குழந்தைகளிடம் முட்டாள்தனமான எதையும் செய்துவிட வேண்டாமென்று கேட்டுக்கொண்டனர்.

"இப்ப நம்மோட தலைக்கு மேல் கத்தி தொங்கும்போது கூட நம்பிக்கையை இழக்கக்கூடாது. அதுதான் நமது ஞானிகளின் போதனை."

கலகக்காற்று மடிந்துபோனது. நாங்கள் தொடர்ந்து நடந்து, ஒரு நாற்சந்தியை அடைந்தோம். சதுக்கத்தை நோக்கிய அணிவகுப்பை நாங்கள் தொடர்ந்தோம். அதன் நடுவே அவப்பெயர் பெற்றுள்ள டாக்டர் மெங்கெல். அவன் குரூர முகமும் ஒரு கண்ணில் கண்ணாடியும் அணிந்தபடி எஸ் எஸ் அதிகாரிக்கான தன்மையுடன் இருந்தான். அவன் முகத்தில் அறிவாளியின் லட்சணம் தென்படாமல் இல்லை. கையில் தடியுடன் பிற அதிகாரிகளின் மத்தியில் நின்றிருந்தான். அவனது தடி இடைவிடாமல் சில நேரம் இடது பக்கத்தை நோக்கியும் சில நேரம் வலது பக்கத்தை நோக்கியும் அசைந்தது.

அதற்குள் நான் அவன் முன்னால் நின்றேன்.

"உன்னோட வயது?" ஒரு அரவணைப்பான குரலை வரவழைக்க முயன்றபடி கேட்டான்.

"பதினெட்டு" எனது குரல் நடுங்கியது.

"நீ ஆரோக்கியமாக இருக்கியா?"

"ஆமா."

"உன்னோட தொழில் என்ன?"

நான் மாணவனாக இருந்தேன் என்று கூறலாமா?

"விவசாயி" என்று நான் கூறுவது எனக்குக் கேட்டது.

இந்த உரையாடல் ஒருசில வினாடிகளுக்கு மேல் நடந்திருக்காது. இருப்பினும் அது ஒரு யுகம்போல எனக்குத் தோன்றியது.

அவனது தடி இடது பக்கத்தை நோக்கி நகர்ந்தது. நான் அரை அடி முன் சென்றேன். அப்பாவை அவர்கள் எங்கு அனுப்புகிறார்கள் என்பதைப் பார்க்க முதலில் விரும்பினேன். அவர் வலது பக்கம் சென்றால் நானும் அவருடனேயே செல்வேன்.

தடி அவருக்காக இடது பக்கத்தை நோக்கியே மீண்டும் திரும்பியது. எனது இதயத்திலிருந்து ஒரு பாரம் இறங்கியது.

எங்களுக்கு எது நல்ல பக்கம் - இடது புறமா அல்லது வலது புறமா, எந்தப் பாதை சிறைச்சாலைக்குச் செல்லும், எது தகன உலைக்குச் செல்லும் என்பது இதுவரை தெரியவில்லை. இருப்பினும் எனது தந்தையின் அருகில் இருப்பதால் நான் மகிழ்ச்சியாக இருக்கிறேன். எங்களது ஊர்வலம் தொடர்ந்து மெதுவாக நகரத் தொடங்கியது.

மற்றொரு கைதி எங்கள் அருகில் வந்தான்.

"இப்போது திருப்தியா?"

"ஆமா" என்று சிலர் பதிலளித்தனர்.

"பாவப்பட்ட ஜென்மங்களா, நீங்க போறது சுடுகாட்டுக்கு."

அவன் உண்மையைச் சொல்வதுபோல் தோன்றியது. எங்களுக்கு சற்று தொலைவில், ஒரு பள்ளத்திலிருந்து ஜுவாலைகள்... மாபெரும் ஜுவாலைகள் மேலெழுந்தன. அவர்கள் எதையோ எரித்துக் கொண்டிருக்கிறார்கள். ஒரு லாரி அந்த குழியினருகே வந்து நின்று தனது சரக்கை இறக்கியது. சிறு குழந்தைகள். கைக்குழந்தைகள்! ஆம்! நான் அதைப் பார்த்தேன்... ஜுவாலையில் அந்தக் குழந்தைகளை... (அன்றிலிருந்து உறக்கம் என்னைவிட்டு நழுவிச் சென்றுவிட்டதில் ஆச்சரியப்பட ஏதாவது இருக்கிறதா? உறக்கம் எனது கண்களைவிட்டு பறந்தோடிவிட்டது.)

அப்படியானால் நாங்கள் அங்குதான் செல்கிறோம். சற்றுத் தொலைவில் மற்றொரு பெரிய பள்ளம். வயது வந்தவர்களுக்காக வெட்டப்பட்டிருந்தது.

என்னை நானே கிள்ளிப் பார்த்தேன். நான் இன்னும் உயிருடன் இருக்கிறேனா? நான் விழித்திருக்கிறேனா? என்னால் நம்ப முடியவில்லை. அவர்களால் எப்படி மனிதர்களையும் குழந்தைகளையும் எரிக்கமுடியும்? உலகம் அது குறித்து எப்படி மௌனமாக இருக்க முடியும்? இல்லை. இது எதுவும் உண்மையாக இருக்கமுடியாது. இது ஒரு பயங்கரக் கனவு. விரைவில் இதயம் படபடக்க, திடுக்கிட்டு நான் விழிப்பேன். அப்பொழுது எனது குழந்தைப் பருவப் படுக்கை அறையில் எனது புத்தகங்களின் மத்தியில் நான் இருப்பேன்...

எனது தந்தையின் குரல் எனது பகல் கனவிலிருந்து என்னை மீட்டது:

"என்ன ஒரு அவமானம்... உனது தாயுடன் சேர்ந்து நீ சென்றிருக்கலாம். உன் வயதுடைய பல பையன்கள் தங்கள் தாயுடன் செல்வதை நான் பார்த்தேன்."

அவரது குரல் மிகுந்த சோகத்துடன் இருந்தது. அவர்கள் என்னை என்ன செய்யப் போகிறார்கள் என்பதை அவர் பார்க்க விரும்பவில்லை. தனது ஒரே மகன் எரியூட்டப்படுவதை அவர் பார்க்க விரும்பவில்லை.

எனது நெற்றி வியர்வையில் குளித்திருந்தது. ஆனால் நம் காலத்தில், அவர்களால் மனிதர்களை இப்படி எரிக்கமுடியும் என்பதை என்னால் நம்பமுடியவில்லையென்றும் மனித இனம் இதை ஒருபோதும் பொறுத்துக்கொள்ளாது என்றும் அவரிடம் கூறினேன்.

"இந்த உலகமா? இந்த உலகத்திற்கு நம்மீது அக்கறை கிடையாது. இன்று எல்லாமே சாத்தியம்தான், இந்த சுடுகாடும்கூட..."

அவரது குரல் திணறியது.

"அப்பா, அது உண்மைன்னா, நான் இங்கே பொறுத்திருக்கப் போவதில்லை. நான் அந்த மின்கம்பியை நோக்கி ஓடப் போகிறேன். இந்த நெருப்பிலே கிடந்து கொஞ்சம் கொஞ்சமா வேதனை அனுபவிக்கிறதை விட அது பரவாயில்லை" என்று கூறினேன்.

அவர் பதில் கூறவில்லை. அவர் விம்மிக்கொண்டிருந்தார். அவர் உடல் நடுங்கியது. எங்களைச் சுற்றிலும் அனைவரும் அழுது கொண்டிருந்தார்கள். இறந்தவர்களுக்கான பிரார்த்தனையான,

கத்தீஸை யாரோ ஒருவர் உச்சரிக்கத் தொடங்கினார். யூதர்களின் நீண்ட வரலாற்றில், தங்களின் இறப்பிற்காக தாங்களே பிரார்த்திக்கும் இதைப்போன்ற சம்பவம் இதற்குமுன் என்றாவது நிகழ்ந்திருக்கிறதா என்று எனக்குத் தெரியாது.

"அவரது நாமம் போற்றப்படட்டும். விரிந்து பரவட்டும்" எனது அப்பா முனகினார்.

முதல்முறையாக என்னுள் கோபம் பொங்கியெழுவதை உணர்ந்தேன். நான் ஏன் அவனைப் போற்றவேண்டும்? எங்கும் நிறைந்திருக்கும், அனைத்துலகின் பிதாவான சர்வ வல்லமையும் பொருந்திய, அவன் மௌனமாக இருக்கத் தீர்மானித்துவிட்டான். அவனுக்கு நான் ஏன் நன்றி கூறவேண்டும்?

நாங்கள் எங்கள் அணிவகுப்பைத் தொடர்ந்தோம். நாங்கள் பெருநெருப்பின் வெப்பம் வெளிப்பட்டுக்கொண்டிருந்த பள்ளத்திற்கு மிக அருகில் சென்று கொண்டிருந்தோம். இன்னும் இருபதே அடிகள். எனது மரணத்தை நானே வருவிக்கவேண்டுமானால், இதுவே தருணம். எங்களது வரிசை இன்னும் பதினைந்து எட்டுகளில் அதைக் கடந்துவிடும். எனது பற்கள் கிடுகிடுப்பதை எனது தந்தை அறியாவண்ணம் எனது உதடுகளைக் கடித்துக்கொண்டேன். இன்னும் பத்து காலடிகளில்... எட்டு. ஏழு. நாங்கள் மெதுவாக, எங்கள் சவ ஊர்வலத்திற்கான சவ வண்டியைத் தொடர்வது போல சென்றோம். இன்னும் நான்கு காலடிகள். மூன்று காலடிகள். இப்பொழுது இங்கு எங்கள் முன்னே அந்தக் குழி பெருநெருப்புடன் இருந்தது. நான் வரிசையிலிருந்து விடுபட்டு மின்சார முள்வேலியில் விழுவதற்காக எஞ்சியிருந்த எனது சக்தி அனைத்தையும் திரட்டிக் கொண்டேன். எனது இதயத்தின் அடியாழத்திலிருந்து எனது தந்தையிடமும் இந்த பிரபஞ்சத்திடமும் நான் விடைபெற்றுக்கொண்டேன். ஆனால் என்னையும் மீறி என் உதடுகளிலிருந்து ஒரு முணுமுணுப்பு வெளிப்பட்டது. 'அவனது நாமம் போற்றப்படட்டும். விரிந்து பரவட்டும்...' எனது இதயம் வெடித்துக்கொண்டிருந்தது. சரியான தருணம் வந்து விட்டது. நான் மரண தேவதையை நேருக்கு நேராக எதிர்கொள்கிறேன்.

இல்லை. குழியை அடைய இரு காலடிகளுக்கு முன்பே இடதுபுறம் திரும்பி படைவீரர் குடியிருப்பை நோக்கிச் செல்ல

ஆணை வந்தது. நான் எனது தந்தையின் கையை அழுத்தினேன். அவர் கூறினார்,

"புகைவண்டியில் திருமதி ஸ்காச்டெர் கூறியது நினைவிருக்கா?"

"நான் என்றுமே மறக்க மாட்டேன் அந்த இரவை. முகாமில் தங்கிய அந்த முதல் இரவு, எனது வாழ்க்கையையே ஒரு நீண்ட இரவாக மாற்றி ஏழுமுறை முத்திரையிட்டது.

நான் என்றுமே மறக்க மாட்டேன் அப்புகையை.

நான் என்றுமே மறக்க மாட்டேன், அந்த மௌனமான நீலவானத்தின் கீழ் புகை வளையங்களாக மாறிய குழந்தைகளின் சிறிய முகங்களை.

நான் என்றுமே மறக்க மாட்டேன், எனது இறைநம்பிக்கையை விழுங்கிய அந்தச் சுவாலைகளை.

நான் என்றுமே மறக்க மாட்டேன், வாழும் ஆசையை நித்தியமாக என்னிடமிருந்து பறித்த அந்த இருண்ட அமைதியை.

நான் என்றுமே மறக்க மாட்டேன் எனது கடவுளையும், எனது ஆன்மாவையும் கொன்று, எனது கனவுகளைச் சாம்பலாக மாற்றிய அந்தக் கணங்களை.

நான் என்றுமே மறக்க மாட்டேன் இவை அனைத்தையும், கடவுளைப்போல நீடித்து வாழ எனக்கு விதிக்கப்பட்டிருந்தாலும் கூட.

என்றுமே..."

எங்களுக்கு ஒதுக்கப்பட்டிருந்த படைவீரர்கள் குடியிருப்பு வெகு தொலைவில் இருந்தது. அதன் கூரையில் நீல வெளிச்சம் தரும் சில விளக்குகள் இருந்தன. நரகத்தின் வெளிப்புறம் இப்படித்தான் காட்சியளித்திருக்கும். சித்தங்கலங்கிய எண்ணற்ற மனிதர்கள், எண்ணற்ற கூக்குரல்கள், மிருகத்தனமான கொடுமை!

எங்களை வரவேற்பதற்காக, கைகளில் தடிகளுடன் நின்றிருந்த பனிரெண்டுக்கும் மேற்பட்ட கைதிகள் காரணமின்றி எல்லோரையும் அடித்தபடி இருந்தனர். ஆணை பிறந்தது.

“ஆடைகளையெல்லாம் கழட்டுங்க! சீக்கிரம்! உங்கள் பெல்ட்டையும் காலணியையும் மட்டும் கையிலே வைத்திருங்க.”

அவற்றை எங்கள் குடியிருப்பின் ஒரு மூலையில் வீசினோம். ஏற்கனவே அங்கு ஒரு பெரிய குவியல் இருந்தது. புதிய சூட்டுகள், பழைய கிழிந்த கோட்டுகள், கந்தைகள். இதுதான் உண்மையான சமத்துவம்: நிர்வாணம். நாங்கள் குளிரில் நடுங்கினோம்.

எஸ்எஸ் அதிகாரிகள் சிலர் அறையின் குறுக்கும் நெடுக்கும் நடந்து பலசாலியான ஆட்களைத் தேடினார்கள். அவர்கள் பலசாலிகளைத் தேடியதால், ஒருவேளை பலசாலி போல் தோன்ற முயற்சிப்பது நல்லதா? எனது தந்தை அதற்கு எதிர்மறையாக சிந்தித்தார். அவர்களின் கவனத்தில் படாமல் இருப்பதே நல்லது. அப்பொழுது எங்களுடைய தலைவிதியும் மற்றவர்களைப் போலவே இருக்கும். (பின்னர் அவர் கருதியது சரி என்பதை அறிந்தோம். அன்று தேர்ந்தெடுக்கப்பட்டவர்கள் சோண்டர் கமாண்டோவில் (எஸ் எஸ்) சேர்க்கப்பட்டு தகன உலைப் பணிக்கு அனுப்பப்பட்டனர். எங்களது நகர பெரு வியாபாரியின் மகனான பெலா கட்ஸ், எங்களுக்கு ஒரு வாரம் முன்பு முதல் வண்டியில் பிர்கெனாவிற்கு வந்து சேர்ந்தான். நாங்கள் வந்திருப்பதைக் கேள்விப்பட்டு, தனது பலத்திற்காக தேர்வு செய்யப்பட்ட அவன், தன் தந்தையின் உடலைத் தானே சுடுகாட்டுச் சூட்டடுப்பில் எரிக்க நேர்ந்ததைச் சொன்னான்.

தொடர்ந்து அடிகள் மழையாக விழுந்தன.

“நாவிதனிடம் போங்க.”

கையில் பெல்ட்டுடனும் காலணியுடனும், நாவிதனை நோக்கி நான் தள்ளிச் செல்லப்பட்டேன். அவர்கள் கத்தரிக்கோலால் முடியை வெட்டி பின் உடலெங்கும் உள்ள ரோமங்களை மழித்தனர். எனது தந்தையை விட்டுப் பிரிந்து விடக்கூடாதென்ற ஒரே சிந்தனை, என் மூளையில் தொடர்ந்து ரீங்கரித்தது.

நாவிதர்களின் கைகளிலிருந்து விடுபட்டு கூட்டத்தில் சுற்றி நண்பர்களையும் பழக்கமானவர்களையும் சந்தித்தோம். இச்சந்திப்பு எங்களை மகிழ்ச்சியில் ஆழ்த்தியது. ஆம், மகிழ்ச்சி. “இறைவனுக்கு நன்றி! நான் இன்னும் உயிருடன் இருக்கிறேன்!”

ஆனால் மற்றவர்கள் அழுது கொண்டிருந்தனர். அவர்கள் தங்கள் எஞ்சியிருந்த வலிமையை எல்லாம் அழுவதில் செலவழித்தனர்.

ஏன் அவர்கள் தங்களை இங்கு அழைத்து வரும்படி விட்டனர்? ஏன் தங்கள் படுக்கைகளிலேயே அவர்கள் மரித்திருக்கக்கூடாது. விம்மல் அவர்களது குரல்களைத் தடுமாறச் செய்தது.

திடீரென யாரோ ஒருவன் என் தோளைச் சுற்றிக் கைபோட்டு என்னை அணைத்துக்கொண்டான். அது சிகெட் நகர யூத மதகுருவின் சகோதரன் யெசியெல். அவன் விம்மி அழுதான். அவன் இன்னும் உயிருடன் இருப்பதற்காக மகிழ்ச்சியில் விம்முவதாக எண்ணினேன்.

"அழாதே யெசியெல். உனது கண்ணீரை வீணாக்காதே" என்றேன்.

"அழக்கூடாதா... நாம் மரணத்தின் விளிம்பிலே இருக்கிறோம். சீக்கிரம் அதைத் தாண்டிருவோம். உனக்குப் புரியலியே. என்னாலே அழாமல் எப்படி இருக்கமுடியும்?"

கூரையிலிருந்த நீலநிற விளக்குகளின் ஊடே, இருள் சிறிதுசிறிதாக மங்குவதை நான் கண்டேன். நான் அச்ச உணர்வை மறந்துவிட்டேன். கடும் சோர்வால் நான் ஆட்கொள்ளப்பட்டேன்.

அங்கு இல்லாதவர் எவரும் எங்களது நினைவுகளின் விளிம்பைக்கூடத் தொடவில்லை. எங்களில் ஒருவன் பேசினான்- யாருக்குத் தெரியும் அவர்களுக்கு என்ன ஆனதென்று- ஆனாலும் நாங்கள் அவர்களின் தலைவிதி பற்றி அதிக அக்கறை கொள்ளவில்லை. நாங்கள் எதையும் சிந்திப்பதற்கே சக்தியற்றுப் போனோம். எங்கள் புலன்கள் மழுங்கி விட்டன. எல்லாமே பனிமூட்டம் போல் மங்கலாகிவிட்டது. எதையும் புரிந்து கொள்வதென்பதே முற்றிலும் சாத்தியமற்றுப் போனது. சுய பாதுகாப்பு, தற்காப்பு, பெருமை ஆகியவற்றுக்கான உள்ளுணர்வுகள் அனைத்தும் எங்களை விட்டு விலகின. தெளிவான ஒரு கணத்தில், சபிக்கப்பட்ட ஆத்மாக்களான நாங்கள் நடுஉலகில் சுற்றித் திரிவது போலவும் எங்கள் ஆத்மாக்கள் தலைமுறைகளாக மனித இனத்தின் முடிவு வரை மீட்சியைத் தேடி, மன்னிப்பைத் தேடி அதைக் கண்டுபிடிக்கும் நம்பிக்கையற்று சுற்றித் திரிவது போலவும் எனக்குத் தோன்றியது.

காலை ஐந்து மணிக்கு நாங்கள் படைவீரர் குடியிருப்பிலிருந்து வெளியே விரட்டப்பட்டோம். கைதிகள் மீண்டுமொரு முறை எங்களை அடித்தனர். ஆனால் அவர்களது அடிகளின் வலியை

நான் உணரவில்லை. ஒரு பனிக்காற்று எங்களை மூடியது. நாங்கள் நிர்வாணமாக எங்கள் கைகளில் காலணியுடனும் பெல்ட்களுடனும் இருந்தோம். "ஓடு" என்ற ஆணை பிறந்தது. நாங்கள் ஓடினோம். சில நிமிடத்திற்குப் பின் ஒரு புதிய படைவீரர் குடியிருப்பு.

அதன் வாயிலில் ஒரு பெட்ரோல் பீப்பாய் இருந்தது. கிருமிகள் அகற்றப்படுவதற்காக ஒவ்வொருவரும் அதில் நனைக்கப்பட்டோம். பின் சுடுநீர்க்குளியல். மிக வேகத்தில் நாங்கள் தண்ணீரைவிட்டு வந்தவுடன் வெளியே விரட்டப்பட்டோம். மேலும் ஓட்டம். மற்றொரு படைவீரர் குடியிருப்பு, பண்டகசாலை. மிக நீண்ட மேஜைகள். மலையாகக் குவிந்துள்ள சிறைச்சாலை ஆடைகள். நாங்கள் மேலும் ஓடினோம். நாங்கள் கடந்து செல்கையில் காற்சட்டைகள், சட்டைகள், காலுறைகள் எங்களை நோக்கி வீசியெறியப்பட்டன.

ஒருசில வினாடிகளில் நாங்கள் மனிதர்களாகவே இல்லாமல் ஆகி விட்டோம். அந்த சூழ்நிலை சோகமானதாக இல்லாமலிருந்தால் நாங்கள் வாய்விட்டுச் சிரித்திருப்போம். அத்தகைய ஆடைகள்! பிரமாண்டமான மெய்ர்கட்ஜிடம் ஒரு குழந்தையின் காற்சட்டை இருந்தது. மெலிந்த சிறிய வனான ஸ்டெர்ன்க்கு கிடைத்த ஆடை அவனை முற்றிலும் மூழ்கடித்து விட்டது. உடனே நாங்கள் உரிய பரிமாற்றங்களைச் செய்துகொண்டோம்.

நான் என் அப்பாவை ஓரக்கண்ணால் பார்த்தேன். அவர் எப்படி மாறி விட்டார். அவரது விழிகள் மங்கலாகிவிட்டன. நான் அவருடன் பேச விரும்பினேன். ஆனால் எனக்கு என்ன பேசுவதென்று தெரியவில்லை.

இரவு முழுவதும் கடந்து சென்றுவிட்டது. ஆகாயத்தில் அதிகாலைநேர நட்சத்திரம் மின்னிக் கொண்டிருந்தது. நானும்கூட முற்றிலும் வேறுபட்ட ஒருவனாக மாறிவிட்டேன். தால்முட் மாணவனான, குழந்தையாக இருந்த நான் ஜ்வாலையில் பொசுங்கிவிட்டேன். என்னைப்போல் தோற்றமளித்த ஒரு வடிவமே எஞ்சியிருந்தது. ஒரு கருத்த ஜ்வாலை என் ஆன்மாவினுள் நுழைந்து அதை விழுங்கிவிட்டது.

மிகச் சிலமணி நேரங்களில் நடந்த ஏராளமான சம்பவங்களால் எனக்கு காலம் குறித்த உணர்வே தொலைந்துவிட்டது. நாங்கள் எங்கள் வீடுகளை விட்டு எப்போது வந்தோம்? கெட்டோவை

விட்டு? புகைவண்டியை விட்டு? ஒரு வாரம்தான் ஆகிறதா? அல்லது ஓர் இரவா, ஒரு நீண்ட இரவா?

எவ்வளவு நேரமாக நாங்கள் இந்த குளிர்காற்றில் நின்றுகொண்டிருக்கிறோம். ஒரு மணி நேரம்? வெறும் ஒரு மணி நேரம்? அறுபது நிமிடங்கள்?

நிச்சயம் இது ஒரு கனவுதான்.

எங்களுக்கு சிறிது தொலைவில் சில கைதிகள் வேலை செய்தனர். அவர்களில் சிலர் குழிகளைத் தோண்டினர். மற்றவர்கள் மண் சுமந்தனர். அவர்களில் ஒருவரும் எங்களை ஏறிட்டுக்கூடப் பார்க்கவில்லை. ஒரு பாலைவனத்தின் இதயத்தில் வற்றி உலர்ந்த எண்ணற்ற மரங்களைப் போல் நாங்கள் நின்றிருந்தோம். எனக்குப் பின்னால் சிலர் பேசிக் கொண்டிருந்தனர். எனக்கு அவர்கள் என்ன பேசுகிறார்கள் அல்லது எதைப்பற்றிப் பேசுகிறார்கள் என்பதை அறிவதில் சிறிதும் விருப்பமில்லை. எங்களது அருகில் கண்காணிப்பாளர் எவரும் இல்லாதபோதிலும் எவரும் தங்கள் குரலை உயர்த்திப் பேசத் துணியவில்லை. மக்கள் முணுமுணுத்தனர். ஒருவேளை காற்றை நச்சாக்கிய அந்தக் கரும்புகை அவர்களின் குரல்வளையை நெரித்துவிட்டது போல...

நாங்கள் ஜிப்சிகள் முகாமில் உள்ள ஒரு புதிய படைவீரர் குடியிருப்பிற்கு ஐவராக அணிவகுத்து கொண்டு செல்லப்பட்டோம்.

“அப்படியே நில்லுங்க!”

கீழே தரையே இல்லை. ஒரு கூரை மற்றும் நான்கு சுவர்கள். எங்களது பாதங்கள் களிமண்ணில் புதைந்தன.

மீண்டுமொரு காத்திருப்பு தொடங்கியது. நான் நின்றபடியே தூங்கி விட்டேன். ஒரு படுக்கையை, எனது தாயின் இதமான வருடலை கனவில் கண்டேன். விழித்துவிட்டேன். நான் நின்றிருக்கிறேன், என் பாதங்கள் களிமண்ணில் புதைய. சிலர் நின்ற இடத்திலேயே மயங்கிச் சரிந்தனர். மற்றவர்கள் கத்தினார்கள்:

“உனக்குப் பைத்தியமா? நம்ம எல்லோரையும் நிக்கச் சொல்லியிருக்காங்க. நீ எங்க எல்லோருக்கும் பிரச்சனை ஏற்படுத்தணும்னு விரும்பறியா?”

ஏதோ உலகின் அனைத்துப் பிரச்சினைகளும் ஏற்கனவே எங்கள் தலையில் வந்து இறங்காதது போலத்தான்!

படிப்படியாக நாங்கள் அனைவரும் அந்தக் களிமண்ணில் அமர்ந்துவிட்டோம். ஆனால், எங்களில் யாராவது புது ஜோடி காலணிகளை அணிந்திருக்கிறார்களா என்று காவலர் பார்க்க வரும் ஒவ்வொரு முறையும் தாவியெழவேண்டியிருந்தது. அப்படி அணிந்திருந்தால் அதை அவர்களிடம் கொடுத்துவிடவேண்டும். அதை எதிர்ப்பதில் எவ்வித பயனும் இல்லை. அடிகள் மழையாகப் பொழியும். இறுதியில் எப்படியும் எங்கள் காலணிகளையும் இழக்க நேரிடும்.

நான் அணிந்திருந்ததும் புதிய காலணிகள்தான். ஆனால் அதில் அடர்த்தியாக களிமண் படிந்திருந்ததால் யாரும் அதை கவனிக்கவில்லை. இந்த முடிவற்ற அற்புதமான பிரபஞ்சத்தில் களிமண்ணைப் படைத்ததற்காக நான் இறைவனைப் பிரார்த்தித்து நன்றி கூறினேன்.

திடீரென அங்கு நிலவிய மௌனம் இறுக்கமடையத் தொடங்கியது. ஒரு எஸ் எஸ் அதிகாரி உள்ளே வந்தான். அவனுடன் மரண தேவதையின் வாடையும் வந்தது. அவனது சதைப்பிடிப்பான உதடுகளை உற்றுப் பார்த்தபடி நாங்கள் இருந்தோம். அக்குடியிருப்பில் மத்தியில் நின்று அவன் எங்களுக்கு சொற்பொழிவாற்றினான். "நீங்க எல்லாரும் ஒரு வதை முகாமிலே இருக்கீங்க. ஆஸ்விட்ச்சிலே..."

ஓர் இடைவெளி. அவன் வார்த்தைகள் ஏற்படுத்திய தாக்கத்தை உற்றுக் கவனித்தான். அவனது முகம் இன்றும்கூட எனது நினைவில் உள்ளது. சுமார் முப்பது வயதானவன். உயரமானவன். அவனது நெற்றியிலும் கூரிய பார்வையிலும் குற்றவாளியென எழுதப்பட்டிருந்தது. உயிருக்குப் போராடிக் கொண்டிருக்கும் பெருநோய் தொற்றிய நாய்களின் கும்பலைப் பார்ப்பதுபோல அவன் எங்களை நோக்கினான். "ஞாபகத்திலே வைச்சுக்கோங்க," அவன் தொடர்ந்து பேசினான். "இதை என்றென்றைக்கும் ஞாபகத்தில வச்சுக்கோங்க. நீங்க இருக்கிறது ஆஸ்விட்ச்சிலே. ஆஸ்விட்ச் நோயுற்றவர்களைக் காக்கிற விடுதியில்லே. இது ஒரு வதை முகாம். இங்கே நீங்க வேலை செய்தாகணும். இல்லேன்னா நேரா உலைக்குப் போகவேண்டியதுதான். சுடுகாட்டுக்கு. வேலையா அல்லது சுடுகாடா, தேர்வு செய்யறது உங்களோட கைகளிலே இருக்கு."

இரவு | 71

நாங்கள் அந்த இரவில் ஏற்கனவே ஏராளமானதை அனுபவித்து விட்டோம். அதற்கு மேலும் எதனாலும் அச்சுறுத்த இயலாது என்று எண்ணியிருந்தோம். ஆனால் அவனது குறிப்பான வார்த்தைகள் எங்களை நடுங்க வைத்தன. இங்கு 'உலை' என்ற அந்த வார்த்தை அர்த்தமற்ற வெற்று வார்த்தை அல்ல. அது காற்றில் மிதந்து புகையோடு கலந்திருந்தது. ஒருவேளை இங்கு உண்மையில் அர்த்தம் கொண்ட ஒரே வார்த்தை அதுவாக இருக்கலாம். அவன் அக்குடியிருப்பை விட்டுச் சென்றான். காவலர்கள் தோன்றினார்கள். உரக்கக் கத்தினார்கள்:

"திறமையான தொழிலாளர்கள், கொல்லர்கள், மின்வேலை செய்பவர்கள், கடிகாரம் செய்பவர்கள் எல்லோரும் ஒரு அடி முன்னே வந்து நில்லுங்க."

அதிலும் எஞ்சிய நாங்கள் வேறொரு குடியிருப்பிற்கு கொண்டு செல்லப்பட்டோம். இது கல்லால் ஆனது. கீழே உட்காரவும் அனுமதிக்கப்பட்டது. நாடு கடத்தப்பட்ட ஒரு ஜிப்சி எங்களுக்குப் பொறுப்பாளனாக இருந்தான்.

எனது தந்தைக்கு கடுமையான இருமல் வந்தது. அவர் எழுந்து அந்த ஜிப்சியிடம் சென்று ஜெர்மானிய மொழியில் பணிவாகக் கேட்டார்:

"மன்னிக்கணும். இங்கே கழிவறை எங்கே இருக்குன்னு சொல்ல முடியுமா?"

அந்த ஜிப்சி அவரை நிதானமாக மேலும் கீழும் உச்சி முதல் பாதம் வரை பார்த்தான். தன்னிடம் பேசும் மனிதன் உண்மையில் ரத்தத்தாலும் சதையாலுமான உடலும் வயிறும் கொண்ட ஜீவராசிதானா என்று புரிந்து கொள்ள முயல்வது போலிருந்தது அந்தப் பார்வை. பின் திடீரென்று ஒரு ஆழ்ந்த உறக்கத்திலிருந்து விழித்தவன் போல, அவன் எனது தந்தையை ஓங்கி அறைய அந்த தாக்குதலின் உக்கிரத்தில் அவர் தரையில் விழுந்து தவழ்ந்தபடியே மீண்டும் தனது இடத்திற்கு வந்தார்.

நான் அசையவில்லை. எனக்கு என்ன நேர்ந்துவிட்டது? எனது தந்தை என் கண்முன்னே அடிக்கப்பட்டிருக்கிறார். நானோ கண் இமைக்காமல் நின்றிருக்கிறேன். நடந்ததைப் பார்த்துவிட்டு நான் எதுவும் பேசாமல் மௌனமாக இருக்கிறேன். இதுவே நேற்றாக இருந்தால், பாய்ந்து எனது நகங்களை அந்த அயோக்கியனின் சதையில் பதித்திருப்பேன். அப்படியானால் நான் அவ்வளவு

மாறி விட்டேனா? அவ்வளவு வேகமாக! இப்பொழுது குற்ற உணர்வு என்னை அரிக்கத் தொடங்கிவிட்டது. நான் ஒருபோதும் இதற்காக இவர்களை மன்னிக்க மாட்டேன் என்று மட்டும் எண்ணினேன். எனது தந்தை எனது உணர்வுகளை ஊகித்திருக்கவேண்டும். அவர் எனது காதில் "அது அவ்வளவு வலிக்கலை" என்று முணுமுணுத்தார்: அவரது கன்னத்தில் இன்னும் அந்த மனிதனின் கைபட்ட சிவந்த தடம் தெரிந்தது.

"எல்லோரும் வெளியே வாங்க!" பத்து ஜிப்சிகள் வந்து எங்கள் கண்காணிப்பாளனுடன் சேர்ந்து நின்றிருந்தனர். சவுக்குகளும் குண்டாந்தடிகளும் எங்களைச் சுற்றி விளையாடின. என்னையறியாமல் எனது கால்கள் ஓடிக்கொண்டிருந்தன. அடிகளுக்கு தப்ப எண்ணி மற்றவர்களுக்குப் பின்னால் ஒளிந்து கொள்ள முயன்றேன்.

வசந்தகாலச் சூரியனின் பிரகாசம்.

"அஞ்சு பேரா நில்லுங்க!" நான் காலையில் கவனித்த கைதிகள் அருகில் வேலை செய்து கொண்டிருந்தார்கள். அவர்களின் அருகே காவலர்கள் யாரும் இல்லை. புகைபோக்கியின் நிழல் மட்டுமே இருந்தது. சூரியனின் பிரகாசத்தில் லயித்து மயக்க நிலையில் நின்றிருந்த என்னை ஆடையைப் பற்றி யாரோ இழுப்பதை உணர்ந்தேன். அது எனது தந்தை. "வா மகனே."

நாங்கள் அணிவகுத்துச் சென்றோம். மீண்டும் கதவுகள் திறந்து மூடப்பட்டன. நாங்கள் மின்கம்பிகளின் இடையே மேலும் நடந்து சென்றோம். ஒவ்வொரு அடியிலும் கருத்த மண்டையோடுகளைத் தாங்கிய ஒரு வெள்ளை சுவரொட்டி எங்கள் முகத்தை உற்று நோக்கியது. அதிலிருந்த வாசகங்கள்: 'எச்சரிக்கை. மரண அபாயம் உள்ளது.' இங்குள்ள எந்த ஒரு இடத்திலாவது மரண அபாயம் இல்லாமல் இருக்கிறதா என்ன?

ஜிப்சிகள் மற்றொரு படைவீரர் குடியிருப்பின் அருகே நின்றனர். அவர்களுக்குப் பதிலாக வந்த எஸ்எஸ் அதிகாரிகள், இயந்திரத் துப்பாக்கிகள் மற்றும் காவல் நாய்களுடன் எங்களைச் சூழ்ந்து கொண்டனர்.

அணிவகுப்பு மேலும் அரைமணி நேரம் நீடித்தது. நான் என்னைச் சுற்றிலும் பார்த்ததில், எங்களுக்குப் பின்னால் முள்வேலிகள் இருப்பதை கவனித்தேன். நாங்கள் முகாமை விட்டு வெளியேறி விட்டோம்.

அது மே மாதத்தின் ஒரு அழகிய நாள். வசந்தத்தின் நறுமணம் காற்றில் பரவிக் கிடந்தது, சூரியன் மேற்கில் மறைந்துகொண்டிருந்தது.

ஆனால் நாங்கள் மேலும் சில கணங்கள் மட்டுமே அடியெடுத்து வைத்ததும், மற்றொரு முகாமின் முள்வேலியைக் கண்டோம். இந்த முகாமில் வாயிலில் இருந்த இரும்புக்கதவின் மீது இவ்வாறு பொறிக்கப்பட்டிருந்தது:

ARBEIT MATCH FREI. 'உழைப்பே விடுதலை தரும்.'

ஆஸ்விட்ச்.

முதல் மனப்பதிவு: இது பிர்கெனாவை விட மேம்பட்டது. இங்கு மரக்குடியிருப்புகளுக்குப் பதிலாக இரண்டு மாடிகளைக் கொண்ட கான்கிரீட் கட்டிடங்கள் இருந்தன. இங்குமங்கும் சிறு தோட்டங்கள் இருந்தன. நாங்கள் ஒரு சிறைக் கொட்டடிக்கு வழிநடத்திச் செல்லப்பட்டோம். அதன் நுழைவாயிலின் அருகே அமர வைக்கப்பட்டு மீண்டுமொரு காத்திருப்பைத் தொடங்கினோம். இடையிடையே எவராவதொருவர் உள்ளே கொண்டு செல்லப்பட்டனர். இத்தகைய முகாம்களின் நுழைவாயிலில் இக்குளியல் என்பது ஒரு கட்டாயமான சடங்கு. சாதாரணமாக, ஒரு நாளில் பலமுறை ஒரு முகாமிலிருந்து மற்றொன்றுக்கு சென்றாலும்கூட, ஒவ்வொரு முறையும் இக்குளியலை முடித்துத்தான் செல்லவேண்டும்.

அந்த வென்னீர்க்குளியலிலிருந்து வெளியே வந்தபின் நாங்கள் இரவுக்காற்றில் நடுங்கியபடி இருந்தோம். எங்களது உடைகளை மற்றொரு கொட்டடியில் விட்டு வந்து விட்டோம். எங்களுக்கு வேறு உடைகள் தரப்படுமென்று உறுதியளிக்கப்பட்டிருந்தது.

நள்ளிரவையொட்டி நாங்கள் ஓடும்படி உத்தரவிடப்பட்டோம்.

"வேகமா..." என்று ஒரு காவலாளி கத்தினான். "எவ்வளவு வேகமா ஓடுறீங்களோ அவ்வளவு சீக்கிரம் நீங்க படுக்கைக்குப் போகலாம்."

இந்த பைத்தியக்கார ஓட்டத்தின் சில நிமிடங்களுக்குப் பின் நாங்கள் மற்றொரு கொட்டடியை அடைந்தோம். அங்கிருந்த கைதிகளில் ஒருவனான பொறுப்பாளன் எங்களுக்காகக் காத்திருந்தான். போலந்து இளைஞன். அவன் எங்களைப் பார்த்து புன்னகை புரிந்தான். அவன் எங்களோடு பேசத் தொடங்கினான்.

எங்களது சோர்வையும் மீறி, நாங்கள் பொறுமையாக அதைக் கேட்டோம்.

"தோழர்களே, நீங்க ஆஸ்விட்ச் முகாம்லே இருக்கீங்க. ஒரு நீண்ட வேதனைப்பாதை உங்க முன்னாலே இருக்கு. ஆனால் நம்பிக்கையை இழந்துராதீங்க. நீங்க தேர்வுங்கிற ஒரு படுபயங்கரமான அபாயத்திலே இருந்து ஏற்கனவே தப்பிச்சுட்டீங்க. அதனாலே இப்ப, உங்க பலத்தை திரட்டிக்குங்க. மனம் தளராதீங்க. நாம எல்லாருமே விடுதலை நாளைப் பார்க்கலாம். வாழ்க்கை மேலே ஆயிரம் மடங்கு நம்பிக்கை வையுங்க. நம்பிக்கையின்மையை விரட்டுறது மூலமா மரணத்திலிருந்து விலக முடியும். நரகம் நித்தியமானது இல்லே. இப்ப ஒரு வேண்டுகோள். அல்லது ஒரு சின்ன அறிவுரை: உங்க மத்தியிலே எப்பவுமே ஒரு தோழமை இருக்கட்டும். நாம எல்லோரும் ஒரே விதியை பகிர்ந்துக்கிட்டு இருக்கிற சகோதரர்கள். ஒரே புகைதான் நம்ம எல்லோரோட தலைக்கு மேலேயும் சுத்தித் திரியுது. ஒருத்தருக்கொருத்தர் உதவி செய்யுங்க. அதுதான் உயிர் காக்கிறதுக்கான ஒரே வழி. இது போதும். நீங்க சோர்வா இருப்பீங்க. கவனியுங்க நீங்க 17 வது பிளாக்கிலே இருக்கிறீங்க. இங்கே கட்டுப்பாடு நிலவுறதுக்கு நான்தான் பொறுப்பு. ஏதாவது முறையிடணும்னு விரும்பறவங்க என்னை வந்து பாருங்க. அவ்வளவுதான். நீங்க படுக்கப்போகலாம். ஒரு பங்க்குக்கு இரண்டு பேர். குட் நைட்." அவை நாங்கள் கேட்ட முதல் மனிதம் மிக்க வார்த்தைகள்.

எங்கள் பங்க்குகளில் ஏறிப் படுத்ததுமே நாங்கள் ஆழ்ந்து உறங்கி விட்டோம்.

மறுநாள் காலையில் 'அனுபவம் மிக்க' கைதிகள் எங்களை முரட்டுத்தனமின்றி நடத்தினர். நாங்கள் சலவைப்பகுதிக்குச் சென்றோம். எங்களுக்கு புதிய உடைகள் கொடுக்கப்பட்டன. எங்களுக்காக கடும் காப்பி கொண்டுவரப்பட்டது.

சுமார் பத்து மணிக்கு, எங்கள் கொட்டடியைவிட்டு அதை சுத்தம் செய்ய வேண்டுமென்பதற்காக வெளியே சென்றோம். வெளியே சூரியஒளி எங்களை வெதுவெதுப்பாக்கியது. எங்களது உணர்வு மிகவும் சீரடைந்தது. ஒரு இரவின் உறக்கத்தின் பலனை நாங்கள் உணர்ந்தோம். நண்பர்கள் ஒருவரையொருவர் சந்தித்து சில வார்த்தைகளைப் பரிமாறிக் கொண்டனர். நாங்கள் எல்லாவற்றைப் பற்றியும் பேசினோம். மாயமாய் மறைந்து

போனவர்கள் பற்றி மட்டும் பேசவில்லை. போர் முடிவுக்கு வரப்போகிறது என்பதே பொதுவான கருத்தாக இருந்தது.

ஏறத்தாழ நண்பகலில் அவர்கள் சூப் கொண்டுவந்தார்கள். ஒவ்வொருவருக்கும் ஒரு கோப்பை அடர்ந்த சூப். பசி என்னை வருத்தியபோதும் நான் அதைத் தீண்ட மறுத்துவிட்டேன். நான் எப்பொழுதும் போலவே இன்னும் ஒரு மோசமான குழந்தையாகவே இருந்தேன். எனது உணவையும் சேர்த்து எனது தந்தை விழுங்கினார்.

பிறகு கொட்டடியின் நிழலில் நாங்கள் ஒரு சிறு பகல்நேரத் தூக்கம் போட்டோம். அந்த களிமண் குடியிருப்பில் இருந்த எஸ் எஸ் அதிகாரி பொய் சொல்லியிருக்கவேண்டும். உண்மையில் ஆஸ்விட்ச் ஓர் ஓய்வு இல்லம்தான்.

பிற்பகலில், நாங்கள் வரிசையாக நிறுத்தப்பட்டோம். மூன்று கைதிகள் ஒரு மேஜையையும் சில மருத்துவ உபகரணங்களையும் கொணர்ந்தனர். சட்டையின் இடது கைத்துணியை உயர்த்தியபடி ஒவ்வொருவரும் அந்த மேஜை முன் சென்றனர். தங்கள் கைகளில் ஊசிகளுடன் இருந்த மூன்று அனுபவசாலிகள் எங்களது இடது கைகளில் ஒரு எண்ணைப் பொறித்தனர். நான் எண்-7713 ஆனேன். அதன் பிறகு எனக்கு வேறு பெயரே கிடையாது.

அந்தி நேரத்தில் ஆட்கள் சரிபார்ப்பு. பணிக்குச் சென்ற பிரிவினர் திரும்பி வந்தனர். முகாமின் வாயிலருகே வாத்தியக்குழு ராணுவ அணிவகுப்பு இசையை இசைத்துக் கொண்டிருந்தது. பல்லாயிரக்கணக்கான கைதிகள் வரிசையாக நிற்க, எஸ்எஸ் ஆட்கள் அவர்களின் எண்களைச் சரிபார்த்தனர்.

அதன்பின் அனைத்துக் குடியிருப்புகளிலும் தங்கியுள்ள கைதிகள் கலைந்து செல்லும்போது படையினரால் புதிதாகக் கொண்டுவரப்பட்டவர்களில் தங்கள் நண்பர்கள், உறவினர்கள், அண்டை வீட்டாரைத் தேடி ஓடினர்.

நாட்கள் கடந்தன. காலையில் கடும்காப்பி. நண்பகலில் சூப். மூன்றாவது நாளிலிருந்து எந்த சூப்பாக இருந்தாலும் பசியில் அதை சாப்பிட ஆரம்பித்தேன். ஆறுமணிக்கு ஆட்களின் கணக்கெடுப்பு. பிறகு ரொட்டியுடன் ஏதாவது ஒன்று. ஒன்பது மணிக்கு படுக்கை.

நாங்கள் ஆஸ்விட்ச் வந்து எட்டு நாட்களாகிவிட்டது. அது ஒரு ஆட்கணக்கெடுப்பின்போது நடந்தது. நாங்கள் கணக்கெடுப்பு முடிவதை அறிவிக்கும் மணியோசையைத் தவிர வேறெதையும் எதிர்பார்க்கவில்லை. திடீரென வரிசைகளின் ஊடாக ஒருவர் சென்று "இங்கே உங்களில் ஸிகெட் நகரத்து வீஸல் யாரு?" என்று கேட்பதை நான் கண்டேன்.

எங்களைத் தேடிய மனிதர் குள்ளமான, சோர்ந்து சுருக்கங்கள் விழுந்த முகத்தில் கண்ணாடி அணிந்திருந்தார். எனது தந்தை பதிலளித்தார், "நான்தான் ஸிகெட் நகரத்து வீஸல்."

அந்த குள்ளமான மனிதர் கண்களைக் குறுக்கியபடி நீண்ட நேரம் அவரைப் பார்த்தார்.

"உங்களுக்கு என்னை அடையாளம் தெரியலையா! உங்களுக்கு என்னைத் தெரியலையா? நான் உங்க சொந்தம். ஏற்கனவே நீங்க மறந்துட்டீங்களா? ஸ்டீன். அன்ட்வெர்ப் நகரத்து ஸ்டீன். ரீஸெலோட புருசன். ரீஸெலின் அத்தை உங்க மனைவி."

அவர்கள் எங்களுக்கு அடிக்கடி கடிதம் எழுதுவார்கள். எப்படிப்பட்ட கடிதங்கள்!

எனது தந்தைக்கு அவரைத் தெரியவில்லை. அவருக்குத் தெரிந்திருக்கவும் அதிக வாய்ப்பில்லை. ஏனென்றால் எனது தந்தை எப்பொழுதும் யூத சமுதாய விவாகரங்களில் அதிகமாக ஈடுபட்டதால் குடும்ப, விஷயங்களில் குறைவான கவனமே கொண்டிருந்தார். (அவர் எப்பொழுதும் ஏதோ யோசனையில் ஆழ்ந்திருப்பார். ஒருமுறை ஸிகெட்டிற்கு எங்களை சந்திக்க ஒரு உறவுக்காரி வந்திருந்தாள். அவள் இரண்டு வாரங்கள் எங்களுடன் தங்கி ஒரே மேஜையில் அமர்ந்து உணவருந்திய பின்னரே முதல்முதலாக அவள் வந்திருப்பதை எனது தந்தை கவனித்தார்.) இல்லை, அவரால் ஸ்டீனை நினைவு கொள்ள முடியாது. நான் உடனே அவரைத் தெரிந்து கொண்டேன். அவரது மனைவி ரீஸெலை, பெல்ஜியம் செல்வதற்கு முன்னரே எனக்குத் தெரியும்.

அவர் கூறினார் "நான் 1942ஆம் ஆண்டில் நாடு கடத்தப்பட்டேன். உங்கள் பிராந்தியத்திலிருந்து வண்டி வந்ததாகக் கேள்விப்பட்டு உங்களை தேடிப் பார்க்க வந்தேன். ஒருவேளை உங்களுக்கு ரீஸெலைப் பத்தியும் என் சின்னப் பையன்களைப்

பத்தியும் ஏதாவது தகவல் தெரியும்னு நெனச்சேன். அவங்க அன்ட்வெர்ப்பிலேயே தங்கிட்டாங்க."

எனக்கு அவர்களைக் குறித்து எதுவும் தெரியாது. 1940ஆம் ஆண்டிலிருந்து எனது தாயாருக்கு அவர்களிடமிருந்து ஒரு கடிதம்கூட வரவில்லை. ஆனால் நான் பொய் சொன்னேன்.

"ஆமா. என் அம்மாவுக்கு உங்க குடும்பத்தைப் பற்றிய சேதி தெரியும். ரீஸெல் நல்லா இருக்காங்க. குழந்தைகளும்கூட..." அவர் மகிழ்ச்சியில் கதறி அழுதார். அவர் இன்னும் அதிக நேரம் இருந்து மேலும் தகவல்களை அறியவும் அந்த நல்ல செய்தியில் திளைக்கவும் விரும்பியிருக்கலாம். ஆனால் எஸ் எஸ் அதிகாரி ஒருவன் வந்தவுடன் அவர் செல்லவேண்டியதாகிவிட்டது. மறுநாள் வருவதாக கூறிச் சென்றார்.

நாங்கள் கலைந்து செல்வதற்கான மணியொலித்தது. மாலை உணவான ரொட்டியையும் செயற்கை வெண்ணையையும் பெறச் சென்றோம். கடும் பசியிலிருந்ததால் அந்த இடத்திலேயே எனது உணவை விழுங்கிவிட்டேன்.

எனது தந்தை கூறினார் "நீ முழுவதையும் உடனேயே சாப்பிடாதே. நாளையும் மற்றொரு நாள்தான்."

எனது உணவு முழுவதும் தீர்ந்துவிட்டதால், தனது அறிவுரை தாமதமானது என்பதை உணர்ந்து அவர் தன்னுடையதை உண்ணவில்லை.

"எனக்குப் பசியில்லை" என்றார் அவர்.

நாங்கள் ஆஸ்விட்ச்சில் மூன்று வாரங்கள் தங்கினோம். எங்களுக்கு எதுவும் நிகழவில்லை. நாங்கள் பிற்பகலிலும் இரவிலும் நீண்ட நேரம் உறங்கினோம்.

ஒரே கவலை, கூடிய மட்டும் இங்கிருந்து செல்வதைத் தவிர்த்து முடிந்தவரை இங்கேயே இருப்பது குறித்தே. அது சிக்கலானதல்ல. ஒருவர் தேர்ந்த தொழிலாளியாகத் தன்னைக் காட்டிக்கொள்ளாமல் இருக்கவேண்டிய எளிய விஷயம்தான். தொழில் திறனற்றவர்கள் இறுதிவரை ஒரே இடத்திலேயே தங்க வைக்கப்பட்டனர்.

மூன்றாவது வாரத் தொடக்கத்தில் எங்களது கொட்டடிக்குப் பொறுப்பாக இருந்த கைதியின் பதவி, அவன் மிகவும்

மனிதத்தன்மையுடன் நடப்பதாகக் கூறி பறிக்கப்பட்டது. எங்களது புதிய தலைமைப் பொறுப்பாளன் காட்டுமிராண்டி. அவனது உதவியாளர்கள் உண்மையில் அரக்கர்களாக இருந்தனர். இனிய நாட்கள் முடிவுற்றன. நாங்கள் அடுத்த போக்குவரத்தில் செல்வதற்கு எங்களைத் தேர்ந்தெடுக்குமாறு செய்வதே நன்றாக இருக்குமோ என யோசித்தோம்.

அன்ட்வெர்ப் நகர உறவினர் ஸ்டீன் தொடர்ந்து எங்களைச் சந்திக்க வந்தார். இடையிடையே தனது உணவில் பாதி ரொட்டியை கொணர்ந்தார். "இந்தா, எலிஸர் இது உனக்காக." அவர் ஒவ்வொருமுறை வந்தபோதும் முகத்தில் கண்ணீர்த்துளிகள் வழிந்து உறைந்து நிற்கும். அடிக்கடி என் தந்தையிடம் அவர் கூறுவார்:

"உங்க மகனை நல்லா கவனியுங்க. அவன் பலவீனமாக ஒட்டிப் போயிருக்கான். தேர்ந்தெடுக்கப்படுறதை தவிர்க்கணும்னா அவனை நல்லா கவனிச்சுக்கோங்க. சாப்பிடுங்க... எதை எப்பன்னு பார்க்காதீங்க. உங்களாலே முடிஞ்ச எல்லாத்தையும் சாப்பிடுங்க. பலவீனமானவங்களாலே இங்கே ரொம்ப நாள் நிலைச்சிருக்க முடியாது."

அவர் மெலிந்து வற்றிப்போய் பலவீனமாய் இருந்தார்.

"என்னை உயிரோடு வச்சிருக்கிற ஒரே விஷயம் ரீஸெலும் என் குழந்தைகளும் உயிரோட இருக்காங்க என்பதுதான். அவங்க இல்லேன்னா என்னாலே நீடிச்சு இருக்கமுடியாது" என்று அடிக்கடி கூறுவார்.

ஒருநாள் மாலை முகத்தில் பிரகாசத்துடன் அவர் வந்தார்.

"அன்ட்வெர்ப்பிலே இருந்து இப்பதான் ஒரு வண்டி வந்திருக்கு. நான் அவங்களை நாளைக்குப் போய் பாக்கப் போறேன். அவங்களுக்கு நிச்சயம் ஏதாவது செய்தி தெரிஞ்சிருக்கும்."

அவர் திரும்பிச் சென்றார்.

நாங்கள் அவரை மீண்டும் பார்க்கமுடியவில்லை. அவருக்கு செய்தி கிடைத்திருக்கும். உண்மையான செய்தி.

மாலையில் படுக்கையில் படுத்தபடி நாங்கள் சில யூத கீதங்களைப் பாட முயல்வோம். அகிபா ட்ரூமர் தனது ஆழ்ந்த பக்தி தோய்ந்த குரலால் எங்கள் இதயத்தை உருகச் செய்வான்.

சிலர் கடவுளைப் பற்றியும் அவனது மர்மமான வழிகள் குறித்தும் யூத மக்களின் பாவங்களையும் அவர்களின் எதிர்கால மீட்சியைப் பற்றியும் பேசுவார்கள். ஆனால் நான் பிரார்த்திப்பதை விட்டு விட்டேன். நான் யோபுவை ஒத்துக்கொண்டேன். நான் இறைவனின் இருப்பை மறுக்கவில்லை. ஆனால் அவனது இறுதித் தீர்ப்பு குறித்து சந்தேகம் கொண்டேன்.

அகிபா ட்ரூமர் கூறினான்: “இறைவன் நம்மை சோதிக்கிறாரு. அவர் நம்மாலே கீழான உணர்ச்சிகளைக் கட்டுப்படுத்தி நமக்குள்ளே இருக்குற சாத்தானை கொல்லமுடியுதான்னு கண்டுபிடிக்க விரும்புறாரு. நாம் நம்பிக்கையிழக்கிறதுக்கு எந்த உரிமையும் இல்லே. அவர் நம்மை தொடர்ச்சியா தண்டிக்கிறாருன்னா அது அவர் நம்ம மேல அதிக அன்பு காட்டுறாருங்கிறதுக்கான அடையாளம்.”

கப்பாலாவைக் கற்றுத் தேர்ந்த ஹெர்ஷ் ஜெனூட் உலகின் முடிவையும் மீட்பரின் வருகையைப் பற்றியும் பேசினான்.

எனக்கு எப்பொழுதாவது இந்த உரையாடல்களுக்கு இடையே இந்த எண்ணம் என் மனதில் தோன்றிச் சென்றது.

“இப்பொழுது எனது தாயார் எங்கிருக்கிறார்? ஜிபோரா...?”

எனது தந்தை ஒருமுறை கூறினார். “உன் அம்மா இன்னும் இளமையானவள். அவள் பணியாளர் முகாமிலேதான் இருக்கணும். ஜிபோரா இப்ப பெரியவ இல்லையா. அவள்கூட முகாமிலேதான் இருக்கணும்.”

நாங்கள் அதை நம்பவேண்டுமென்று எவ்வளவு விரும்பினோம். நாங்கள் நம்புவது போல் பாவனை செய்தோம், எங்களில் ஒருவர் இன்னும் அதை நம்பினால் என்ன செய்வது என்பதால்.

தேர்ந்த தொழிலாளர்கள் அனைவரும் ஏற்கனவே பிற முகாம்களுக்கு அனுப்பப்பட்டுவிட்டனர். எஞ்சியிருந்தது எங்களைப் போன்ற ஒரு நூறு சாதாரண பணியாளர்கள் மட்டுமே.

எங்கள் பிளாக்கின் செயலாளர், இன்னைக்கு உங்கள் முறை வந்துருச்சு. நீங்க அடுத்த வண்டியோட போறீங்க” என்றான்.

பத்து மணிக்கு எங்களது அன்றைய அளவு ரொட்டி கொடுக்கப் பட்டது. நாங்கள் சுமார் பத்து எஸ் எஸ் அதிகாரிகளால்

சூழப்பட்டோம். கதவில் 'வேலையே சுதந்திரம்' என்ற பிரகடனச் சுவரொட்டி இருந்தது. நாங்கள் எண்ணப்பட்டோம். பிறகு அங்கிருந்து கிராமப்புறத்தில் வெயில் விழும் சாலையில் சென்று கொண்டிருந்தோம். ஆகாயத்தில் ஒருசில சிறு வெண்மேகங்களே இருந்தன.

நாங்கள் மெதுவாக நடந்தோம். காவலர்களும் அவசரப்படவில்லை. எங்களுக்கு மகிழ்ச்சியாக இருந்தது. நாங்கள் கிராமங்களின் வழியே சென்றபோது, பல ஜெர்மானியர்கள் எவ்வித ஆச்சர்யமுமின்றி எங்களை வெறித்துப் பார்த்தனர். ஒருவேளை அவர்கள் ஏற்கனவே இத்தகைய சில ஊர்வலங்களைப் பார்த்திருக்கலாம்.

வழியில் சில இளம் ஜெர்மானியப் பெண்களைப் பார்த்தோம். காவலர்கள் அவர்களிடம் குறும்புகள் செய்தனர். அப்பெண்கள் திருப்தியுடன் குலுங்கிச் சிரித்தனர். அவர்கள் வெடித்துச் சிரித்தபடி தங்களை முத்தமிட, தொட்டு விளையாட அனுமதித்தனர். அவர்கள் சிரித்து ஒருவரோடொருவர் கேலியும் கிண்டலும் செய்தபடி, காதல் குறிப்புகளைப் பரிமாறியபடி நீண்ட தூரம் வந்தனர். இந்த நேரங்களில் குறைந்தபட்சம் காட்டுக் கூச்சல் இல்லை; அல்லது துப்பாக்கியின் பின்கட்டை அடிக்கு நாங்கள் ஆளாகவில்லை.

நான்குமணி நேரத்திற்குப் பின் நாங்கள் புதிய முகாமை அடைந்தோம். புனா. இரும்புக்கதவு எங்களின் பின்னே மூடப்பட்டது.

அந்த முகாம் தொற்றுநோயால் பாதிக்கப்பட்டதுபோல வெறுமையாகவும் சவக்களையுடனும் காட்சியளித்தது. அங்கு நல்ல ஆடையணிந்த சில கைதிகள் பிளாக்குகளுக்கு இடையே நடந்தபடி இருந்தனர்.

வழக்கம்போல நாங்கள் முதலில் குளியலுக்கு செல்ல வேண்டியிருந்தது. எங்கள் முகாமின் தலைவன் அங்கு வந்து எங்களுடன் சேர்ந்து கொண்டான். அவன் பலமான அகன்றதோள் கொண்ட ஆஜானுபாகுவான மனிதன். எருதுக் கழுத்து, தடித்த உதடுகள், சுருள் முடி. அவன் கனிவாகக் காட்சியளித்தான். அவ்வப்போது அவனது கருநீல விழிகளில் புன்னகை மின்னியது. எங்களது குழுவில் பத்துப் பன்னிரெண்டு வயதுள்ள சில குழந்தைகள் இருந்தன. அந்த அதிகாரி அவர்கள் மீது அக்கறைகொண்டு அவர்களுக்கு உணவு கொணரும்படி உத்தரவிட்டான்.

எங்களுக்கு புதிய உடைகள் வழங்கப்பட்டபின் நாங்கள் இரு கூடாரங்களில் தங்க வைக்கப்பட்டோம். பணிப்பிரிவுகளில் பதிவு செய்யப்படக் காத்திருந்தோம். பிறகு எங்கள் கொட்டடிகளுக்குச் செல்லலாம்.

அன்று மாலை, பணியாளர்கள் தங்கள் பணிப்பிரிவுகளிலிருந்து திரும்பி வந்தனர். ஆள் கணக்கெடுப்பு நடந்தது. அறிந்த முகங்களைத் தேடத் தொடங்கினோம். தகவல்கள் அறிய, எந்த பணிப்பிரிவு சிறந்தது என்று அனுபவசாலியான கைதிகளைக் கேட்க, எந்த பிளாக்கில் நுழைய முயலலாம் என்று தெரிந்து கொள்ள முனைந்தோம். எல்லா கைதிகளும் ஒருமித்துக் கூறினர். "புனா ரொம்ப நல்ல ஒரு முகாம். உங்களாலே இங்கே தாக்குப் பிடிக்கமுடியும்.

முக்கியமான விஷயம் கட்டிடப் பிரிவுக்கு மட்டும் மாறிடக்கூடாது."

ஏதோ எங்கள் கைகளில் தேர்ந்தெடுக்கும் வாய்ப்பு இருந்தது போலத்தான்...

எங்கள் கொட்டடியின் தலைவன் ஒரு ஜெர்மானியன். ஒரு கொலையாளியின் முகம், சதைப்பிடிப்பான உதடுகள், ஓநாயின் பாதங்கள் போன்ற கைகள். அவன் அசைய முடியாத அளவு குண்டாக இருந்தான். முகாமின் தலைவனைப் போல இவனும் குழந்தைகளை நேசித்தான். நாங்கள் வந்தவுடனேயே, அவன் அவர்களுக்காக ரொட்டி, சூப், செயற்கை வெண்ணெய் கொண்டு வந்தான். (உண்மையில் இது தன்னலமற்ற பாசம் அல்ல. இங்குள்ள ஓரினச்சேர்க்கையாளர்கள் மத்தியில் கணிசமாக இக்குழந்தைகளின் பரிமாற்றம் நடப்பதைப் பின்னரே நான் அறிந்தேன்.)

அவன் எங்களிடம் கூறினான். "நீங்க மூணு நாளைக்கு தொத்து நோய் தடுப்புக்காக இங்கேயே இருக்கணும். பிறகு நீங்க வேலைக்குப் போகலாம். நாளைக்கு மருத்துவப் பரிசோதனை நடக்கும்."

அவனது உதவியாளர்களில் ஒருவன், இறுக்கமான முகமும் போக்கிரியின் கண்களும் கொண்ட பையன், என்னிடம் வந்தான். "நீ ஒரு நல்ல பிரிவுக்கு போக விரும்புகிறாயா?" "நிச்சயமா. ஆனா ஒரு நிபந்தனை. எங்க அப்பாவோட இருக்கணும்னு விரும்புறேன்."

அவன் கூறினான். "சரி. என்னாலே அதை ஏற்பாடு செய்யமுடியும். அதுக்காக ஒரு சின்ன பரிசு வேணும். உன்னோட காலணி. நான் பதிலுக்கு உனக்கு வேற தர்றேன்."

நான் எனது காலணிகளை அவனுக்குத் தர மறுத்து விட்டேன். என்னிடம் எஞ்சியிருந்தது அது மட்டுமே.

'நான் உனக்குக் கொஞ்சம் அதிகமா ரொட்டியும் வெண்ணையும் தாறேன்.'

அவன் எனது காலணிகளின்மீது மிகுந்த ஆர்வம் காட்டினான். ஆனால் பிடிவாதமாக அவற்றைத் தர மறுத்துவிட்டேன். பின்னர் என்னிடமிருந்து அவை எடுத்துச் செல்லப்பட்டன. ஆனால் அதற்குப் பதிலாக எதுவும் கிடைக்கவில்லை.

அதிகாலை நேரத்தில், திறந்த வெளியில், ஒரு நீண்ட மர இருக்கையில் அமர்ந்திருந்த மூன்று மருத்துவர்களின் முன்னே மருத்துவப் பரிசோதனை நடந்தது.

முதலாமவர் எங்களைப் பரிசோதனை செய்யவில்லை. இக்கேள்வி கேட்பதே அவருக்கு போதுமானதாக இருந்தது.

“நீ நல்ல ஆரோக்கியத்தோட இருக்கிறாயா?”

எவருக்குத்தான் அதற்கு எதிரிடையாக பதிலளிக்க துணிச்சல் வரும். அதற்கு மாறாக பல் மருத்துவர் மிகுந்த கவனத்துடன் இருப்பதுபோல் தோன்றியது. அவர் எங்களது வாயை நன்றாகத் திறந்து காட்டும்படி உத்தரவிடுவார். உண்மையில் அவர் தேடியது சொத்தைப் பல்லை அல்ல, தங்கப்பல்லை. எவருடைய வாயிலாவது தங்கப்பல் இருந்தால் அவருடைய எண் ஒரு பட்டியலில் குறிக்கப்பட்டது. என்னிடமும் ஒரு தங்கமுலாம் பூசப்பட்ட பல் இருந்தது.

முதல் மூன்றுநாட்கள் விரைந்து சென்றன. நான்காவது நாள் விடியலில் நாங்கள் கூடாரத்தின் முன் நின்றிருந்தபொழுது காவலர்கள் வந்தனர். ஒவ்வொருவரும் தங்களுக்கு உகந்த ஆட்களைத் தேர்ந்தெடுக்கத் தொடங்கினர்.

“நீ... நீ... நீ அப்புறம் நீ.” அவர்கள் கால்நடைகளையோ, வியாபாரப் பொருட்களையோ தேர்ந்தெடுப்பது போல் விரலால் சுட்டிக் காட்டினார்கள்.

நாங்கள் இளைஞனான எங்கள் காவலனைப் பின்தொடர்ந்தோம். முகாமின் கதவருகே இருந்த முதல் கொட்டடியின் வாயிலருகே எங்களை நிற்கச் செய்தான். அது வாத்தியக் குழுவிற்கான பகுதி. “உள்ளே போங்க” என்று உத்தரவிட்டான். நாங்கள் வியப்படைந்தோம். எங்களுக்கும் இசைக்கும் என்ன சம்பந்தம்?

வாத்தியக்குழு எப்பொழுதும் ஒரே இசையை, ராணுவ அணிவகுப்பிற்கான இசையை இசைத்துக்கொண்டிருந்தது. பல பணியாளர் பிரிவுகள் அணிவகுத்து தங்கள் பணிமுற்றங்களை நோக்கிச் சென்றனர். காவலர்கள் குரல் கொடுத்தனர். “லெப்ட், ரைட், லெப்ட், ரைட்.”

எஸ்எஸ் அதிகாரிகள் சிலர் கையில் பேப்பர் பேனாவுடன் வெளியே செல்லும் ஆட்களைக் கணக்கிட்டனர். கடைசிப் பணிப்பிரிவினர் செல்லும் வரை வாத்தியக்குழு ஒரே இசையை

இசைத்துக்கொண்டிருந்தது. பிறகு இசைக்குழுத் தலைவரின் கோல் அசைவற்று நின்றது. இசை நின்றுபோனது. காவலர்கள் கத்தினார்கள்.

"அஞ்சு பேரா வரிசையிலே நில்லுங்க!"

நாங்கள் வாத்தியம் இல்லாமல் முகாமைவிட்டு அணிவகுத்துச் சென்றோம். எங்கள் காதுகளில் இன்னும் அந்த அணிவகுப்பிற்கான இசை ஒலித்துக்கொண்டிருந்தது.

"லெப்ட், ரைட், லெப்ட், ரைட்..."

எங்கள் அருகிலிருந்த இசைக்கலைஞர்களுடன் பேசத் தொடங்கினோம்.

அந்த இசைக்கலைஞர்களுடன் ஐவராக அணிவகுத்து நின்றோம். கிட்டத்தட்ட அவர்கள் அனைவரும் யூதர்கள். ஜூலியெக் என்ற கண்ணாடியணிந்த போலந்துக்காரனின் வெளிறிய முகத்தில் ஏளனப் புன்னகை இருந்தது. ஹாலந்திலிருந்து வந்த தேர்ந்த வயலின் இசைக்கலைஞன் லூயிஸ். தன்னை அவர்கள் பீத்தோவனை வாசிக்க அனுமதிக்கவில்லை என்று குறைப்பட்டுக் கொண்டான். யூதர்கள் ஜெர்மன் இசையை வாசிக்க அனுமதி மறுக்கப்பட்டது. ஹான்ஸ் ஒரு துடிப்பான இளம் பெர்லின்வாசி. போலந்துக்காரரான மேலாளர் பிரானெக், வார்சா நகரத்து முன்னாள் மாணவன்.

ஜூலியெக் எனக்கு விளக்கிக் கூறினான். "நாம் இங்கிருந்து சற்று தூரத்தில் உள்ள ஒரு மின்சாதன பண்டக சாலையிலேயே வேலை செய்யப் போறோம். அங்கே வேலை கடினமாகவோ ஆபத்தானதாகவோ இருக்காது. ஆனால் அங்கே இருக்கிற காவலாளி இடெக்... அவனுக்கு அப்பப்ப பைத்தியம் பிடிச்சிரும். அப்ப எல்லாம் அவன் வழியிலேருந்து விலகி இருக்கிறது நல்லது."

"நீ அதிர்ஷ்டக்காரன் மகனே" என்று சிரித்தான் ஹான்ஸ். "நீ ஒரு நல்ல பிரிவிலே வந்து சேர்ந்துட்டே."

பத்து நிமிடங்களுக்குப் பின்னர் நாங்கள் பண்டகசாலையின் முன் நின்றிருந்தோம். ஒரு ஜெர்மானிய சிவில் ஊழியன் எங்களைச் சந்திக்க வந்தான். ஒரு வியாபாரி தன்னிடம் விற்கப்பட்ட பழைய கந்தையை கவனிப்பது போல பார்த்தான்.

எங்கள் தோழர்கள் சொன்னது சரிதான். வேலை கடினமாக இல்லை. தரையில் அமர்ந்து நாங்கள் திருகாணிகள், மின் விளக்குகள் மற்றும் சிறு மின் துணைக்கருவிகளை எண்ணவேண்டியிருந்தது. கண்காணிப்பாளன் எங்களுக்கு இந்த வேலையின் மிகுந்த முக்கியத்துவம் பற்றி நீண்ட நேரம் விளக்கியதுடன், யாராவது வேலையில் கவனமின்றி இருந்தால் தன்னை எதிர்கொள்ளவேண்டி வரும் என்று எச்சரிக்கை விடுத்தான். எனது புதிய தோழர்கள் எனக்கு நம்பிக்கையூட்டினார்கள்.

"பயப்படவேண்டிய தேவையில்லை. அவன் மேலதிகாரிக்காக அதைச் சொல்றான்."

அங்கு ராணுவத்தினராக அல்லாத பல போலந்துக்காரர்கள் இருந்தனர். மேலும் சில பிரெஞ்சுப் பெண்கள் இசைக்கலைஞர்களை நேசப் பார்வை பார்த்தபடி இருந்தனர்.

மேலாளரான பிரானெக், என்னை ஒரு மூலையில் நிறுத்தினான். "உன்னை நீயே சாகடிச்சிராதே. இங்கே அவசரமே கிடையாது. ஆனா எஸ்எஸ் ஆட்களிடம் மாட்டிக்கிறாம கவனமா இரு."

"தயவுசெய்... நான் எங்க அப்பாவோட இருக்க விரும்புகிறேன்."

"சரி. உன் அப்பா இங்கே உன் அருகிலேயே வேலை பார்ப்பார்."

நாங்கள் அதிர்ஷ்டசாலிகளாக இருந்தோம்.

எங்கள் குழுவில் இரண்டு பையன்கள் இருந்தார்கள். யோஷி, டிபி என்ற இரு சகோதரர்கள். செக் நாட்டவர்களான அவர்களது பெற்றோர்கள் பிர்கெனாவில் அழித்தொழிக்கப்பட்டனர். அவர்கள் உடலாலும் ஆன்மாவாலும், ஒருவருக்காக மற்றொருவரென வாழ்ந்தனர். நானும் அவர்களும் மிக விரைவிலேயே நண்பர்களாகிவிட்டோம். அவர்கள் யூத இளைஞர் அமைப்பில் இருந்ததால், எண்ணற்ற ஹீப்ரு மொழி கீதங்களை அறிந்திருந்தனர். நாங்கள் அடிக்கடி ஜோர்டானின் அமைதியான நீரை, ஜெருசலேமின் கம்பீரமான அருளை எழச் செய்யப் பாடல்கள் பாடுவோம். நாங்கள் அடிக்கடி பாலஸ்தீனத்தைப் பற்றிப் பேசுவோம். அவர்களது பெற்றோரும் என் பெற்றோரைப் போலவே, காலம் இருந்தபோதே தங்கள் அலுவல்களை மூட்டை கட்டிவிட்டு புலம் பெயர்ந்து செல்லத் தவறிவிட்டனர். எங்களுக்கு விடுதலை கிடைக்கும்வரை நாங்கள் உயிர்வாழ விதிக்கப்பட்டிருந்தால், ஐரோப்பாவில் மேலும்

ஒருநாள்கூட தங்கக்கூடாது என்று முடிவெடுத்தோம். முதல் படகில் ஏறி நாங்கள் ஹைபாவிற்குச் செல்வோம்.

இன்னும் கப்பாலாவின் கனவுகளில் மூழ்கியபடி இருந்த அகிபா ட்ரூமர், பைபிளின் ஒரு பாடலை எண்கணித அடிப்படையில் விளக்கி, வரவிருக்கும் வாரங்களில் மீட்சி கிடைக்கும் என்று தீர்க்கதரிசனம் கூறினான்.

நாங்கள் எங்கள் கூடாரங்களை விட்டு, இசைக்கலைஞர்களுக்கான கொட்டடிக்குச் சென்றோம். எங்களுக்கு ஒரு போர்வை, கழுவும் கிண்ணம் மற்றும் ஒரு சோப்புக்கட்டி தரப்பட்டது. அந்த கொட்டடியின் தலைவன் ஒரு ஜெர்மானிய யூதன்.

ஒரு யூதனின் கீழ் இருப்பது நல்லது. அவன் அல்போன்ஸ் என்று அழைக்கப்பட்டான். திடுக்கிட வைக்கும் அளவு சுருங்கிய முகம் கொண்ட அந்த இளைஞன் 'அவனது' கொட்டடியின் நன்மைக்காக தன்னை முற்றிலும் அர்ப்பணித்தவன். தன்னால் முடிந்தபோதெல்லாம் அவன் சிறியவர்களுக்காகவும், பலவீனமானவர்களுக்காகவும், விடுதலையை விட மேலும் ஒரு தட்டு நிறைய சூப்பைக் கனவு காணும் எல்லோருக்காகவும் ஒரு கொப்பரை சூப்பை தயார்படுத்திவிடுவான்.

ஒருநாள் பண்டகசாலையிலிருந்து நாங்கள் திரும்பி வந்த உடனேயே கொட்டடியின் செயலாளரால் நான் அழைக்கப்பட்டேன்.

"ஏ- 7713?"

"நான்தான்."

"சாப்பிட்டதும் நீ பல் மருத்துவரிடம் போகணும்."

"ஆனா எனக்குப் பல் வலி இல்லையே."

"சாப்பிட்டதும். கட்டாயமா."

நான் மருத்துவமனைப் பிரிவிற்குச் சென்றேன். ஏற்கனவே கதவின் முன்னே சுமார் இருபது கைதிகள் வரிசையில் காத்திருந்தனர். நாங்கள் எதற்காக அழைக்கப்பட்டோம் என்பதை கண்டுபிடிக்க நேரமாகவில்லை. அது எங்கள் தங்கப் பல்லை பிடுங்குவதற்காகத்தான்.

செக்கோஸ்லோவாகியாவைச் சேர்ந்த யூதரான அந்த பல் மருத்துவர் மரண முகமூடி போன்றதொரு முகத்தைக் கொண்டிருந்தார். அவர் வாயைத் திறந்தபோது அது மஞ்சளான சொத்தைப் பற்களுடன் கொடூரமாகக் காட்சியளித்தது. நாற்காலியில் அமர்ந்து அவரிடம் பணிவுடன் கேட்டேன். "தயவு செய்து சொல்லுங்க. நீங்க என்ன செய்யப் போறீங்க?"

"உன்னோட தங்கப் பல்லை எடுக்கப்போறோம்" என்று அக்கறையின்றி பதிலளித்தார்.

உடல் நலமின்றி இருப்பதாக பாவனை செய்யும் உத்தி எனக்குத் தோன்றியது.

"டாக்டர் நீங்க இன்னும் கொஞ்சநாள் பொறுக்கமுடியுமா? எனக்கு உடம்பு சரியாக இல்லை. எனக்கு காய்ச்சல் இருக்கு..."

அவர் புருவத்தைச் சுருக்கி ஒரு கணம் யோசித்து என் நாடித் துடிப்பை பார்த்தார்.

"சரி பையா. உனக்கு உடம்பு சரியானதும் என்னைப் பாரு. ஆனா நான் உன்னைக் கூப்பிடுறவரைக்கும் காத்திருக்காதே."

நான் ஒரு வாரத்திற்குப் பின் அவரைப் பார்க்கச் சென்றேன். அதே காரணம். எனக்கு இன்னும் உடல்நிலை சரியாகவில்லை. அவர் எந்தவித ஆச்சர்யமும் அடையவில்லை. என்னை அவர் நம்பினாரா என்றும் தெரியவில்லை. வாக்குக் கொடுத்தபடி நானாகவே அவரைச் சென்று பார்த்ததால், அவர் ஒருவேளை மகிழ்ச்சி அடைந்திருக்கலாம். அவர் எனக்கு மீண்டும் அவகாசமளித்தார்.

நான் இம்முறை சென்று திரும்பிய சில நாட்களில், அவர்கள் பல் மருத்துவரின் அறுவை சிகிச்சை அறையை மூடியதுடன் அவரை சிறையிலும் அடைத்தனர். அவரைத் தூக்கிலிடப் போகிறார்கள். தனிப்பட்ட முறையில் கைதிகளின் தங்கப் பற்களைக் கடத்துவதாக அவர்மீது குற்றம் சாட்டப்பட்டுள்ளது. நான் அவருக்காக வருத்தப்படவே இல்லை. நடந்தது குறித்து சந்தோஷப்பட்டேன். எனது தங்கப்பல்லைக் காப்பாற்றி விட்டேன். அது என்றாவது ஒருநாள், எதையாவது வாங்க - உணவு அல்லது வாழ்க்கை என்று - எனக்கு உதவலாம். காலத்தின் அந்த கணத்தில், நான் அன்றாடம் எனக்கு வழங்கப்படும் தட்டு நிறைய சூப் மற்றும் வறண்ட ரொட்டித் துண்டைத் தவிர வேறு எதிலும் ஆர்வம் காட்டுவதில்லை.

ரொட்டி, சூப் இவையே எனது முழுமையான வாழ்க்கையாக இருந்தது. நான் ஓர் உடலாக இருந்தேன். ஒருவேளை இன்னும் அதை விடக் கீழாக, ஒரு பசித்த வயிறாக. என் வயிறு மட்டுமே கால ஓட்டத்தைப் பற்றிய உணர்வு கொண்டிருந்தது.

பண்டகசாலையில் அடிக்கடி ஓர் இளம் பிரெஞ்சுப் பெண்ணின் அருகில் பணியாற்றினேன். நாங்கள் ஒருவருக்கொருவர் பேசிக்கொண்டதில்லை. ஏனென்றால் அவளுக்கு ஜெர்மன் மொழி தெரியாது. என்னால் பிரெஞ்சு மொழியைப் புரிந்து கொள்ளமுடியாது.

அவள் ஒரு யூதப் பெண் என்றுதான் நினைத்தேன். ஆனால் இங்கு அவள் 'ஆரிய' இனத்தவளாக ஏற்றுக்கொள்ளப்பட்டவள். அவள் கட்டாயப் பணிக்காக நாடு கடத்தப்பட்டவள்.

ஒருநாள் இடெக், தனது வழக்கமான வெறியை வெளிப்படுத்தும் நேரத்தில் அகப்பட்டுக்கொண்டேன். அவன் ஒரு காட்டுவிலங்கைப்போல என் மீது தாவி என்னைக் கீழே தள்ளி, மீண்டும் மேலே தூக்கி எனது நெஞ்சில், தலையில் அடித்தான். அவனது அடிகள் மேலும் மேலும் உக்கிரமாக, எனது உடலே ரத்தத்தால் நனையும்வரை நீடித்தன. வலியால் அலறுவதைத் தடுக்க என் உதட்டை கடித்துக் கொண்டிருந்தேன். எனது மௌனத்தை எதிர்ப்பாக அவன் எடுத்துக் கொண்டதால் தொடர்ந்து என்னைக் கடுமையாக அடித்தபடியே இருந்தான்.

திடீரென அவன் அமைதியடைந்தான். எதுவுமே நடக்காதது போல என்னை மீண்டும் வேலைக்கு அனுப்பினான். நாங்கள் இருவரும் ஏதோ ஒரு விளையாட்டில் பங்கேற்று அதில் எங்களுக்காக பாத்திரங்களை ஏற்று நடித்தது போல இருந்தது.

நான் என்னை இழுத்தபடியே என் மூலைக்குச் சென்றேன். உடலெங்கும் வலித்தது. ஒரு குளிர்ந்த கை ரத்தம் தோய்ந்த என் நெற்றியைத் துடைப்பதை உணர்ந்தேன். அந்த பிரெஞ்சுப் பெண். அவள் ஒரு சோகமான புன்னகையுடன் என்னைப் பார்த்து என் கையில் ஒரு ரொட்டித் துண்டைத் திணித்தாள். அவள் என் விழிகளினுள் பார்த்தாள். அவள் எதையோ சொல்ல விரும்புகிறாள். ஆனால் அச்சத்தால் வாயடைத்து இருக்கிறாள் என்பதை உணர்ந்தேன்.

நீண்ட நேரம் அவள் அப்படியே இருந்தாள். பின் அவள் முகம் தெளிவடைந்தது. மிகவும் நேர்த்தியான ஜெர்மனில்

என்னிடம் கூறினாள், "உதட்டை நல்லா கடிச்சுக்கோ தம்பி. அழாதே. உன்னோட கோபத்தையும் வெறுப்பையும் இன்னொரு நாளைக்காக ஒதுக்கி வச்சுக்கோ. அந்த நாள் வரும். ஆனா இப்ப வேண்டாம்... பொறுமையா இரு. பல்லைக் கடிச்சுட்டுப் பொறுத்திரு."

பல ஆண்டுகளுக்குப் பின் பாரீஸ் ரயில் வண்டியில் பயணத்தின் போது நான் செய்தித்தாள் படித்துக்கொண்டிருந்தேன். என் எதிரில் மிக அழகிய பெண்ணொருத்தி கருத்த கூந்தலுடன் கனவு காணும் விழிகளுடன் அமர்ந்திருந்தாள். நான் அந்த விழிகளை இதற்குமுன் எங்கேயோ பார்த்திருக்கிறேன். அது அவள்தான்.

"என்னைத் தெரியுதா?"

"தெரியலையே."

"1948ல ஜெர்மனியில புனாவில நீங்க இருந்தீங்க இல்லையா?"

"ஆமா."

"நீங்க அங்கே இருந்த மின் பண்டகசாலைலே வேலை பார்த்தீங்க..."

"ஆமா" என்று சற்று கலக்கத்துடன் கூறினாள். பிறகு ஒரு கண மௌனத்திற்குப் பின் "ஒரு நிமிஷம் பொறு... இப்ப எனக்கு ஞாபகம் வருது..."

"இடெக். அந்தக் காவலன்... அந்த யூதப் பையன்... உங்களோட அன்பான வார்த்தைகள்..."

நாங்கள் ரயில் நிலையத்திலிருந்து ஒன்றாகச் சென்று ஒரு உணவு விடுதியின் மேல்மாடியில் அமர்ந்திருந்தோம். அந்த மாலை நேரம் முழுவதும் எங்கள் பழைய நினைவுகளில் ஆழ்ந்திருந்தோம்.

நான் அவளை விட்டுப் பிரியும்முன் அவளிடம் கேட்டேன் "நான் உங்களை ஒரு கேள்வி கேட்கலாமா?"

"நீ என்ன கேட்கப் போறேன்னு எனக்குத் தெரியும். கேளு."

"என்ன கேட்கப் போறேன்?"

"நான் யூதரான்னு. ஆமா, நான் யூத இனத்தைச் சேர்ந்தவள்தான். மிகுந்த ஆசாரமான குடும்பம். ஜெர்மானிய நாஜிகளோட ஆளுகைக்குள்ள வந்ததும் போலி அடையாள அட்டையை

வாங்கி நான் ஆரியன் ஆகிட்டேன். அதனாலேதான் என்னை கட்டாய உழைப்புக் குழுவில சேர்த்தாங்க. என்னை ஜெர்மனிக்கு நாடு கடத்தினப்போ நான் கைதிகளுக்கான முகாமில் இருந்து தப்பினேன். பண்டகசாலையிலே யாருக்குமே நான் ஜெர்மன் மொழி பேசுவேன்னு தெரியாது. பேசியிருந்தா அது அவங்களுக்கு சந்தேகத்தை ஏற்படுத்தியிருக்கும். உங்கிட்ட அந்த சில வார்த்தைகளைப் பேசியது ஆபத்தானதுதான். ஆனால் எனக்குத் தெரியும், நீ என்னைக் காட்டிக்கொடுக்கமாட்டேன்னு."

மற்றொரு முறை ஜெர்மன் படைவீரர்களின் மேற்பார்வையில் இருந்த ரயில் வண்டிகளில் டீசல் எஞ்சின்களை நாங்கள் ஏற்ற வேண்டியிருந்தது. இடெக்கின் நரம்புகள் மிகுந்த இறுக்கத்தில் இருந்தன. அவன் மிகவும் கஷ்டப்பட்டு தன்னைக் கட்டுப்படுத்திக் கொண்டிருந்தான். திடீரென அவனது வெறி வெடித்துக் கிளம்பியது. அதற்குப் பலியானது என் தந்தை.

"ஏ! கிழட்டு சோம்பேறி பிசாசே..." இடெக் கூச்சலிடத் தொடங்கினான். "நீ இதைத்தான் வேலைன்னு சொல்லுவியா..."

அவன் ஒரு இரும்புக் கம்பியால் அவரை அடிக்கத் தொடங்கினான். முதலில் அடிகளால் குனிந்து பதுங்கிய அவர் இடிகளால் தாக்கப்பட்ட ஒரு உலர்ந்த மரம்போல உடைந்து நொறுங்கி மயங்கி விழுந்தார்.

நான் சலனமின்றி இக்காட்சி முழுவதையும் பார்த்துக்கொண்டிருந்தேன். ஊமையாக இருந்தேன். உண்மையில், நானும் அடிபடாமல் இருக்க இன்னும் எவ்வளவு தூரம் விலகிச் செல்வது என்பதை யோசித்துக் கொண்டிருந்தேன். அதற்கு மேலாக, அந்த கணத்தில் எனக்குள் ஏற்பட்ட ஆத்திரம் அந்தக் காவலனின் மீது அல்ல, எனது தந்தையை நோக்கியே திரும்பியது. இடெக்கின் பார்வையிலிருந்து தப்பிக்கத் தெரியாத எனது தந்தையின் மீது எனக்குக் கோபம் வந்தது. கைதிகளுக்கான இந்த வதை முகாம் வாழ்க்கை என்னை இவ்வாறு ஆக்கிவிட்டது.

ஒருநாள், மேலாளன் பிரானெக், எனது தங்கப் பல்லை கவனித்து விட்டான்.

"எனக்கு உன் தங்கப்பல்லைக் குடுத்திரு பையா."

என்னால் கொடுக்க முடியாது என்றும் அந்தப் பல் இல்லாமல் என்னால் சாப்பிட இயலாது என்றும் கூறினேன்.

"உனக்கு சாப்பிட அப்படி என்ன கொடுக்கிறாங்க?"

நான் மற்றொரு பதிலைக் கண்டுபிடித்தேன். இந்த தங்கப்பல் மருத்துவப் பரிசோதனைப் பட்டியலில் குறிப்பிட்டுள்ளதாகத் தெரிவித்தேன். இது எங்கள் இருவருக்குமே பிரச்சினையை உருவாக்கும்.

"நீ உன்னோட தங்கப்பல்லை எனக்குத் தரலேன்னா, அதுக்காக நீ அதைவிட அதிகமான விலை குடுக்க வேண்டியிருக்கும்."

இந்த இரக்கம் கொண்ட புத்திசாலியான இளைஞன் திடீரென மாறிவிட்டான். முன்பிருந்த அதே மனிதனாக இல்லை. அவனது விழிகள் ஆசையால் மின்னின. நான் இதுகுறித்து எனது தந்தையுடன் ஆலோசனை செய்ய வேண்டியுள்ளதாக அவனிடம் கூறினேன்.

"உங்க அப்பாகிட்டே கேளு பையா. ஆனா எனக்கு நாளைக்கே பதில் வேணும்."

நான் எனது தந்தையிடம் இதைப் பற்றிப் பேசியவுடன் முகம் வெளிறிய அவர் சற்று நேரம் மௌனமாக இருந்துவிட்டு பின் கூறினார்.

"இல்லை மகனே, நீ இதைச் செய்யக்கூடாது. அவன் இதுக்காக நம்மை ஏதாவது செய்யாம விடமாட்டான்."

"இல்லை. அவன் அதுக்கு துணியமாட்டான்."

ஆனால் அந்த பிரானெக் என்னை எங்கு தொடவேண்டும், எனது பலவீனமான இடம் எது என்பதை அறிந்திருந்தான். எனது தந்தை எப்போதுமே ராணுவ சேவை செய்ததில்லை. அவருக்கு சரியாக வரிசையில் அணிவகுத்து நடக்கவும் தெரியவில்லை. இங்கு நாங்கள் ஒவ்வொரு முறையும், ஓரிடத்திலிருந்து மற்றொரு இடத்திற்கு ஒன்றாகச் செல்லும்போது, முறையாக அணிவகுத்துச் சென்றோம். இதுவே ஒவ்வொரு நாளும் எனது தந்தையை காட்டுத்தனமாக அடித்து சித்திரவதை செய்ய பிரானெக்கிற்கு வாய்ப்பளித்தது. "லெப்ட், ரைட், அடி. லெப்ட், ரைட். வதை..."

நான் எனது தந்தைக்கு கால் மாற்றி வைத்து முறையாக அணிவகுத்துச் செல்வதில் பயிற்சியளிக்கத் தீர்மானித்தேன். நாங்கள் கொட்டடியின் முன்னால் பயிற்சியைத் தொடங்கினோம். நான் ‘லெப்ட், ரைட்’ என உத்தரவிடுவேன். எனது தந்தை பயிற்சி செய்வார். எங்களுடன் இருந்த சில கைதிகள் கேலி செய்யத் தொடங்கினர்.

“பாரு அந்த சின்ன அதிகாரி கிழவனுக்கு அணிவகுத்துப் போறதுக்கு பயிற்சி தர்ராரு... ஏ, ஜெனரல், அந்தக் கிழட்டுப் பய பயிற்சி தர்றதுக்கு எவ்வளவு ரொட்டி தர்றான்?”

ஆனால் எனது தந்தையின் முன்னேற்றம் போதுமானதாக இல்லாததால் அவர் மீது மழையென அடிகள் விழுவது தொடர்ந்தது.

“உனக்கு இன்னும் ஒழுங்கா அணிவகுத்துப் போகத் தெரியலை. கிழட்டு உதவாக்கரையே....”

இக்காட்சிகள் இரண்டு வாரங்களாகத் தொடர்ந்தன. எங்களால் அதற்கு மேலும் தாங்கமுடியவில்லை. நாங்கள் விட்டுக் கொடுக்க வேண்டியதாயிற்று. அந்த நாள் வந்ததும் பிரானெக் காட்டுச் சிரிப்பு சிரித்தான்:

“எனக்குத் தெரியும். எனக்கு நல்லாத் தெரியும். நான்தான் ஜெயிப்பேன்னு. எப்பவுமே இல்லேங்கிறதை விட தாமதமானது பரவாயில்லே. நீ என்னை காக்க வச்சதாலே அதுக்கு விலை உன்னோட ஒருநாள் உணவான ரொட்டி. என்னோட நண்பனான வார்சா நகர பிரபல பல் மருத்துவன்கிட்ட உன்னோட ஒரு நாளைக்கான ரொட்டியைக் குடுத்தா அவன் உன் பல்லைப் பிடுங்கிடுவான்.”

“என்ன? என்னோட தங்கப் பல்லைப் பிடுங்க என்னோட ரொட்டியைத் தரணுமா?”

பிரானெக் இளித்தான்.

“நீ வேற எப்படி செய்யலாம்னு நெனக்கிறே? என் கை முஷ்டியாலே உன் பல்லை உடைச்சிரவா?”

அன்று மாலையே, கழிவறையில், வார்சாசைச் சேர்ந்த பல் மருத்துவன் ஒரு துருப்பிடித்த கரண்டியால் எனது தங்கப் பல்லை பிடுங்கியெடுத்தான்.

பிரானெக் இப்பொழுது கனிவாக மாறிவிட்டான். இடையிடையே கூடுதலாக சூப்பை எனக்குத் தந்தான். இது நீடிக்கவில்லை. இரு வாரங்களுக்குப் பிறகு போலந்துக்காரர்கள் வேறொரு முகாமிற்கு மாற்றப்பட்டார்கள். நான் தேவையின்றி எனது தங்கப் பல்லை இழந்தேன்.

போலந்துக்காரர்கள் இங்கிருந்து சென்ற சில நாட்களில், எனக்கு ஒரு புதிய அனுபவம் கிடைத்தது.

அது ஒரு ஞாயிற்றுக்கிழமையின் காலை நேரம். எங்களுடைய குழு அன்று வேலைக்குச் செல்லவேண்டியதில்லை. ஆனாலும் இடெக் நாங்கள் முகாமில் இருப்பதை விரும்பவில்லை. நாங்கள் பண்டகசாலைக்குச் செல்ல வேண்டியிருந்தது. வேலையின் மீதான அவனது இந்த திடீர் ஆர்வம் எங்களை அதிர்ச்சிக்குள்ளாக்கியது.

பண்டகசாலையில் இடெக் எங்களை பிரானெக்கிடம் ஒப்படைத்து விட்டுக் கூறினான். "நீ விரும்புற எதை வேணுமானாலும் செய். ஆனால் ஏதாவது செய். இல்லேன்னா எனக்கு பதில் சொல்ல வேண்டி வரும்." பிறகு அவன் காணாமல் போய்விட்டான்.

எங்களுக்கு என்ன செய்வதென்று தெரியவில்லை. தரையில் குத்தவைத்து அமர்ந்திருப்பதில் சோர்வுற்று நாங்கள் முறை வைத்து மக்களில் எவராவது பண்டகசாலையில் விட்டுச் சென்றிருக்கக்கூடிய மிஞ்சிய ரொட்டித் துண்டுகளைத் தேடியபடி நடந்து சுற்றிப் பார்த்துத் திரும்பினோம்.

நான் கட்டிடத்தின் பின்புறம் வந்தபொழுது, அருகிலுள்ள சிறு அறையிலிருந்து சத்தம் வருவதைக் கேட்டேன். நான் கதவருகே சென்று பார்த்ததில் ஒரு படுக்கை விரிப்பின் மீது இடெக், அரை நிர்வாணமாக இருந்த ஒரு போலந்து சிறுமியுடன் இருப்பதைக் கண்டேன். இப்பொழுது இடெக் எங்களை முகாமிலேயே இருக்கவிடாததற்கான காரணம் எனக்குப் புரிந்தது. ஒரு பெண்ணுடன் படுப்பதற்காக, ஒரு நூறு கைதிகளை அவன் அங்கிருந்து வரும்படி செய்திருக்கிறான்! இது மிகவும் வேடிக்கையாகத் தோன்றியதால் நான் வாய்விட்டுச் சிரித்தேன்.

இடெக் குதித்தெழுந்து திரும்பிப் பார்க்க, நான் இருப்பதைக் கண்டான். அந்தப் பெண் தன் முலைகளை மூட முயற்சி செய்தாள். நான் ஓட விரும்பினேன். ஆனால் எனது கால்கள்

தரையில் ஆணியடிக்கப்பட்டது போல இருந்தது. இடெக் எனது குரல்வளையைப் பிடித்தான்.

தணிந்த குரலில் கூறினான். "பொறுத்திருந்து பார் பையா. வேலையை விட்டு வந்ததுக்கு நீ என்ன விலை கொடுக்கணும்னு... நீ சீக்கிரமே இதுக்கு பதில் சொல்லியாகணும். இப்ப நீ உன்னோட இடத்துக்குப் போ."

வழக்கமாக வேலை முடிவதற்கு அரைமணி நேரத்திற்கு முன்பே காவலன் எங்கள் குழுவை ஒன்று திரட்டினான். ஆள் கணக்கெடுப்பு. எவருக்கும் என்ன நடந்ததென்று தெரியவில்லை. இந்த நேரத்தில் எதற்கு கணக்கெடுப்பு? அதுவும் இங்கே? ஆனால் எனக்குத் தெரியும். காவலன் ஒரு சிறு சொற்பொழிவாற்றினான்.

"ஒரு சாதாரண கைதிக்கு மத்தவங்க விவகாரத்தில் தலையிட எந்த உரிமையும் கிடையாது. உங்களில் ஒருத்தனுக்கு இது புரியலேன்னு தெரியுது. அதனாலே நான் அவனுக்கு ஒருவழியா அதை தெளிவாக்கப் போறேன்."

என்மீது வியர்வை பெருகி ஓடுவதை உணர்ந்தேன்.

"ஏ- 7713"

நான் முன்னால் சென்றேன்.

"ஒரு பெட்டி வேணும்." அவன் ஆணையிட்டான்.

அவர்கள் ஒரு பெட்டியைக் கொண்டு வந்தார்கள். "நீ அதிலே குப்புறப் படு."

நான் பணிந்தேன்.

அதன்பிறகு சாட்டையடிகளைத் தவிர நான் வேறெதையும் உணரவில்லை.

"ஒண்ணு... ரெண்டு..." அவன் எண்ணியபடி இருந்தான்.

அவன் சவுக்கடிகளிக்கிடையில் நேரமெடுத்துக் கொண்டான். முதலாவது மட்டும் உண்மையிலேயே வலித்தது. அவன் எண்ணுவதைக் கேட்டேன்:

"பத்து... பதினொன்று..."

அவனது குரல் நிதானமாக ஒரு கனத்த சுவரின் வழியே வருவது போல என்னை வந்தடைந்தது.

"இருபத்தி மூணு..."

நான் அரை உணர்வில், இன்னும் இரண்டு உள்ளதென்று எண்ணினேன். அக்காவலன் காத்திருந்தான்.

"இருபத்து நாலு... இருபத்தஞ்சு..."

அது முடிந்துவிட்டது. ஆனால் நான் அறியவில்லை. ஏனென்றால் அதற்கு முன்பே நான் மயங்கிவிட்டேன். ஒரு வாளி குளிர்ந்த நீர் என் மீது ஊற்றப்பட்டதும் எனக்கு நினைவு வரத் தொடங்கியது. நான் இன்னும் பெட்டியின் மீதே படுத்திருந்தேன். என்னைச் சூழ்ந்திருந்த ஈரத்தரை எனக்கு மங்கலாகவே தெரிந்தது. பிறகு யாரோ கத்தும் சத்தம் கேட்டது. அது அந்தக் காவலனாகத்தான் இருக்கும்.

எனக்கு அவன் கத்தும் வார்த்தைகள் என்ன என்பது புரியத் தொடங்கியது.

"எழுந்திரு."

நான் எழுந்திருக்க முயன்றிருக்கவேண்டும். ஏனென்றால் நான் மீண்டும் பெட்டியின் மேல் விழுந்தேன். நான் எழுந்திருக்க எவ்வளவு விரும்புகிறேன்.

"எழுந்திரு" அவன் இன்னும் உரத்துக் கத்தினான்.

என்னால் குறைந்தபட்சம் அவனுக்கு பதிலளிக்க முடிந்திருந்தால்... என்னால் அசையமுயடிவில்லை என்று அவனிடம் சொல்ல முடிந்திருந்தால்... ஆனால் என்னால் வாய் திறக்கமுடியவில்லை.

இடெக்கின் ஆணைப்படி, இரு கைதிகள் என்னைத் தூக்கிச் சென்று, அவன் முன்னே நிறுத்தினர்.

"என்னை நேரா பாரு!"

நான் அவனைப் பார்க்காமலே பார்த்துக் கொண்டிருந்தேன். நான் என் தந்தையை நினைத்துக்கொண்டிருந்தேன். என்னைவிட அவர் மிகுந்த வேதனையடைந்திருக்கவேண்டும்.

"நான் சொல்றதைக் கேளுடா, பன்னிப் பயலே" இடெக் எவ்வித உணர்ச்சியுமின்றி கூறினான். "இது உன்னோட ஆர்வத்துக்காக.

நீ பார்த்ததை வெளியே சொன்னே, இதைவிட இன்னும் அஞ்சு மடங்கு அதிகம் கிடைக்கும். புரிஞ்சுதா?"

நான் எனது தலையாட்டினேன், ஒருமுறை, பத்து முறை, முடிவின்றி எனது தலை ஆமாம் என்று சொல்ல முடிவெடுத்ததைப்போல. நித்தியத்திற்கும்.

ஒரு ஞாயிற்றுக்கிழமையன்று, எனது தந்தை உட்பட, எங்களில் பாதிப்பேர் வேலைக்குச் சென்றிருக்க நான் உட்பட பிளாக்கில் எஞ்சியுள்ளவர்கள், காலையில் அதிக நேரம் படுக்கையிலிருக்கக் கிடைத்த வாய்ப்பைப் பயன்படுத்திக் கொண்டிருந்தோம்.

சுமார் பத்து மணிக்கு, விமானத் தாக்குதலை அறிவிக்கும் அபாய மணி ஒலித்தது. எச்சரிக்கை. பிளாக்குகளின் தலைவர்கள் எங்களை உள்ளே ஒன்று திரட்ட ஓடிவந்தனர். எஸ் எஸ் ஆட்கள் பாதுகாப்பிடங்களில் அடைக்கலம் புகுந்தனர். இத்தகைய அபாய காலங்களில் கைதிகள் தப்பிச் செல்வது எளிதானதல்ல என்பதால், கண்காணிப்புப் பணிகளில் இருந்து காவலர்கள் சென்றுவிட்டனர். சுற்றியிருந்த முள்வேலிகளில் செலுத்தப் பட்ட மின் இணைப்பு துண்டிக்கப்பட்டது. கொட்டடிகளுக்கு வெளியே தென்பட்டவர்களைச் சுட்டுத் தள்ளும்படி எஸ் எஸ் அதிகாரிகளுக்கு உத்தரவிடப்பட்டது.

சில நிமிடங்களில் முகாம் ஒரு கைவிடப்பட்ட கப்பலைப் போல் காட்சியளித்தது. பாதைகளில் உயிருள்ள ஒரு ஜீவனும் இல்லை. சமையலறையருகே, ஆவி பறக்கும் பாதி நிரம்பிய சூப் கொப்பரைகள் விட்டுச் செல்லப்பட்டிருந்தன. இரு கொப்பரைகளில் சூப், பாதையின் மத்தியில் காவலின்றி இருந்தது! அரசர்களுக்கான விருந்து! கைவிடப்பட்டுக் கிடந்தது பெரும் ஈர்ப்பைத் தூண்டியது! நூற்றுக்கணக்கான விழிகள் ஆசை மின்ன அவற்றைப் பார்த்தன. இரு ஆடுகள். அதற்காக ஒரு நூறு ஓநாய்கள் காத்திருந்தன. மேய்ப்பன் இன்றி இரு ஆடுகள் ஒரு பரிசு. ஆனால் யார் துணிவார்?

பயம் பசியை விட பலம் வாய்ந்தது. திடீரென 37வது கொட்டடியின் கதவு மெதுவாகத் திறப்பதை நாங்கள் கண்டோம். ஒரு மனிதன் வெளிப்பட்டு, கொப்பரைகள் இருந்த திசை நோக்கி ஒரு புழுவைப்போல ஊர்ந்து சென்றான்.

நூற்றுக்கணக்கான விழிகள் அவனது அசைவுகளைக் கவனித்தபடி இருந்தன. நூற்றுக்கணக்கான ஆண்கள், கரடுமுரடான பாதையில்

இரவு | 97

உடல்களைக் கீறியபடி அவனுடன் ஊர்ந்து சென்றனர். எல்லா இதயங்களும் நடுங்கின, ஆனால் பெரும்பாலும் பொறாமையால். அவர்களில் அவனே துணிந்தவன்.

அவன் முதலாவது கொப்பரையை நெருங்கிவிட்டான். இதயங்கள் வேகமாகத் துடித்தன. அவன் வெற்றியடைந்து விட்டான். பொறாமை எங்களை விழுங்கியது, எங்களைத் தின்றது. எங்களால் ஒரு கணம்கூட அவனைக் குறித்து பெருமிதம் கொள்ளத் தோன்றவில்லை. அப்பாவிக் கதாநாயகன் ஒரு சூப்பிற்காக தற்கொலை செய்து கொண்டிருக்கிறான்... எங்கள் மனதில் அவன் ஏற்கெனவே இறந்துவிட்டான்.

கொப்பரையின் அருகே நீட்டிப் படுத்தபடி, இப்பொழுது அவன் அதன் விளிம்பு நோக்கி தன்னை உயர்த்த முயல்கிறான். பயத்தாலோ அல்லது பலவீனத்தாலோ, அவன் அப்படியே இருந்தபடி சந்தேகமின்றி தனது முழு பலத்தையும் ஒன்றுதிரட்ட முயல்கிறான். இறுதியில் அந்த கொப்பரையின் விளிம்பு நோக்கி தன்னை உயர்த்தும் முயற்சியில் வெற்றி பெற்றுவிட்டான். ஒருகணம் அவன் தன்னைத் தானே பார்ப்பதுபோல, சூப்பில் பேய் போன்ற தனது பிம்பத்தை தேடுவதுபோல இருந்தான். பிறகு எவ்விதக்காரணமுமின்றி அவன், அதற்குமுன் நான் கேட்டிராத ஒரு பயங்கரமான அலறலை ஒரு மரண ஓலத்தை வெளிப்படுத்தி வாய் பிளந்தபடி இன்னும் கொதித்துக் கொண்டிருக்கும் அந்த திரவத்தினுள் தலையை விட்டான். நாங்கள் அந்த வெடிச்சத்தத்தைக் கேட்டு அதிர்ந்தோம். அவனது முகத்தில் சூப் படிந்திருக்க அவன் தரையில் பின்னோக்கி விழுந்து கொப்பரையின் அருகில் சில வினாடிகள் துடித்துப் பின் அசைவற்றுக் கிடந்தான்.

பிறகு எங்களுக்கு விமானங்களின் ஓசை கேட்கத் தொடங்கியது. உடனே எங்கள் குடியிருப்புகள் அதிரத் தொடங்கின.

“அவங்க புனாவில குண்டு போடுறாங்க.” யாரோ கத்தினார்கள்.

நான் எனது தந்தையை நினைத்தேன். இருந்தபோதிலும் எல்லாமே பற்றி எரிவதைப் பார்த்து எனக்கு மகிழ்ச்சிதான். எத்தகைய பழிவாங்குதல். ஜெர்மானியத் துருப்புகள் பலமுனைகளில் தோல்வியைச் சந்தித்து வருவதைப் பற்றி பேசப்படுவதை நாங்கள் நிறையக் கேட்டிருக்கிறோம். ஆனால் எந்த அளவுக்கு அதை நம்புவது என்று எங்களுக்குத் தெரிய வில்லை. இன்று அது உண்மையானது.

நாங்கள் அஞ்சவில்லை. இருப்பினும் ஒரு குண்டு பிளாக்குகளின் மீது விழுந்திருந்தால் மட்டும், பல நூறு உயிர்களைப் பலி கொண்டிருக்கும். ஆனால் நாங்கள் இப்போதெல்லாம் மரணம் குறித்து அச்சம் கொள்ளவில்லை. அதுவும் இத்தகைய மரணம் குறித்து. வெடிக்கும் ஒவ்வொரு குண்டும் எங்களை மகிழ்ச்சியில் ஆழ்த்தியதுடன் வாழ்க்கை மீதான ஒரு புதிய நம்பிக்கையை அளித்தது.

அந்த தாக்குதல் ஒருமணி நேரத்திற்கும் மேலாக நீடித்தது. அது இன்னும் பத்து மடங்கு நேரம் நீடித்திருந்தால்...? பின் மீண்டும் அமைதி நிலவியது. அமெரிக்க விமானத்தின் கடைசிச்சத்தம் காற்றில் தொலைந்த போது நாங்கள் மீண்டும் எங்கள் கல்லறையில் இருப்பதை அறிந்தோம். தொடுவானத்தில் ஒரு நீண்ட கரும்புகைத் தடத்தைக் கண்டோம். மீண்டும் ஒருமுறை அபாய அறிவிப்பு மணி ஒலித்தது. இம்முறை எச்சரிக்கைக் காலம் முடிந்துவிட்டதற்கான அறிவிப்பு.

எல்லோரும் வெளியே வந்தனர். தீயும் புகையும் கலந்த காற்றால், எங்கள் நுரையீரல்களை நிரப்பிக்கொண்டோம். எங்கள் விழிகளில் நம்பிக்கை மின்னியது. ஒரு குண்டு முகாமின் மத்தியில் உள்ள அனைவரும் அணிவகுப்பு மைதானத்தில் விழுந்தது. ஆனால் வெடிக்கவில்லை. நாங்கள் அதை முகாமிற்கு வெளியே கொண்டு செல்ல வேண்டியிருந்தது.

முகாமின் தலைவன், தனது உதவியாளர்கள் மற்றும் தலைமைக் காவலனுடன் வந்து பாதைகளைச் சுற்றிப் பார்த்தான். இத்தாக்குதல் அவனது முகத்தில் ஆழ்ந்த பயத்தின் தடயங்களை விட்டுச் சென்றிருந்தது.

எங்கள் முகாமின் மத்தியில் சூப் படிந்த முகம் கொண்ட மனிதனின் உடல் கிடந்தது. அவன் மட்டுமே குண்டு வீச்சில் பலியானவன். கொப்பரைகள் மீண்டும் சமையலறைக்கு தூக்கிச் செல்லப்பட்டன.

எஸ்எஸ் காவலர்கள் கண்காணிப்புக் கோபுரத்தில் இயந்திரத்துப்பாக்கிகளுக்கு பின் இருந்த தங்கள் இடங்களுக்குச் சென்றனர். இடைவேளை முடிந்து விட்டது.

ஒருமணி நேரத்திற்குப் பின், வழக்கம்போல எல்லாக் குழுக்களும் அணிவகுத்து வருவதைக் கண்டோம். என் தந்தையைக் கண்டதும் நான் மிகவும் மகிழ்ச்சியடைந்தேன்.

"நிறைய கட்டிடங்கள் தரைமட்டமாயிருச்சு. ஆனால் பண்டகசாலைக்கு ஒண்ணும் ஆகலே" என்று அவர் கூறினார்.

பிற்பகலில், உற்சாகத்துடன் நாங்கள் இடிபாடுகளை அகற்றச் சென்றோம்.

ஒரு வாரத்திற்குப் பிறகு, வேலையிலிருந்து திரும்பும் வழியில், முகாமின் மத்தியில் அணிவகுப்பு மைதானத்தில் ஒரு கருப்பு தூக்கு மேடை இருப்பதைக் கண்டோம்.

கணக்கெடுப்பிற்கு முன் சூப் வழங்கப்படாது என்று எங்களுக்குத் தெரிவிக்கப்பட்டது. வழக்கத்திற்கு மாறாக இதற்கு நீண்ட நேரமானது. மற்ற நாட்களைவிட இன்று உத்தரவுகள் கடுமையாக வந்தன. காற்றில் விசித்திரமான அதிர்வுகள் தென்பட்டன.

"தலையிலிருந்து தொப்பியைக் கழட்டுங்க." திடீரென முகாமின் தலைவன் கத்தினான்.

ஒரே நேரத்தில் பத்தாயிரம் தொப்பிகள் அகற்றப்பட்டன.

"தொப்பியை மாட்டுங்க."

பத்தாயிரம் தொப்பிகள் மின்னலைப்போல வேகமாக மீண்டும் தலைகளுக்குச் சென்றன.

முகாமின் கதவு திறந்தது. ஒரு எஸ்எஸ் பிரிவினர் தோன்றி மூன்றடிக்கு ஒருவராக எங்களைச் சூழ்ந்து நின்றனர். கண்காணிப்புக் கோபுரத்தின் இயந்திரத் துப்பாக்கிகள் இந்த இடத்தைக் குறிபார்த்தபடி இருந்தன.

"அவங்க பிரச்சினை ஏற்படும்னு பயப்படுறாங்க" என்று முணு முணுத்தான் ஜூலியெக்.

இரு எஸ் எஸ் ஆட்கள் தனிச்சிறைக்குச் சென்றனர். அவர்கள் தங்கள் மத்தியில் குற்றவாளி ஒருவனுடன் திரும்பி வந்தனர். அவன் வார்சாவைச் சேர்ந்த இளைஞன். மூன்றாண்டு காலமாக கைதி முகாமில் இருந்தவன். அவன் நல்ல உடல்கட்டு கொண்ட பலசாலி. என்னை ஒப்பிடுகையில் ஆஜானுபாகுவான பையனாக இருந்தான்.

அவனது முதுகு தூக்குமேடையை நோக்கி இருக்க, அவனது முகம், நீதிபதியான முகாமின் தலைவனை நோக்கியபடி

இருந்தது. முகம் வெளிறியிருந்தபோதிலும் அதில் அச்சத்தைவிட வேதனையே தென்பட்டது. அவனது விலங்கிடப்பட்ட கைகள் நடுங்கவில்லை. அவனது விழிகள் தன்னைச் சுற்றியிருந்த நூற்றுக்கணக்கான எஸ் எஸ் காவலர்கள் மற்றும் ஆயிரக்கணக்கான கைதிகளை உணர்ச்சியற்று வெறித்தபடி இருந்தன.

முகாமின் தலைவன் தனது தீர்ப்பின் ஒவ்வொரு வரியையும் அழுத்தம் திருத்தமாகப் படித்தான்.

"ஹிட்லரின் பெயரால்... கைதி எண்... எச்சரிக்கை வேளையில்... திருடியதற்காக சட்டவிதி எண்... பத்தி...ன்படி மரண தண்டனை விதிக்கப்படுகிறது. இது எல்லாக் கைதிகளுக்கும் ஒரு எச்சரிக்கையாகவும் எடுத்துக்காட்டாகவும் இருக்கட்டும்."

எவரும் அசையவில்லை.

என்னால் எனது இதயத்துடிப்பைக் கேட்கமுடிந்தது. ஆஸ்விட்ச் மற்றும் பிர்கெனாவில் உள்ள தகன உலைகளில் தினமும் மரித்துக்கொண்டிருந்த ஆயிரக்கணக்கானவர்கள் இப்பொழுது என்னைக் கலங்கச் செய்யவில்லை. ஆனால் இந்தப் பையன் தனது தூக்குமேடையின் மீது சாய்ந்து நின்றிருக்கும் இவன், என்னை சோகமடையச் செய்தான்.

"நீ இந்த சடங்கு சீக்கிரம் முடிஞ்சுடும்னு நினைக்கிறியா? எனக்கு பசிக்குது" என்று முணுமுணுத்தான் ஜூலியெக்.

முகாமின் தலைவன் சைகை செய்தவுடன், காவலன் குற்றம் சாட்டப்பட்ட மனிதனை நோக்கி முன்னேறிச் சென்றான். இரு கைதிகள் அவனுக்கு உதவினர், இரண்டு கோப்பை சூப்பிற்காக.

காவலன் மரண தண்டனை விதிக்கப்பட்டவனின் கண்களைக் கட்ட விரும்பினான். ஆனால் அவன் மறுத்துவிட்டான்.

நீண்ட காத்திருப்புக்குப் பின், தூக்கு தண்டனை நிறைவேற்றுபவன், அவன் கழுத்தைச் சுற்றி சுருக்குக் கயிறைப் போட்டான். அவன் தனது உதவியாளர்களிடம் கைதியின் காலுக்குக் கீழிருக்கும் நாற்காலியை அகற்றும்படி சைகை செய்ய முற்படும் நிலையில், கைதி நிதானமான, உறுதியான குரலில் சத்தமிட்டான்:

"வாழ்க சுதந்திரம்! ஜெர்மனியை நான் சபிக்கிறேன்! நான் சபிக்கிறேன்! நான்..."

ஒரு உத்தரவு, வாள் போல காற்றைக் கிழித்து வெளிப்பட்டது.

"தொப்பியைக் கழட்டுங்க."

பத்தாயிரம் தொப்பிகள் ஒரே நேரத்தில் தலையிலிருந்து அகற்றப்பட்டன.

"தொப்பியை மாட்டுங்க."

பத்தாயிரம் தொப்பிகள் மீண்டும் மின்னல் வேகத்தில் மாட்டப்பட்டன. பின்னர் முகாமிலிருந்த அனைவரும், தூக்கிலிடப்பட்ட மனிதனை நோக்கி, அவனது ஒளியணைந்த விழிகளையும், வாய்பிளந்து வெளித் தொங்கும் நாக்கையும் உற்று நோக்கியபடி அணிவகுக்க வேண்டியிருந்தது. அவனது முகத்தை நேருக்குநேர் பார்த்துச் செல்லும்படி அனைவரையும் காவலர்கள் கட்டாயப்படுத்தினர்.

அணிவகுப்பிற்குப் பின், உணவிற்காக அவரவர் இடங்களுக்குச் செல்ல எங்களுக்கு அனுமதியளிக்கப்பட்டது.

அன்று மாலை, எனக்கு அளிக்கப்பட்ட சூப், எப்பொழுதை விடவும் சுவையாக இருந்ததுபோல் தோன்றியது என் நினைவுக்கு வருகிறது.

நான் மேலும் சில தூக்குதண்டனைகளைக் கண்ணுற்றேன். அவ்வாறு பலியானவர்களில் ஒருவர்கூட அழுததை நான் பார்க்கவில்லை. நீண்டகாலமாக, இந்த உலர்ந்த உடல்கள் கண்ணீரின் கரிப்புச்சுவையை மறந்துவிட்டிருந்தன.

ஒரே ஒருமுறையைத் தவிர. ஐம்பத்தி ரெண்டாவது கேபிள் யூனிட்டின் காவலன் ஆறடிக்கும் மேல் உயரம் கொண்ட ஆகிருதியான ஒரு டச்சுக்காரன். அவனது கட்டுப்பாட்டின் கீழ் எழுநூறு கைதிகள் பணியாற்றினர். அவர்கள் அனைவரும் அவனை ஒரு சகோதரனைப் போல நேசித்தனர். ஒருவர்கூட அவனது கரங்களால் ஒரு அடியையோ, அவனது உதடுகளால் ஒரு வசையையோ பெறவில்லை.

அவனது 'சேவை'யில் ஒரு இளவயதுப் பையன் இருந்தான். இவர்களை 'பிபெல்' என்று அழைப்பார்கள். அவன் மென்மையான அழகிய முகம்கொண்ட - அந்த முகாமிலேயே கண்கொள்ளாக் காட்சி.

(புனாவில் இத்தகைய 'பிபெல்' சிறுவர்கள் அருவருக்கப்பட்டனர். அவர்கள் அடிக்கடி வயது முதிர்ந்தவர்களை விட, கொடூரமாக நடந்துகொண்டனர். ஒருமுறை பதிமூன்று வயதான ஒருவன், தனது படுக்கையை சரிவர விரிக்காததற்காக, அவனது தந்தையை அடித்துக்கொண்டிருப்பதைப் பார்த்தேன். அந்தக் கிழவன் ஓசையின்றி அழுது கொண்டிருக்க, அந்தப் பையன் கத்தினான்: "நீ உடனே அழுகிறதை நிறுத்தலேன்னா, நான் இனிமே உனக்கு ரொட்டி கொண்டு வரமாட்டேன். உனக்குப் புரிஞ்சுதா?" ஆனால் இந்த டச்சுக்காரனின் குட்டி சேவகன் எல்லோராலும் நேசிக்கப் பட்டான். அவனுக்கு ஒரு சோக தேவதையின் முகம்.)

ஒருநாள் புனாவிலிருந்த மைய மின் நிலையத்தில் மின்தடை ஏற்பட்டது. அச்சேதத்தைப் பரிசோதிக்க சம்பவ இடத்திற்கு வரவழைக்கப்பட்ட ஜெஸ்டபோ அது சதி வேலையென சந்தேகித்தது. அவர்களுக்கு ஒரு தடயம் கிடைத்தது. அது அந்த டச்சுக் காவலனின் பிளாக் நோக்கி இட்டுச் சென்றது. அங்கு நடந்த சோதனையில், ஏராளமான முக்கிய ஆயுதங்கள் சேகரிக்கப்பட்டிருப்பதை அவர்கள் கண்டுபிடித்தனர்.

அக்காவலன் உடனடியாகக் கைது செய்யப்பட்டான். அவன் பல வாரங்களாக, வீணாகச் சித்ரவதை செய்யப்பட்டான். அவன் ஒருவருடைய பெயரைக் கூடச் சொல்லவில்லை. அவன் ஆஸ்விட்சிற்கு மாற்றப்பட்டான். நாங்கள் அதற்குப் பிறகு அவனைப் பற்றிக் கேள்விப்படவில்லை.

ஆனால் அவனது குட்டி சேவகன், முகாமிலுள்ள தனிமைச் சிறையில் அடைக்கப்பட்டான். அவனும் சித்ரவதைக்குள்ளானபோதும் கூட பேச மறுத்துவிட்டான். பின்னர் எஸ்எஸ், அவனுக்கும் ஆயுதங்களுடன் பிடிபட்ட வேறு இரு கைதிகளுக்கும் மரண தண்டனை விதித்தது.

ஒருநாள், நாங்கள் பணியிலிருந்து திரும்பியபோது, நாங்கள் அணிவகுக்கும் மைதானத்தில் மூன்று தூக்குமரங்கள், அடர்கருமையான தூண்கள் நிறுத்தப்பட்டிருப்பதைக் கண்டோம்.

ஆட்கணக்கெடுப்பு. எங்களை எஸ் எஸ். படைகள் சூழ்ந்திருக்க எங்களைக் குறிபார்த்தபடி அவர்களது இயந்திரத் துப்பாக்கிகள்: வழக்கமான சடங்குதான். மூன்று கைதிகள் சங்கிலியால் பிணைக்கப்பட்டிருந்தனர். அவர்களில் ஒருவன் அக்குட்டி சேவகன், சோக விழிகளுடன் கூடிய சிறுவன்.

எஸ்எஸ் ஆட்கள் மிகவும் ஆழ்ந்த யோசனையில் வழக்கத்திற்கு மாறாக அதிக கலவரத்துடன் இருப்பது போல தோன்றினர். தூக்கிலிடுவது, அதுவும் ஒரு சிறு பையனை ஆயிரக்கணக்கான பார்வையாளர்கள் முன்னிலையில் தூக்கிலிடுவது சாதாரண விஷயமல்ல. முகாமின் தலைவன் தீர்ப்பை வாசித்தான். எல்லோரது பார்வையும் அச்சிறுவனின் மீதே இருந்தன. அவன் மிகவும் வெளிறிப்போய், உதடுகளைக் கடித்தபடி அமைதியாக இருந்தான். தூக்குமேடையின் நிழல் அவன் மீது படிந்தது.

இம்முறை காவலன் தூக்கிலிடும் பணியைச் செய்வதற்கு மறுத்துவிட்டான். மூன்று எஸ்எஸ் வீரர்கள் அவனுக்குப் பதிலாக வந்தனர்.

தண்டனை விதிக்கப்பட்ட மூவரும் ஒன்றாக நாற்காலிகளின் மீது ஏற்றப்பட்டனர்.

ஒரே நேரத்தில் மூன்று கழுத்துகளிலும் சுருக்குக் கயிறு மாட்டப்பட்டது.

"வாழ்க சுதந்திரம்' அந்த இரு மனிதர்களும் குரலெழுப்பினர்.

ஆனால் அந்தச் சிறுவன் மௌனமாக இருந்தான். "கருணையே வடிவான கடவுள் எங்கே இருக்கிறான்? அவன் எங்கே இருக்கிறான்?" என்று என் பின்னாலிருந்து யாரோ கேட்டார்கள்.

முகாமின் தலைவன் சைகை காட்ட, மூன்று நாற்காலிகளும் தட்டி விடப்பட்டன.

முகாமெங்கும் முழு அமைதி நிலவியது. தொடுவானத்தில் சூரியன் மறைந்துகொண்டிருந்தான்.

"தலையிலிருந்து தொப்பியைக் கழட்டுங்க."

முகாமின் தலைவன் கூச்சலிட்டான். அவனது குரல் கரகரப்பாக இருந்தது. நாங்கள் அழுதுகொண்டிருந்தோம்.

"தொப்பியை மாட்டுங்க."

பிறகு அணிவகுப்பு தொடங்கியது. வயது முதிர்ந்த இருவரும் இப்போது உயிருடன் இல்லை. அவர்களது நாக்குகள் கனத்து நீலம் பாரித்து வெளித்தொங்கின. ஆனால் மூன்றாவது கயிறு இன்னும் அசைந்து கொண்டிருந்தது. மெலிந்திருந்ததால், அந்தச் சிறுவன் இன்னும் உயிருடன் இருந்தான்.

அவன் அப்படியே அரை மணி நேரத்திற்கும் மேலாக வாழ்விற்கும் சாவிற்குமிடையே போராடி, எங்கள் கண்முன்னே அணு அணுவாக வேதனையில் துடித்துக் கொண்டிருந்தான். நாங்கள் அவனது முகத்தை நேராகப் பார்த்தாகவேண்டும். நான் அவனைக் கடந்து சென்றபோது அவன் இன்னும் உயிருடன் இருந்தான். அவன் நாக்கு இன்னும் சிவப்பாக இருந்தது. அவன் கண்கள் இன்னும் மங்கவில்லை.

எனக்குப் பின்னால் நின்றிருந்த, அந்த மனிதன் கேட்டான்.

"எங்கே இருக்கிறான் கடவுள்?"

எனக்குள்ளிருந்து ஒரு குரல், அவனுக்குப் பதிலளிப்பதை நான் கேட்டேன்.

"அவன் எங்கே இருக்கிறான்? அவன் இதோ இங்கே இருக்கிறான். இந்தத் தூக்கிலே தொங்கிக் கொண்டிருக்கிறான்."

அன்று இரவு, சூப்பில் பிணங்களின் சுவை இருந்தது.

கோடைகாலம் முடிவடைந்து கொண்டிருந்தது. யூதர் ஆண்டும் கிட்டத்தட்ட முடிவடைந்து விட்டது.

ரோஸ் ஹஸானாவின் (யூதப் புத்தாண்டு நாள்) அந்த சபிக்கப்பட்ட ஆண்டின் இறுதி நாளன்று, ஒட்டுமொத்த முகாமே கொந்தளிப்பில் இருந்தது, அந்த இறுக்கத்தை எங்களில் ஒவ்வொருவரும் உணர்ந்தோம். அனைத்திற்கும் மேலாக பிற நாட்களைவிட இந்நாள் வேறுபட்டது. வருடத்தின் கடைசி நாள். அந்த "கடைசி" என்ற வார்த்தை, மிக வினோதமாக ஒலித்தது. உண்மையில் இதுவே கடைசி நாளாக இருந்துவிட்டால் என்ன?

அவர்கள் எங்களுக்கு மாலை உணவாக மிக அடர்த்தியான சூப்பை வழங்கினார்கள். ஆனால் யாரும் அதைத் தொடவில்லை. நாங்கள் பிரார்த்தனை வரை காத்திருக்க விரும்பினோம். அணிவகுப்பு மைதானத்தில் மின்சாரம் பாய்ச்சப்பட்ட முள்வேலி சூழ, முகங்களில் துன்பந்தோய்ந்த, ஆயிரக்கணக்கான யூதர்கள் மௌனமாக ஒன்று கூடினர்.

இரவு வந்து கொண்டிருந்தது. ஒவ்வொரு கொட்டடியிலிருந்தும் மற்ற கைதிகளும் தொடர்ந்து வந்து கூடினர். திடீரென காலத்தையும் வெளியையும் கடந்து அதை தங்கள் விருப்பப்படி கையாண்டனர்.

நான் ஆத்திரத்துடன் எண்ணினேன்.

"என் ஆண்டவனே, உன்னிடம் தங்கள் நம்பிக்கையை, தங்கள் கோபத்தை, தங்கள் கிளர்ச்சியைப் பிரகடனப்படுத்தும் இந்த நலிவுற்ற மக்கள் கூட்டத்தின் முன் நீ எதுவாக இருக்கிறாய்? பிரபஞ்சத்தின் பிதாவே, இந்தக் கோழைத்தனத்தின்,

இந்தச் சிதைவின், இந்தத் துயரத்தின் முன் உன் மாபெரும் வல்லமைக்கு அர்த்தம் என்ன? நீ இன்னும் ஏன் இந்த அப்பாவி மக்களின் காயமுற்ற மனங்களையும் நோயுற்ற உடல்களையும் தொந்தரவு செய்கிறாய்?"

சுமார் பத்தாயிரம் மனிதர்கள், கொட்டடித் தலைவர்கள், காவலர்கள், மரண சேவையில் பங்கேற்ற அனைத்து அதிகாரிகள் உட்பட இந்த வழிபாட்டில் கலந்துகொள்ள வந்தனர்.

"நித்தியமானவரைத் துதிக்கிறோம்."

வழிபாட்டை நடத்துபவரின் குரல் முதலில் மெலிதாக ஒலித்தது. நான் முதலில் அதைக் காற்று என்றே நினைத்தேன்.

"ஆண்டவரே, உங்கள் நாமத்தைத் துதிக்கிறோம்."

ஆயிரக்கணக்கான குரல்கள் இந்த வாழ்த்தைத் திரும்பக் கூறின. ஆயிரக்கணக்கான மனிதர்கள், புயலில் வீழ்ந்த மரங்களென தரையில் மண்டியிட்டு வணங்கினர்.

"நித்தியமானவனின் நாமத்தைத் துதிப்போம்."

ஏன், அவனை ஏன் நான் துதிக்கவேண்டும்? என்னுள்ளிருக்கும் ஒவ்வொரு இழையும் இதை எதிர்த்தது. அவன் ஆயிரக்கணக்கான குழந்தைகளை குழிகளில் எரிக்க வைத்தானே அதற்காகவா? அவன் ஆறு தகன உலைகளை, தினமும் இரவும் பகலும், ஓய்வு நாளான ஞாயிற்றுக்கிழமைகளிலும் புனித நாட்களிலும் செயல்பட வைத்தானே அதற்காகவா? அவன் தனது சர்வ வல்லமையால் ஆஸ்விட்ச், பிர்கெனா, புனா மற்றும் எண்ணற்ற மரணத் தொழிற்சாலைகளைப் படைத்தானே அதற்காகவா? நான் அவனுக்கு எப்படி நன்றி கூறமுடியும்? நித்தியமானவனே, இந்த பிரபஞ்சத்தின் எஜமானனே, நீ, அனைத்து இனங்களிலும் எங்கள் இனத்தைத் தேர்ந்தெடுத்து, இரவும் பகலும் சித்ரவதைக்கு உள்ளாக வைத்து, எங்கள் தந்தையர், எங்கள் தாய்மார்கள், எங்கள் சகோதரர்கள் தகன உலையில் எரிவதைப் பார்க்க வைத்ததற்காக உன்னைத் துதிக்கிறேன்? உனது பீடத்தில் பலியிட எங்களைத் தேர்ந்தெடுத்ததற்காக, உனது நாமம் போற்றப்படுவதாக!

வழிபாடு நடத்துபவரின் குரல் உயர்ந்து கம்பீரமாக அதே நேரத்தில் நெகிழ்ந்து, ஒட்டுமொத்த சபையில் கூடியிருந்தோரின் கதறல், விம்மல்கள், பெருமூச்சுகளுக்கிடையே ஒலித்தது:

"இந்த பூமியும் பிரபஞ்சம் அனைத்தும் இறைவனுக்குரியது."

அவர் இந்த வார்த்தைகளினுள்ளே பொதிந்துள்ள அர்த்தத்தைக் கண்டறியும் பலமற்றவர் போல, ஒவ்வொரு கணமும் நிறுத்திவிட்டுப் பின் தொடர்ந்தார். அதன் இசை அவரது தொண்டையில் சிக்கிக்கொண்டது.

முன்பு மறைபொருள் அறிய முற்பட்டவனாக இருந்த நான் எண்ணினேன்:

ஆம், மனிதன் இறைவனை விட மிகவும் வலிமையானவன், மகத்தானவன். ஆதாம் ஏவாள் உன்னை ஏமாற்றியபோது அவர்களை சொர்க்கத்தை விட்டு விரட்டினாய், நோவாவின் தலைமுறையால் நீ அதிருப்தியடைந்தபோது அவர்களின் மீது வெள்ளம் பெருக்கெடுத்தோடச் செய்தாய். சோடம் உன் அபிமானத்தை இழந்தபொழுது ஆகாயத்திலிருந்து நெருப்பு மழையை, கந்தக மழையைப் பொழிய வைத்தாய். ஆனால் நீ யாருக்கு துரோகம் இழைத்தாயோ, காட்டிக்கொடுத்தாயோ இந்த மனிதர்களைப் பார், நீ எவரைச் சித்ரவதைக்குள்ளாக, வெட்டிக்கொல்லப்பட, விஷவாயுவால் மூச்சுத் திணறடிக்கப்பட, எரிக்கப்பட அனுமதித்தாயோ அவர்கள் என்ன செய்கிறார்கள்? அவர்கள் உன் முன்னே வழிபடுகிறார்கள். உன் நாமத்தைத் துதிக்கிறார்கள்!'

"ஆண்டவரின் எல்லா படைப்பும் அவரது வல்லமைக்கு சாட்சியாக இருக்கிறது."

கடந்து சென்ற நாட்களில் ரோஸ் ஹஸானா (யூதப் புத்தாண்டு நாள்) என் வாழ்க்கையையே ஆட்கொண்டது. என் பாவங்கள் நித்தியமானவரை வருந்தச் செய்யும் என்று எனக்குத் தெரியும். என்னை மன்னிக்கும்படி இறைஞ்சினேன். இந்த உலகின் பாவ மீட்சியே எனது தனிப்பட்ட ஒவ்வொரு செயலிலும், பிரார்த்தனையிலும் இருப்பதாக நான் முன்பு முழுமையாக நம்பினேன்.

ஆனால் இப்பொழுது, நான் இறைஞ்சுவதைக் கைவிட்டேன். என்னால் புலம்பமுடியவில்லை. அதற்கு மாறாக நான் மிகுந்த வல்லமையுடன் இருப்பதாக உணர்ந்தேன். நான் குற்றஞ்சாட்டுபவன். கடவுள் குற்றவாளி. எனது கண்கள் திறந்துவிட்டன. நான் தனிமையில் இருந்தேன்.

கடவுள் இல்லாத, மனிதர்கள் இல்லாத ஒரு உலகத்தில் நான் தனியனாக இருந்தேன். நேசமோ, கருணையோ இன்றி இருந்தேன். நான் வேறெதுவுமாக இல்லாமல் சாம்பலாகப் போய்விட்டேன். இருப்பினும், நீண்ட காலமாக எனது வாழ்க்கையுடன் பிணைக்கப்பட்டிருந்த அந்த சர்வ வல்லமை கொண்டவனைவிட வலிமை கொண்டவனாக என்னை உணர்ந்தேன். அந்த வழிபாட்டிற்குக் கூடியிருந்த மனிதர்களின் மத்தியில், ஒரு அந்நியனாக, ஒரு பார்வையாளனாக என்னை நான் உணர்ந்தேன்.

வழிபாடு ஒரு சோகமான வழிபாட்டு கீதத்துடன் *(Kaddish)* முடிந்தது. ஒவ்வொருவரும் தங்கள் பெற்றோர், தங்கள் குழந்தைகள், தங்கள் சகோதரர்கள் மற்றும் தங்களுக்காக சங்கீதங்களை ஒப்பித்தனர்.

நாங்கள் நீண்ட நேரம் அணிவகுப்பு மைதானத்திலேயே நின்றிருந்தோம். எவரும் இந்தக் கனவிலிருந்து தங்களை விலக்கிக்கொள்ளத் துணியவில்லை. பின் உறங்கச் செல்லும் நேரமாகிவிட்டதால் மெதுவாக கைதிகள் தங்கள் கொட்டடிகளை நோக்கி செல்லத் தொடங்கினர். மக்கள் ஒருவருக்கொருவர் புத்தாண்டு வாழ்த்துகள் தெரிவிப்பதைக் கேட்டேன்.

என் தந்தையைப் பார்க்க ஓடிச் சென்றேன். அதே நேரத்தில், நம்பாத நான், புத்தாண்டிற்கு அவருக்கு வாழ்த்து தெரிவிக்க வேண்டியுள்ளதே என்று அஞ்சினேன். அவர் ஒரு சுவரின் மீது சாய்ந்தபடி, பெரும் சுமையைத் தாங்கியிருப்பது போல தோளைச் சரித்து நின்றிருந்தார். நான் அவரிடம் சென்று, அவரது கையைப் பற்றி முத்தமிட்டேன். அதன்மீது யாருடைய கண்ணீர்த்துளி? என்னுடையதா, அவருடையதா? நான் எதுவும் பேசவில்லை. அவரும்கூட. நாங்கள் ஒருவரையொருவர் இதற்குமுன் எப்பொழுதும் இவ்வளவு தெளிவாகப் புரிந்துகொள்ளவில்லை.

மணியோசை எங்களை உலுக்கி மீண்டும் யதார்த்தத்திற்கு வரச் செய்தது. நாங்கள் படுக்கைக்குச் செல்லவேண்டும். நாங்கள் தொலைதூரத்திலிருந்து மீண்டும் திரும்பி வந்தோம். நான் என் விழிகளை உயர்த்தி, எனது தந்தையின் உலர்ந்த முகத்தில் ஒரு புன்னகையை அல்லது அதைப்போன்ற தோற்றம் கொண்ட எதையோ தேடினேன். ஆனால் எதுவுமில்லை. உணர்ச்சியின் ஒரு சிறு நிழல்கூட இல்லை. தோல்வி.

யாம் கிப்பூர்.* *(Yom kippur)* உண்ணாநோன்பிருந்து வழிபட்டு பாவங்களிலிருந்து தூய்மைப்படுத்திக்கொள்ளும் நாள்.

நாங்கள் உண்ணா நோன்பிருக்கவேண்டுமா? இக்கேள்வி தீவிரமாக விவாதிக்கப்பட்டது. உண்ணாநோன்பிற்கு, மிக நிச்சயமான, மிக விரைவான மரணம் என்று அர்த்தம். நாங்கள் இங்கு ஆண்டு முழுவதுமே உண்ணாநோன்பிருந்தோம். முழு ஆண்டுமே யாம் கிப்பூர்தான். ஆனால் உண்ணா நோன்பிருப்பது ஆபத்தானது என்பதால் கட்டாயம் இருக்க வேண்டும் என்றும் மற்றவர்கள் கூறினார்கள். நாங்கள் ஆண்டவனிடம் இங்கே, இந்த மூடப்பட்ட நரகத்தின் உள்ளேயும், அவனது புகழ்பாடச் சித்தமாக இருக்கிறோம் என்பதைக் காட்ட விரும்பினோம்.

நான் உண்ணாநோன்பிருக்கவில்லை. என் தந்தை என்னைத் தடுத்து விட்டதால், நான் அவரைத் திருப்திப்படுத்துவதற்காக உண்ணாநோன்பிருக்கவில்லை. ஆனால் அதற்கும் மேலாக நான் உண்ணாநோன்பிருக்க எந்தக் காரணமும் தெரியவில்லை. நான் இதற்கு மேலும் ஆண்டவனின் மௌனத்தை ஏற்கவில்லை. எனது கோப்பை சூப்பை நான் விழுங்கினேன். அச்செயலில் அவனுக்கு எதிரான கலகத்தையும் எதிர்ப்பையும் கண்டேன். எனது ரொட்டித்துண்டை சுவைத்துத் தின்றேன்.

என் இதயத்தின் ஆழத்தில், ஒரு மாபெரும் வெறுமையை உணர்ந்தேன்.

எஸ் எஸ் எங்களுக்கு அற்புதமான ஒரு புத்தாண்டுப் பரிசை வழங்கினார்கள்.

நாங்கள் அப்பொழுதுதான் பணியிலிருந்து திரும்பியிருந்தோம். நாங்கள் முகாமின் கதவு வழியே நுழையும்போதே, காற்றில் ஏதோ வித்தியாசமான ஒன்றை உணர்ந்தோம். கணக்கெடுப்பு வழக்கத்தை விட குறைவான நேரத்தில் முடிந்தது. மாலைநேர சூப் மிக விரைவிலேயே தரப்பட்டது. உடனே அதை விழுங்கினோம். நாங்கள் கவலையுடனிருந்தோம்.

நான் இப்பொழுது என் தந்தை இருக்கும் அதே பிரிவில் இல்லை. அவர்கள் என்னை வேறொரு பிரிவிற்கு

---

* யாம் கிப்பூர் – (YOM KIPPUR – Day of Atonement) யூத ஆண்டின் முதல் மாதமான திஷ்ரியின் பத்தாம் நாளில் (செப்டம்பர் – அக்டோபர்) கொண்டாடப்படுவது. யூதப் புத்தாண்டைத் தொடர்ந்து பத்து நாட்கள் உண்ணா நோன்பிருந்து, பாவப் பரிகாரங்கள் செய்து பாவங்களிலிருந்து தூய்மையடையும் நாள்.

மாற்றியிருந்தார்கள். அக்கட்டுமானப் பிரிவில் ஒரு நாளைக்கு பன்னிரண்டு மணி நேரம், பெரிய கற்பாறைகளை இழுத்துச் செல்ல வேண்டிய நிலையில் இருந்தேன். இந்தப் புதிய பிரிவின் தலைவன் குள்ளமான, கூரிய விழிகளைக் கொண்ட ஜெர்மானிய யூதன். மாலைநேர சூப் அளிக்கப்பட்ட பின் எவருக்கும் வெளியே செல்ல அனுமதி கிடையாது என்று அவன் கூறினான். உடனே தேர்வு என்ற ஒரு கொடூரமான வார்த்தை எங்களைச் சூழ்ந்துகொண்டது.

எங்களுக்கு அதன் அர்த்தம் தெரியும். ஒரு எஸ். எஸ் ஆள் எங்களைப் பரிசோதிப்பான். பலவீனமானவர்கள் எவரையாவது கண்டுபிடித்தால் - நாங்கள் அவர்களை முஸெல்மேன் என்று அழைப்போம் - உடனே அவன் தகன உலைக்கு உகந்தவர்களென அவர்களின் எண்ணைக் குறித்துக் கொள்வான்.

சூப் அருந்திய பின் நாங்கள் படுக்கைகளுக்கு மத்தியில் ஒன்று கூடினோம். அனுபவசாலிகள் கூறினார்கள்:

“நீங்க ரொம்ப தாமதமா இங்கே வந்து சேர்ந்ததாலே அதிர்ஷ்டம் செஞ்சவங்க. இந்த முகாமை ரெண்டு வருசத்துக்கு முன்னாலே இருந்ததோட ஒப்பிட்டா, இன்னைக்கு இது சொர்க்கமா இருக்கு. அப்ப எல்லாம் புனா உண்மையிலே நரகமா இருந்துச்சு. தண்ணி கிடையாது. போர்வை கிடையாது. கொஞ்சம் சூப்பும் ரொட்டியும்தான். ராத்திரியிலே முப்பது டிகிரிக்கும் கீழே இருக்கிற குளிரிலே, கிட்டத்தட்ட அம்மணமாத்தான் நாங்க படுத்துத் தூங்குவோம். ஒவ்வொரு நாளும் நூத்துக்கணக்குல பிணங்களை சேகரிப்பாங்க. வேலையும் ரொம்ப கஷ்டம். இன்னைக்கு இது ஒரு குட்டி சொர்க்கம். காவலர்களுக்கு ஒரு நாளைக்கு இத்தனை கைதிகளைக் கொல்லணும்னு உத்தரவு இருந்துச்சு. ஒவ்வொரு வாரமும் தேர்வு நடக்கும். இரக்கமே இல்லாத தேர்வு. ஆமா... நீங்க அதிர்ஷ்டம் செஞ்சவங்க.”

“நிறுத்துங்க. பேசாம இருங்க” நான் கெஞ்சினேன். “உங்க கதையையெல்லாம் நாளைக்கு இல்லேன்னா வேற என்னைக்காவது சொல்லுங்க.”

அவர்கள் வாய்விட்டுச் சிரித்தார்கள். ஒன்றுமில்லாமல் அவர்கள் அனுபவசாலிகளாகவில்லை.

“உனக்கு பயமாயிருக்கா? நாங்களுந்தான் பயந்தோம். அந்த நாள்லே பயப்பட நிறைய இருந்துச்சு.”

முதியவர்கள் ஒரு மூலையில், ஊமையாக, அசைவற்று பேய் பிடித்தது போல நின்றிருந்தார்கள். சிலர் பிரார்த்தனை செய்தனர்.

இன்னும் ஒருமணி நேரம் காத்திருக்கவேண்டும். பிறகு எங்கள் தீர்ப்பை அறிந்து கொள்வோம்: மரணம் அல்லது தண்டனை ஒத்திவைப்பு.

அப்பா என்ன ஆனார்? திடீரென எனக்கு அவரது நினைவு வந்தது. எப்படி அவர் இத்தேர்வில் தேர்ச்சியடைவார்? அவருக்கு மிகவும் வயதாகிவிட்டது...

எங்களது பிரிவின் தலைவன், 1933ஆம் ஆண்டிலிருந்து இந்தக் கைதி முகாமை விட்டு வெளியே எங்கும் சென்றதில்லை. அவன் ஏற்கனவே இங்குள்ள எல்லாக் கசாப்பு இல்லங்களையும் மரணத் தொழிற்சாலைகளையும் கடந்து வந்திருக்கிறான். சுமார் ஒன்பது மணிக்கு எங்கள் மத்தியில் அவன் வந்து நின்றான்.

“அமைதி!”

உடனே அமைதி நிலவியது. “நான் சொல்றதை கவனமாக் கேளுங்க. (முதல்முறையாக அவனது குரல் நடுங்குவதை நான் கேட்டேன்) இன்னும் கொஞ்ச நேரத்திலே தேர்வு ஆரம்பிச்சுடும். நீங்க ஆடைகளையெல்லாம் சுத்தமாக் கழட்டிடணும். ஒருத்தர் பின்னால ஒருத்தரா, எஸ் எஸ் டாக்டர் முன்னாலே போகணும். இதிலே நீங்க எல்லாருமே தேருவீங்கன்னு நம்புறேன். ஆனா உங்களுக்கான வாய்ப்பை நீங்களே உருவாக்கிக்கணும். அடுத்த அறைக்குள்ளே போறதுக்கு முன்னாலே காலுக்குக் கொஞ்சம் அசைவு குடுங்க. இங்கே நடந்தபடியே இருந்து உங்க உடம்பு கொஞ்சம் நிறமாகுற மாதிரி பாத்துக்கோங்க. மெதுவா நடக்காதீங்க. ஓடுங்க. எஸ் எஸ் ஆட்களை பாக்காதீங்க. உங்களுக்கு முன்னால இருக்கிற பாதையிலே நேராக ஓடுங்க.”

ஒரு சிறு இடைவெளிக்குப் பின் மேலும் கூறினான்:

“ரொம்ப முக்கியமான விஷயம். எதற்கும் பயப்படாதீங்க.”

இந்த ஒரு அறிவுரையை நாங்கள் அனைவரும் பின்பற்ற விரும்பினோம்.

நான் ஆடைகளைக் களைந்து படுக்கையின் மீது விட்டுச் சென்றேன். இந்த மாலை நேரத்தில் அதை எவரும் திருடிவிடும் அபாயம் இல்லை.

ஒரே நேரத்தில் என்னுடன் இந்த யூனிட்டுக்கு மாறிய, டிபியும் யோஷியும், என்னிடம் வந்து சொன்னார்கள்.

"நாம ஒண்ணா இருப்போம். நாம உறுதியா இருப்போம்."

யோஷி தனது பற்களுக்கிடையே எதையோ முணுமுணுத்துக் கொண்டிருந்தான். யோஷி கடவுள் நம்பிக்கை கொண்டவன் என்று எனக்குத் தெரியாது. டி.பி அமைதியாக மிகவும் வெளிறிப்போய் இருந்தான். பிளாக்கில் இருந்த எல்லாக் கைதிகளும் படுக்கைகளுக்கு இடையே நிர்வாணமாக நின்றிருந்தார்கள். இறுதித் தீர்ப்பின்போது இப்படித்தான் நிற்கவேண்டும் போல.

"அவங்க வர்றாங்க."

எங்களை பிர்கேனாவில் வரவேற்ற, அவப்பெயர் பெற்ற டாக்டர் மெங்கெல்லைச் சுற்றி, மூன்று எஸ் எஸ் அதிகாரிகள் நின்றிருந்தார்கள். எங்களது பிரிவின் தலைவன் புன்னகை செய்ய முயற்சித்தான். அவன் எங்களிடம் கேட்டான்,

"தயாரா?"

ஆம். நாங்கள் தயாராகவே இருந்தோம். அதுபோன்றே எஸ் எஸ் மருத்துவர்களும். டாக்டர் மெங்கெலும் கையில் ஒரு பட்டியலை வைத்திருந்தான்: எங்களுடைய எண்கள். ஏதோ ஒரு விளையாட்டை தொடக்கி வைப்பவன்போல நாம் ஆரம்பிக்கலாம்! என்று தலைவனிடம் சைகை காட்டினான்.

முதலாவதாகச் சென்ற பிளாக்கின் அலுவலர்கள், உபதலைவர்கள், காவலர்கள், மேலாளர்கள் அனைவரும் நல்ல உடற்கட்டுடனே இருந்தனர். அடுத்து சாதாரண கைதிகளின் முறை வந்தது. டாக்டர் மெங்கெல் அவர்களின் உச்சி முதல் பாதம் வரை கணக்கெடுத்தான். அவ்வப்போது அவன் ஒரு எண்ணைக் குறித்துக்கொண்டான். எனது மனதில் ஒரே ஒரு சிந்தனை மட்டுமே இருந்தது. எனது எண்ணைக் குறிக்க விடக்கூடாது. எனது இடது தோளைக் காட்டக்கூடாது.

எனக்கு முன்னால் டிபியும் யோஷியும் இருந்தனர். அவர்கள் தேறி விட்டனர். எனக்கு டாக்டர் மெங்கல் அவர்களுடைய எண்களைக் குறிக்காததைக் கவனிக்க நேரம் இருந்தது. யாரோ என்னைத் தள்ளி விட்டார்கள். இது எனது முறை. நான் திரும்பிப் பார்க்காமல் ஓடினேன்.

இரவு | 113

எனது தலை சுற்றியது. நீ மிகவும் மெலிந்திருக்கிறாய், நீ மிகவும் பலவீனமாக இருக்கிறாய். நீ தகன உலைக்குத் தகுதியானவன்... அந்த ஓட்டம் முடிவற்றதாக இருந்தது. நான் வருடக்கணக்கில் ஓடிக்கொண்டிருப்பது போல உணர்ந்தேன். நீ மெலிந்திருக்கிறாய். நீ மிகவும் பலவீனமாக இருக்கிறாய்... இறுதியில் நான் முற்றிலும் சோர்வடைந்து திரும்பினேன். நான் மூச்சு வாங்கி, இயல்பாகிய பின் டிபியிடமும் யோஷியிடமும் கேட்டேன்.

"என்னை குறிச்சாங்களா?"

"இல்லை" என்றான் யோஷி. அவன் சிரித்தபடியே மேலும் கூறினான். "எப்படி இருந்தாலும் அவன் உன்னைக் குறிச்சிருக்க மாட்டான். ஏன்னா நீ அவ்வளவு வேகமா ஓடினே..."

நான் சிரிக்கத் தொடங்கினேன். நான் மகிழ்ச்சியடைந்தேன். நான் அவனை முத்தமிட விரும்பினேன். அந்த கணத்தில் மற்றவர்களைப்பற்றி எனக்கென்ன கவலை. நான் குறிக்கப்படவில்லை.

தங்கள் எண்கள் குறிக்கப்பட்டவர்கள் மொத்த உலகத்தாலும் கைவிடப்பட்டு தனியாக நின்றிருந்தனர். அவர்களில் சிலர் மௌனமாக அழுது கொண்டிருந்தனர்.

எஸ் எஸ் அதிகாரிகள் புறப்பட்டுச் சென்றனர். கொட்டடியின் தலைவன் தன் முகத்தில் சோர்வு பிரதிபலிக்க வந்தான்.

"எல்லாம் சரியா நடந்துருச்சு. கவலைப்படாதீங்க. யாருக்கும் எதுவும் ஆகாது. யாருக்கும்..."

மீண்டும் அவன் புன்னகை செய்ய முயன்றான். அப்பாவியான வற்றி உலர்ந்த ஒரு யூதன், தன் நடுங்கும் குரலில் அவனிடம் கேட்டான்.

"ஆனா... ஆனா... தலைவரே, என்னை அவங்க குறிச்சிக்கிட்டாங்களே!"

தலைவனுக்கு கோபம் வெடித்துக் கிளம்பியது. என்ன, அவனை ஒருவன் நம்ப மறுக்கிறானா?

"இப்ப என்ன ஆச்சு? அப்ப நான் பொய் சொல்றேனா? நான் கடைசியாக சொல்றேன். எதுவும் ஆகாது. யாருக்கும் எதுவும்

ஆகாது. உன்னோட நம்பிக்கையில்லாத்தனத்திலே நீயே உழண்டுகிட்டிருக்கே. முட்டாள்.''

முகாம் முழுவதிற்குமான தேர்வு முடிந்து விட்டதை அறிவிக்கும் அடையாளமாக மணியொலித்தது.

நான் பலம்கொண்ட மட்டும் வேகமாக 36வது பிளாக்கை நோக்கி ஓடினேன். வழியிலேயே எனது தந்தையை சந்தித்தேன். அவர் என்னை நோக்கி வந்து கொண்டிருந்தார்.

''நல்லது. நீ தேறிட்டே இல்லே?''

''ஆமா. நீங்க?''

''நானும் கூட.''

இப்பொழுது மீண்டும் நாங்கள் மிகவும் ஆசுவாசமாக சுவாசித்தோம். அப்பாவிடம் எனக்கு ஒரு பரிசு இருந்தது: பண்டகசாலையில் கிடைத்த ஒரு காலணியைச் சரிசெய்யப் போதுமான ஒரு ரப்பர் துண்டுக்குப் பதிலாகப் பெற்ற பாதி ரொட்டி.

மணி ஒலித்தது. ஏற்கனவே நாங்கள் பிரிந்து படுக்கச்செல்லும் வேளை வந்திருந்தது. அனைத்தையுமே இந்த மணியோசை தீர்மானிக்கிறது. அது எனக்கு ஆணைகளைப் பிறப்பிக்கிறது. நான் கண்மூடித்தனமாக அதற்குக் கீழ்ப்படிகிறேன். நான் அந்த மணியை வெறுத்தேன். நான் ஒரு மேன்மையான உலகைக் கனவு காணும்போதெல்லாம், மணியோசையற்ற ஒரு பிரபஞ்சத்தையே நான் கற்பனை செய்தேன்.

பலநாட்கள் ஓடிவிட்டன. நாங்கள் இப்போதெல்லாம் தேர்ந்தெடுக்கப்படுவது குறித்து நினைப்பதே இல்லை. வழக்கம்போல, ரயில் பெட்டிகளில் கனத்த கற்களை ஏற்றும் வேலைக்குச் சென்றோம். உணவின் அளவு மிகவும் குறைந்துவிட்டது. இதுதான் ஒரே மாற்றம்.

நாங்கள் ஒவ்வொரு நாளையும் போல அன்றும் விடிவதற்கு முன் எழுந்துவிட்டோம். எங்களுக்கு கடும்காப்பியும் ரொட்டியும் தரப்பட்டது. வழக்கம்போல எங்களுக்கான வேலைக்குரிய இடத்திற்குப் போக இருந்தோம். அதற்குள் கொட்டடியின் தலைவன் ஓடி வந்தான்:

“ஒரு நிமிசம் அமைதியா இருங்க. எங்கிட்டே எண்கள் கொண்ட ஒரு பட்டியல் இருக்கு. நான் இப்ப அதை உங்களுக்குப் படிக்கப் போறேன். நான் சொல்ற எண் உள்ளவங்க இன்னைக்கு காலையிலே வேலைக்குப் போகக்கூடாது. அவங்க முகாமிலேயே இருக்கணும்.”

பின் மென்மையான குரலில் அவன் சுமார் பத்து எண்களை வாசித்தான். எங்களுக்குப் புரிந்துவிட்டது. இந்த எண்கள் தேர்ந்தெடுக்கப்பட்டவை. டாக்டர் மெங்கெல் மறந்துவிடவில்லை.

கொட்டடியின் தலைவன் தனது அறையை நோக்கிச் சென்றான். பத்து கைதிகள் அவனைச் சூழ்ந்து அவனது ஆடையைப் பற்றிக்கொண்டனர்.

“எங்களைக் காப்பாத்துங்க. நீங்க வாக்கு கொடுத்தீங்க. நாங்க வேலைக்குப் போறோம். எங்களுக்கு வேலை செய்றதுக்கு பலம் இருக்கு. நாங்க நல்ல வேலைக்காரங்க. நாங்க செய்வோம்... எங்களாலே முடியும்...”

அவன் அவர்களது விதி குறித்து நம்பிக்கையூட்டி அவர்களை அமைதிப்படுத்த முயன்றான். முகாமில் இருக்க வைப்பது ஒரு பெரிய விஷயமில்லை; அதற்கு எந்த துக்ககரமான அறிகுறியும் கிடையாது என்று கூறி அவர்களை அமைதிப்படுத்த முயற்சித்தான்.

“நானும் கூட தினமும் இங்கேதானே இருக்கேன்” என்றான்.

அது ஒரு பலவீனமான காரணம். அவன் அதை உணர்ந்திருந்ததால், மேலும் ஒரு வார்த்தை பேசாமல், தனது அறைக்குள் சென்று கதவை மூடிக்கொண்டான்.

மணி ஒலித்தது.

“வரிசையா நில்லுங்க.”

இப்பொழுது வேலை எவ்வளவு கடினமானதென்பதைப் பற்றி அக்கறையில்லை. முக்கியமான விஷயம் இப்போது இந்த பிளாக்கிலிருந்து, இந்த மரணச் சிலுவையிலிருந்து, இந்த நரகத்தின் மையத்திலிருந்து எவ்வளவு தூரம் விலகிச் செல்லமுடியுமோ அவ்வளவு தூரம் செல்வதுதான்.

என்னுடைய தந்தை என்னை நோக்கி ஓடிவருவதைப் பார்த்தேன். திடீரென நான் பயந்தேன்.

"என்ன ஆச்சு?"

மூச்சு வாங்கியபடி அவரால் வாய்திறந்து பேசக்கூட முடியவில்லை.

"என்னையும்கூட... என்னையும் கூட... அவங்க முகாமிலே இருக்கச் சொல்லிட்டாங்க."

அவர்கள் அவருக்குத் தெரியாமலே அவரது எண்ணைக் குறித்திருக்கிறார்கள்.

"நாம இப்ப என்ன செய்றது?" நான் வேதனையுடன் கேட்டேன்.

ஆனால் அவர் எனக்கு நம்பிக்கையூட்ட முயற்சித்தார்:

"அது இன்னும் நிச்சயமானதா இல்லே. தப்பிக்கிறதுக்கு இன்னும் ஒரு சந்தர்ப்பம் இருக்கு. அவங்க மறுபடியும் இன்னைக்கு ஒரு தேர்வு நடத்தப் போறாங்க. கடைசித்தேர்வு."

நான் மௌனமாக இருந்தேன்.

அவர் நேரம் குறைவாக இருப்பதை உணர்ந்தார். வேகமாகப் பேசினார். என்னிடம் எவ்வளவோ விஷயங்களை சொல்ல விரும்பியிருக்கலாம். அவரது பேச்சு குளறியது. அவரது குரல் திணறியது. நான் இன்னும் சில கணங்களில் போய்விடுவேனென்று அவருக்குத் தெரியும். அவர் இங்கே தனிமையில் இருந்தாகவேண்டும். மிகுந்த தனிமையில்...

"இதோ இந்தக் கத்தியை வாங்கிக்கோ" அவர் என்னிடம் கூறினார். "இனிமே இது எனக்குத் தேவைப்படாது. இது உனக்கு பிரயோசனமா இருக்கும். இந்த கரண்டியையும்கூட எடுத்துக்கோ. இதை வித்துடாதே. சீக்கிரம்! இந்தா. நான் குடுக்கிறதை வாங்கிக்கோ."

என் பரம்பரைச் சொத்து.

"இப்படியெல்லாம் பேசாதீங்கப்பா." நான் விம்மி அழும் நிலையில் இருந்தேன். "நீங்க இப்படியெல்லாம் பேசுறது எனக்குப் பிடிக்கலை. கத்தியையும் கரண்டியையும் வெச்சிருங்க. என்னை மாதிரி உங்களுக்கும் அது தேவைப்படும். நாம வேலை முடிஞ்சப்புறம் இராத்திரி பார்ப்போம்."

நம்பிக்கையின்மை திரையிட்ட, தனது சோர்ந்த விழிகளால் அவர் என்னைப் பார்த்தார்.

"நான் உன்னைக் கேட்டுக்கிறது இதுதான்... இதை வாங்கிக்கோ. என் மகனே. நான் சொல்றமாதிரி செய்... நமக்கு நேரம் இல்லை... உன்னோட அப்பா சொல்றதைக் கேளு."

எங்களது காவலன் நாங்கள் அணிவகுத்துக் கிளம்பவேண்டுமென உரத்துக் குரலெழுப்பினான்.

எங்கள் குழு முகாமின் வாயிலை நோக்கிச் சென்றது. லெப்ட், ரைட். நான் என் உதடுகளை கடித்துக்கொண்டேன். எனது தந்தை சுவரில் சாய்ந்தபடி நின்றிருந்தார். பின் அவர் எங்களை எட்டிப்பிடிப்பது போல ஓடிவரத் தொடங்கினார். ஒருவேளை அவர் என்னிடம் எதையாவது சொல்ல மறந்து போயிருக்கலாம்.

ஆனால் நாங்கள் வேகமாக அணிவகுத்துச் சென்றோம். லெப்ட், ரைட்...

நாங்கள் வாயிலருகே சென்றுவிட்டோம். நாங்கள் வரிசையாக எண்ணப்பட்டோம். எங்களைச் சுற்றிலும் இராணுவ இசை ஒலித்தது. பின்னர் நாங்கள் வெளியே சென்று விட்டோம்.

அன்று முழுவதும், நான் தூக்கத்தில் நடப்பவனைப்போல சுற்றியலைந்தேன். இடையிடையே டிபியும் யோஷியும் என்னை அழைத்து அன்பான வார்த்தைகளைச் சொல்லி ஆறுதல் படுத்த முயல்வார்கள். காவலனும்கூட எனக்கு நம்பிக்கையளிக்கவே முயன்றதுடன் அன்று எனக்கு சிரமமில்லாத வேலைகளைத் தந்தான். எனது இதயம் நோயுற்றது போல உணர்ந்தேன். அவர்கள் எவ்வளவு பரிவுடன் என்னை நடத்துகிறார்கள். ஒரு அனாதையைப் போல. நான் யோசித்தேன். இப்பொழுதும்கூட, எனது தந்தை எனக்கு உதவிக்கொண்டிருக்கிறார்.

என்ன வேண்டுமென்று எனக்கே தெரியவில்லை. இந்தநாள் வேகமாகச் செல்லவேண்டுமென்றா அல்லது கூடாதென்றா? அன்று மாலை நான் தனிமையில் இருக்கவேண்டுமேயென அஞ்சினேன். இங்கேயே, இப்பொழுதே இறந்துவிட நேர்ந்தால் எவ்வளவு நன்றாக இருக்கும்!

ஒருவழியாக நாங்கள் முகாம் திரும்புவதற்கான பயணத்தைத் தொடங்கினோம். ஓடுவதற்கான உத்தரவிற்காக நான் எவ்வளவு ஏங்கினேன்! ராணுவ அணிவகுப்பு. வாயிற்கதவு. முகாம்.

நான் 36வது பிளாக்கிற்கு ஓடினேன்.

இந்த பூமியில் இன்னும் அதிசயங்கள் நிகழ்கின்றனவா? அப்பா உயிருடன் இருந்தார். அவர் இரண்டாவது தேர்விலிருந்தும் தப்பி விட்டார். தான் இன்னும் பயனுள்ளவன் என்று நிரூபிக்க அவரால் முடிந்திருக்கிறது. நான் அவரிடம் கத்தியையும் கரண்டியையும் திரும்பக் கொடுத்தேன்.

அகிபா ட்ரூமர் தேர்வுக்கு பலியாகி எங்களை விட்டுச் சென்றான். சமீபகாலமாக அவன் கலங்கிய கண்களுடன் எங்கள் மத்தியில் உலவியபடி தான் எவ்வளவு பலவீனமானவனென்று எல்லோரிடமும் சொல்வான். "என்னாலே இதுக்கு மேலேயும் முடியாது. எல்லாமே முடிஞ்சிருச்சி." அவனது மன இயல்பை மாற்றமுடியவில்லை. நாங்கள் கூறுவதைக் கேட்க மறுத்தான். அவன் திரும்பத் திரும்ப தனக்கு எல்லாமே முடிந்து விட்டதென்றும் இதற்கு மேலும் போராட தனக்கு பலமோ அல்லது நம்பிக்கையோ இல்லையென்றும் கூறி வந்தான். திடீரென அவனது விழிகள் வெறுமையாக, இரு காயங்களாக, பீதி உறைந்த இரு பள்ளங்களாக மாறிவிடும்.

இத்தேர்வுநாட்களில் நம்பிக்கையை இழந்தது அவன் மட்டுமல்ல... எனக்கு, போலந்தின் ஒரு சிறு கிராமத்தைச் சேர்ந்த, வயது முதிர்ந்து, கூன் விழுந்த, எப்பொழுதும் உதடுகள் நடுங்கியபடி இருக்கும் ஒரு யூத மத குருவைத் தெரியும். அவர் எல்லா நேரங்களிலும், பிளாக்கில், பணி முற்றத்தில் அணிவகுப்பு வரிசையில் பிரார்த்தித்துக் கொண்டிருப்பார். அவர் ஞாபகத்திலிருந்து தால்முட்டின் பிரார்த்தனைகளை உச்சரிப்பார். தனக்குத்தானே விவாதிப்பார். தானே கேள்விகள் கேட்டு அதற்குப் பதிலும் கூறிக்கொள்வார். அவர் என்னிடம் ஒருநாள் கூறினார்:

"இதுதான் முடிவு. ஆண்டவன் இப்ப நம்மோட இல்லே."

அவர் அத்தகைய வார்த்தைகளை எவ்வித உணர்ச்சியுமற்று, வறட்டுத்தனமாகப் பேசியதற்காக வருந்துவதுபோல், தன் உடைந்த குரலில் மேலும் கூறினார்:

"எனக்குத் தெரியும். இதுபோல் பேச யாருக்கும் உரிமையில்லை. அது எனக்கு நல்லாத் தெரியும். ஆண்டவனோட மர்மமான வழிகளை புரிஞ்சுக்க முடியாதபடி, மனுசன் ரொம்ப சின்னவனா, ரொம்ப எளிமையானவனா இருக்கான். ஆனா

என்னை மாதிரி ஒருத்தனாலே என்ன செய்ய முடியும்? நான் ஒரு மகானோ, ஆண்டவரால் தேர்ந்தெடுக்கப்பட்டவனோ இல்லை. நான் ஒரு துறவியும் இல்லை. நான் ரத்தமும் சதையுமான சாதாரண பிராணிதான். என் ஆன்மாவிலேயும் தசையிலேயும் நான் நரக வேதனைப்படுறேன். எனக்கும் கண்கள் இருக்கு, அவங்க என்ன செய்றாங்கன்னு பார்க்கமுடியுது. எங்கே இருக்கு இறைவனோட கருணை? எங்கே இருக்கான் ஆண்டவன்? கருணையே வடிவானவன்னு சொல்லப்படுற இந்த ஆண்டவனை என்னாலே எப்படி நம்பமுடியும்?"

பாவம் அகிபா ட்ரூமர், அவன் தொடர்ந்து ஆண்டவரின் மீதான நம்பிக்கையைக் கைவிடாதிருந்தால் இந்த வேதனையை இறை சோதனையாகப் பார்த்திருந்தால், அவன் இத்தேர்வில் அடித்துச் செல்லப்பட்டிருக்க மாட்டான். ஆனால் தனது நம்பிக்கையில் முதல் விரிசலை அவன் உணர்ந்தவுடனே, அவன் போராடுவதற்கான அர்த்தத்தைத் தொலைத்து மரணிக்கத் தொடங்கிவிட்டான்.

தேர்வு வந்ததும், ஆரம்பத்திலிருந்தே அவன் தண்டனை விதிக்கப்பட்டதுபோல தனது கழுத்தை தூக்கிலிடுபவனிடம் அர்ப்பணித்தான். அவன் எங்களிடம் கேட்டுக்கொண்டது இதுதான்:

"இன்னும் மூணு நாளிலே நான் இங்க உயிரோட இருக்கமாட்டேன். எனக்காக கதிஷ் சொல்லுங்க."

நாங்கள் அவனுக்கு உறுதியளித்தோம்: மூன்று நாட்களில் நாங்கள் புகைக்கூண்டிலிருந்து எழும் புகையைப் பார்க்கும்பொழுது அவனை நினைவு கூர்வோம். எங்களில் பத்து பேர் ஒன்றுகூடி அவனுக்காக சிறப்புப்பூசை செய்வோம். அவனது நண்பர்கள் அனைவரும் கதிஷ் சொல்வார்கள்.

பிறகு அவன் மருத்துவமனையின் திசை நோக்கிச் சென்றான். அவனது ஒவ்வொரு அடியும் நிதானமாக இருக்க, திரும்பிப் பார்க்காமல் சென்றான். அவனை பிர்கெனா கொண்டு செல்வதற்காக ஒரு அவசர மருத்துவ ஊர்தி காத்திருந்தது.

அதன்பின் கொடுமையான நாட்கள் தொடர்ந்தன. நாங்கள் உணவை விடவும் அதிக அடிகள் வாங்கினோம். வேலையில் நசுக்கி எடுக்கப்பட்டோம். அவன் சென்ற மூன்று நாட்களுக்குப் பிறகு, நாங்கள் கதிஷ் சொல்ல மறந்து விட்டோம்.

குளிர்காலம் வந்து விட்டது. பகல் குறைவாகவும் இரவு தாங்க முடியாததாகவும் இருந்தது. விடியலின் தொடக்கத்தில், பனிக்காற்று சாட்டையைப் போல எங்களை விளாசியது.

எங்களுக்கு குளிர்கால உடைகள் வழங்கப்பட்டன. சற்று கனத்த கோடிட்ட சட்டைகள். பழைய அனுபவசாலிகள் எங்களை ஏளனம் செய்ய ஒரு புதிய வழியாக இதைக் கண்டனர்:

"இப்ப உண்மையிலே உங்களுக்கு முகாமோட சுவை தெரியும்."

உடல்கள் உறைந்து போக, வழக்கம்போல நாங்கள் வேலைக்குச் சென்றோம். கற்கள் மிகவும் குளிர்ந்து, நாங்கள் அதைத் தொட்டால் எங்களுடைய கைகளில் அது ஒட்டிக்கொள்ளும்போல் தோன்றியது. ஆனால் நாங்கள் அதற்கும் பழகிக்கொண்டோம்.

கிறிஸ்துமஸ் மற்றும் புத்தாண்டு தினத்தன்று நாங்கள் வேலை செய்யவில்லை.

எங்களுக்கு சற்று அடர்த்தியான சூப் தர அனுமதிக்கப்பட்டது.

ஜனவரி மாத மத்தியில், எனது வலது பாதம் பனியால் வீங்கத் தொடங்கியது. என்னால் காலைத் தரையில் வைக்கமுடியவில்லை. நான் மருத்துவமனைக்குச் சென்றேன். எங்களைப் போலவே, கைதியாக இருந்த யூத மருத்துவர், தீர்மானமாகச் சொன்னார்: நான் உடனே அறுவை சிகிச்சை செய்யவேண்டும்! இன்னும் தாமதப்படுத்தினால் பெருவிரலையோ, ஏன் காலையோகூட துண்டிக்க நேரிடும்.

எனக்குத் தேவைப்பட்டதெல்லாம் இதுதான்! ஆனால் எனக்கு எதையும் தேர்ந்தெடுக்கும் வாய்ப்பு இல்லை. மருத்துவர் அறுவை சிகிச்சை செய்யத் தீர்மானித்து விட்டார். அது குறித்து விவாதிக்க இயலாது. எனக்கு அந்த முடிவு அவருடையது என்பதே கூட மகிழ்ச்சியாக இருந்தது.

அவர்கள் என்னை வெண்ணிற விரிப்பு கொண்ட படுக்கையில் இருக்க வைத்தார்கள். நான் விரிப்புகளின்மீது மக்கள் உறங்குவார்கள் என்பதையே மறந்துவிட்டேன்.

உண்மையில் மருத்துவமனையில் இருப்பது அவ்வளவு மோசமாக இல்லை. எங்களுக்கு நல்ல ரொட்டியும் அடர்ந்த சூப்பும் கொடுத்தார்கள். இங்கு மணியொலிப்பது இல்லை.

கணக்கெடுப்பு இல்லை. வேலை இல்லை. இடையிடையே நான் எனது தந்தைக்கு சிறிது ரொட்டியை அனுப்பமுடிந்தது.

என்னருகே, வயிற்றுப்போக்கால் பாதிக்கப்பட்ட ஒரு ஹங்கேரிய யூதன், எலும்பும் தோலுமாக ஒளியிழந்த விழிகளுடன் இருந்தான். என்னால் அவனது குரலை மட்டுமே கேட்க முடிந்தது. அவன் உயிரோடு இருக்கிறான் என்பதற்கான ஒரே அறிகுறி அதுதான். அவனுக்கு பேசுவதற்கு எங்கிருந்து பலம் கிடைத்தது?

"நீ இவ்வளவு சீக்கிரமா மகிழ்ச்சியடைந்திராதே, மகனே. இங்கேயும் கூட தேர்வு இருக்கும். வெளியே இருக்கிறதைவிட அடிக்கடி இருக்கும். ஜெர்மனிக்கு நோயாளி யூதர்கள் தேவைப்படலை. ஜெர்மனிக்கு நான் தேவைப்படலை. அடுத்தமுறை உனக்கு ஒரு புது நண்பன் கிடைப்பான். நான் சொல்றதைக் கவனமாகக் கேள்: அடுத்த தேர்வு நடக்குறதுக்குள்ள இந்த மருத்துவமனையை விட்டு வெளியே போயிரு!"

கீழே கல்லறையிலிருந்து வருவதுபோல், இந்த முகமற்ற உருவத்திடமிருந்து வந்த வார்த்தைகள் என்னை பீதியடைய வைத்தன. இந்த மருத்துவமனை மிகவும் சிறியது என்பது உண்மைதான். மேலும் அடுத்த சில நாட்களில், புதிய நோயாளிகள் வந்தால் அவர்களுக்கு இடம் தரப்படவேண்டும்.

ஆனால் ஒருவேளை, என் அருகிலிருக்கும் இந்த முகமற்றவன், தான் முதலில் அகற்றப்பட்டு விடுவோமோ என்று அஞ்சி, என்னைத் துரத்திவிட்டு, எனது படுக்கையை காலி செய்வதன் மூலம் தனக்கான உயிர் வாழும் சந்தர்ப்பத்தை உருவாக்க விரும்பியிருக்கலாம். அல்லது என்னை வெறுமனே அச்சுறுத்த விரும்பியிருக்கலாம். இருப்பினும் அவன் சொல்வது உண்மையாக இருந்தால்? நான் பொறுத்திருந்து பார்க்க முடிவு செய்தேன்.

மருத்துவர் என்னிடம் மறுநாள் அறுவை சிகிச்சை நடக்கவிருப்பதைச் சொல்ல வந்தார்.

"பயப்படாதே. எல்லாம் நன்றாக நடக்கும்" என்று கூறினார்.

காலை பத்து மணிக்கு என்னை அறுவை சிகிச்சை அறைக்குக் கூட்டிச் சென்றனர். எனது மருத்துவர் அங்கே இருந்தார். அது

என்னை ஆறுதலடையச் செய்தது. அவரது முன்னிலையில் எனக்கு மோசமான எதுவும் நடக்காது என்று உணர்ந்தேன். அவர் பேசிய ஒவ்வொரு வார்த்தையிலும் இதம் இருந்தது. அவர் என்னைப் பார்த்த ஒவ்வொரு பார்வையும் நம்பிக்கை அளிப்பதாய் இருந்தது.

"முதலில் கொஞ்சம் வலிக்கும். ஆனா அது சரியாயிடும். தைரியமா இரு" என்றார்.

அறுவை சிகிச்சை ஒருமணி நேரம் நடந்தது. அவர்கள் என்னை தூக்கத்தில் ஆழ்த்தவில்லை. என் பார்வையை மருத்துவரின் மீதே பதித்திருந்தேன். பிறகு எங்கோ ஆழத்தில் மூழ்குவதுபோல உணர்ந்தேன்.

நான் நினைவு வந்து கண்களைத் திறந்தபோது, ஒரு பரந்த வெண்மையைத்தவிர, எனது விரிப்புகளைத் தவிர, வேறெதையும் பார்க்கவில்லை. பிறகு என்னை நோக்கிக் குனிந்தபடி இருந்த மருத்துவரின் முகத்தை கவனித்தேன்.

"எல்லாம் நல்லபடியா முடிஞ்சிருச்சி. நீ ரொம்ப துணிச்சலானவன் பையா. அடுத்ததா நீ இன்னும் ரெண்டு வாரம் இங்கே தங்கப்போறே. நல்லா ஓய்வெடு. அதோட முடிஞ்சிரும். நல்லா சாப்பிடு. உடம்புக்கும் நரம்புகளுக்கும் ஓய்வு குடு."

என்னால் அவரது உதடுகளின் அசைவுகளை மட்டும் புரிந்துகொள்ள முடிந்தது; என்ன பேசுகிறார் என்பது புரியவில்லை. ஆனால் அவரது குரல் என்னை ஆசுவாசப்படுத்தியது. திடீரென நெற்றியில் குளிர்ந்த வியர்வை பெருக்கெடுக்க ஆரம்பித்தது. என்னால் எனது காலை உணர முடியவில்லை. அவர்கள் அதைத் துண்டித்துவிட்டார்களா?

"டாக்டர்" நான் திக்கினேன். "டாக்டர்..."

"என்ன விஷயம் தம்பி?"

எனக்கு அந்தக் கேள்வியை அவரிடம் கேட்கும் துணிவில்லை.

"டாக்டர், எனக்கு தாகமா இருக்கு..."

அவர் எனக்கு தண்ணீர் கொண்டு வரச் செய்தார். சிரித்துக் கொண்டிருந்தார். மற்ற நோயாளிகளைப் பார்க்கக் கிளம்பினார்.

"டாக்டர்?"

"என்ன?"

"என்னாலே இனியும் இந்தக் காலால் நடக்கமுடியுமா?"

அவர் சிரிப்பதை நிறுத்திவிட்டார். நான் மிகவும் பயந்திருந்தேன். அவர் சொன்னார்:

"நீ என்னை நம்புறயா தம்பி?"

"நான் உங்களை ரொம்பவும் நம்பறேன் டாக்டர்."

"அப்படின்னா நான் சொல்றதை கவனமாக் கேள். நீ இன்னும் ரெண்டு வாரத்திலே முழுசா குணமாயிடுவே. உன்னாலே எல்லோரையும்போல நடக்கமுடியும். உன் கால் பாதத்திலே சீழ் கோர்த்திருந்துச்சு. நாங்க அந்த கட்டியை உடைச்சிட்டோம். உன்னோட கால் துண்டிக்கப்படலை. நீயே பார். இன்னும் ரெண்டு வாரத்துல நீயும் எல்லோரையும்போல நடப்பே..."

இன்னும் இரண்டு வாரங்கள் காத்திருக்கவேண்டும்.

எனது அறுவை சிகிச்சை முடிந்து இரண்டு நாட்களுக்குப்பின் முன்னணிப் படை திடீரென நெருங்கி வந்துவிட்டதாக முகாம் முழுவதும் வதந்தி பரவியது. செம்படை புனாவை நோக்கி முன்னேறி வருகிறது: இன்னும் சிலமணி நேரங்கள்தான் என்று சொன்னார்கள்.

நாங்கள் ஏற்கனவே இத்தகைய வதந்திகளுக்கு பழக்கப்பட்டு விட்டோம். போலித் தீர்க்கதரிசிகள் எங்களிடம் வந்து ஆருடம் சொல்வதொன்றும் முதல் முறையல்ல: உலகில் சமாதானம், எங்கள் விடுதலைக்காக செஞ்சிலுவை சங்கத்தினருடன் பேச்சுவார்த்தை, இன்னும் பிற வதந்திகள்... என்றாலும் அடிக்கடி அதை நாங்கள் நம்பினோம். அது ஒரு போதை மருந்து ஊசி போன்றது.

ஆனால் இம்முறை, இத்தீர்க்கதரிசனங்கள் மிகவும் தீர்க்கமானதாய் தோன்றின. கடந்த சில இரவுகளாக நாங்கள் பீரங்கிச் சத்தம் தொலைவில் ஒலிப்பதைக் கேட்டோம்.

என் அருகிலிருந்த முகமற்ற நோயாளி பேசினான்:

"நீ இந்த மாயையிலே ஏமாந்துராதே. ஹிட்லர், யூதர்கள் எல்லோரையும் கடிகாரம் பன்னிரண்டு மணி அடிக்கிறதுக்கு முன்னாலே, அழிச்சொழிச்சிருவேன்னு... தெளிவாச் சொல்லிட்டான்..."

நான் ஆத்திரத்தில் வெடித்தேன்.

"உனக்கு அவன் சொன்னது பெரிய விஷயமாத் தெரியுதா? நாங்க ஹிட்லரை ஒரு தீர்க்கதரிசியா நினைக்கணுமா என்ன?"

அவனது தெளிவற்று மங்கிய கண்கள் என்னை உற்றுப் பார்த்தன. அவன் சோர்வு மிகுந்த குரலில் இறுதியாகச் சொன்னான்:

"நான் மத்தவங்களைவிட ஹிட்லரை அதிகம் நம்புறேன். அவன் ஒருத்தன் மட்டும்தான் தன்னோட வாக்குறுதிகளை, யூதர்களுக்குக் கொடுத்த, எல்லா வாக்குறுதிகளையும் நிறைவேத்திக்கிட்டிருக்கான்."

அன்று பிற்பகல் நான்கு மணிக்கு, வழக்கம்போல, கொட்டடித் தலைவர்களின் தினசரி அறிக்கைக்கான அழைப்பு மணி ஒலித்தது.

அவர்கள் இடிந்து போனவர்களாகத் திரும்பி வந்தனர். அவர்கள் தங்கள் உதடுகளைத் திறக்கவே சிரமப்பட்டனர். அவர்களால் ஒரு வார்த்தையே உச்சரிக்க முடிந்தது: "வெளியேற்றம்." முகாம் காலி செய்யப்படப் போகிறது. நாங்கள் இன்னும் தொலைவிற்கு அனுப்பப்படவுள்ளோம். எங்கே? ஜெர்மனியின் எங்கோ உட்பகுதியில் உள்ள பிற முகாம்களுக்கு; அவற்றுக்குத்தான் குறைவே இல்லை.

"எப்பொழுது?"

"நாளை இரவு."

"ஒருவேளை ரஷ்யர்கள் அதற்கு முன்னாலே வரலாம்."

"ஒருவேளை."

எங்களுக்கு அவர்கள் வரமாட்டார்கள் என்று மிக நன்றாகவே தெரியும்.

முகாம் ஒரு தேன்கூடு போலாகிவிட்டது. மக்கள் இங்குமங்கும் ஓடியபடி ஒருவரையொருவர் அழைத்தனர். எல்லாக் கொட்டடிகளிலும் கைதிகள் பயணத்திற்கான முன்னேற்பாடுகளைச் செய்து கொண்டிருந்தனர். நான் எனது மோசமான காலைப் பற்றி மறந்துவிட்டேன். ஒரு மருத்துவர் அறைக்குள் வந்து அறிவித்தார்:

"நாளை இரவு முகாமே அணிவகுத்துக் கிளம்பிப் போய்விடும். ஒரு பிளாக்கிற்கு அடுத்து இன்னொரு பிளாக். நோயாளிங்க

எல்லாம் மருத்துவமனையிலேயே இருக்கலாம். அவங்களை வெளியேற்ற மாட்டாங்க."

இந்தச் செய்தி எங்களை ஆச்சரியப்பட வைத்தது. எஸ்எஸ் மருத்துவமனை பிளாக்குகளிலுள்ள நூற்றுக்கணக்கான கைதிகளை, அவர்களது விடுவிப்பாளர்களின் வருகைக்காகக் காத்திருக்கும்படி விட்டுச் செல்லப் போகிறார்களா? உண்மையாகவே அவர்கள் இந்த யூதர்களை பனிரெண்டாவது மணி ஒலிப்பதைக் கேட்க அனுமதிப்பார்களா? நிச்சயமாக இல்லை.

"நோயாளிகளில் இயலாதவங்க எல்லாரையும் கொன்னுருவாங்க" என்றான் அந்த முகமற்றவன். "கடைசியா ஒரே வீச்சிலே எல்லோரையும் தகன உலைக்கு அனுப்பிருவாங்க."

மற்றொருவன் கூறினான்: "முகாமுக்கு நிச்சயம் வெடி வச்சிருவாங்க. எல்லோரும் வெளியேறி முடிஞ்சதுமே அது வெடிச்சிரும்."

என்னைப் பொருத்தவரை, நான் மரணத்தைப் பற்றிச் சிந்திக்கவில்லை. ஆனால் நான் எனது தந்தையை விட்டு பிரிக்கப்படுவதை விரும்பவில்லை. நாங்கள் ஏற்கனவே ஏராளமான வேதனையை அனுபவித்துவிட்டோம், ஒன்றாக ஏராளமானவற்றை எதிர்கொண்டுள்ளோம். இத்தனைக்கும் பிறகு இது பிரிவதற்கான நேரம் இல்லை.

நான் அவரைத் தேடுவதற்காக வெளியில் ஓடினேன். பனி கனத்திருந்தது. கொட்டடிகளின் ஜன்னல்கள் பனியால் திரையிடப்பட்டிருந்தன. ஒரு கையில் செருப்பைப் பிடித்தபடி - அது என் வலது காலினுள் செல்லாததால் - நான் வலியையோ குளிரையோ உணராமல் ஓடினேன்.

"நாம என்ன செய்யப் போறோம்?"

எனது தந்தை பதில் கூறவில்லை.

"அப்பா நாம என்ன செய்யப் போறோம்?"

அவர் சிந்தனையில் ஆழ்ந்துவிட்டார். முடிவு எங்கள் கைகளில் இருந்தது. இந்த ஒருமுறை எங்கள் விதியை நாங்களே தீர்மானிக்கலாம். நாங்கள் இருவரும், மருத்துவமனையிலேயே தங்கலாம். அங்கு எனது மருத்துவரின் உதவியுடன் அவரை, ஒரு நோயாளியாகவோ அல்லது மருத்துவப் பணியாளராகவோ சேர்க்கும்படி செய்யலாம். என் தந்தை எங்கு செல்கிறாரோ

அங்கெல்லாம் அவருடனே சேர்ந்து செல்வது என மனதில் தீர்மானித்து விட்டேன்.

“சரி,அப்பா நாம என்ன செய்யலாம்?”

அவர் அமைதியாக இருந்தார்.

“நாமும் மத்தவங்களோட சேர்ந்து வெளியேறலாம்” என்று நான் அவரிடம் சொன்னேன்.

அவர் பதில் சொல்லவில்லை. அவர் எனது காலைப் பார்த்தார்.

“உன்னாலே நடக்கமுடியும்னு நினைக்கிறயா?”

“ஆமா, நான் அப்படித்தான் நினைக்கிறேன்.”

“நாம இதுக்காக வருத்தப்படாம இருப்போம்னு நம்புவோம், எலீசர்.”

யுத்தம் முடிந்தபின் மருத்துவமனையிலேயே தங்கியவர்களின் விதியை நான் அறிந்தேன். வெளியேற்றத்திற்கு இரண்டு நாட்களுக்குப் பின்னர், ரஷ்யர்களால் அவர்கள் மிக எளிமையாக விடுவிக்கப்பட்டனர்.

நான் மீண்டும் மருத்துவமனைக்குத் திரும்பவில்லை. எனது கொட்டடிக்குச் சென்றேன். எனது காயம் திறந்து ரத்தம் வழிந்து கொண்டிருந்தது. என் பாதம்பட்ட இடத்திலெல்லாம் பனி சிவந்திருந்தது.

கொட்டடித் தலைவன் பயணத்திற்காக இரண்டு மடங்கு ரொட்டியும் செயற்கை வெண்ணையும் வழங்கினான். நாங்கள் கிடங்கிலிருந்து துணிமணிகளை எங்கள் விருப்பப்படி எடுத்துக் கொள்ளலாம்.

அன்று குளிராக இருந்தது. நாங்கள் படுத்துக்கொண்டோம். புனாவில் கடைசி இரவு. மற்றுமொரு கடைசி இரவு. வீட்டில் கடைசி இரவு, யூத கெட்டோவில் கடைசி இரவு, ரயிலில் கடைசி இரவு, இப்பொழுது புனாவில் கடைசி இரவு. இன்னும் எவ்வளவு தூரம் எங்கள் வாழ்க்கை ஒரு ‘கடைசி இரவி’லிருந்து மற்றொன்றிற்கு இழுத்துச் செல்லப்படும்?

நான் தூங்கவே இல்லை. பனி உறைந்த ஜன்னல் கண்ணாடிகளின் வழியே சிவப்பு விளக்குகளின் தீற்றல்கள் தெரிந்தன. பீரங்கியின் வெடிச் சத்தங்கள் இரவுநேர அமைதியைச்

சிதைத்தன. ரஷ்யர்கள் எவ்வளவு அண்மையில் இருக்கிறார்கள்! அவர்களுக்கும் எங்களுக்கும் இடையில் - ஒரு இரவு- எங்களது கடைசி இரவு. ஒரு படுக்கைக்கும் மற்றொன்றிற்கும் இடையே முணுமுணுப்பு கேட்டது. சிறிது அதிர்ஷ்டம் இருந்தால் வெளியேற்றத்துக்கு முன்னால் ரஷ்யர்கள் இங்கிருப்பார்கள். நம்பிக்கை மீண்டும் துளிர்த்தது.

யாரோ கத்தினார்கள்.

"தூங்க முயற்சி பண்ணுங்க. பயணம் செய்றதுக்கு பலத்தை சேர்த்துக்கோங்க...

இது யூத கெட்டோவில் இருந்தபொழுது எனது தாய் கூறிய கடைசி அறிவுரை வார்த்தைகளை எனக்கு நினைவுபடுத்தியது. ஆனால் என்னால் உறங்கவே முடியவில்லை. என் பாதம் பற்றி எரிவதுபோல் உணர்ந்தேன்.

காலையில் முகாமின் முகமே மாறிவிட்டது. கைதிகள் எல்லாவிதமான வினோத உடைகளில் காட்சியளித்தனர். அது ஒரு முகமூடி நடனம் போன்றிருந்தது. எல்லோரும் பனியிலிருந்து தற்காத்துக்கொள்ள ஒன்றன்மீது ஒன்றாக பல ஆடைகளை அணிந்திருந்தனர். பாவம் கோமாளிகள், அவர்களது உயரத்திற்கும் அகலத்துக்கும் பொருந்தாத ஆடைகளுடன், உயிருடன் இருப்பது போலன்றி சவங்களைப்போல தோற்றமளித்தனர். அப்பாவிக் கோமாளிகள்! அவர்களது ஒடுங்கி உலர்ந்த பேய்முகங்கள் சிறை ஆடைக் குவியல்களிடையே வெளிப்பட்டது எப்படி இருந்தது! பாவம் கோமாளிகள்.

நான் சற்று பெரிய காலணியைத் தேட முயற்சித்தேன். அது பயனின்றிப் போனது. ஒரு போர்வையைக் கிழித்து எனது காயத்தைச் சுற்றினேன். பிறகு முகாமெங்கும் இன்னும் கொஞ்சம் ரொட்டி, சில உருளைக் கிழங்குகளைத் தேடிச் சுற்றி அலைந்தேன்.

சிலர் நாங்கள் செக்கோஸ்லோவாகியாவிற்கு கொண்டு செல்லப்படுவோம் என்றார்கள். இல்லை, குரேஸ்-ரோஸென்க்கு. இல்லை, கிளெய்விட்சுக்கு. இல்லை... க்கு...

பிற்பகல் இரண்டுமணி. பனி இன்னும் கனமாகப் பெய்து கொண்டிருந்தது.

நேரம் இப்போது மிக வேகமாகச் சென்றது. பொழுது சாய்ந்து விட்டது. சாம்பல் நிற மூடுபனியில் பகல் வெளிச்சம் மறைந்து கொண்டிருந்தது.

கொட்டடியின் தலைவனுக்கு, திடீரென அதைச் சுத்தம் செய்ய மறந்து விட்டது நினைவிற்கு வந்தது. நான்கு கைதிகளை அந்த மரத்தரையைத் துடைத்துவிட உத்தரவிட்டான். முகாமை விட்டு வெளியேறுவதற்கு ஒரு மணி நேரத்திற்கு முன்னால்... ஏன்? யாருக்காக?

அவன் கூறினான்: "இது விடுதலைப்படையினருக்காக. அவங்க இங்கே வாழ்ந்துகொண்டிருந்தது பன்றிங்க இல்லை, மனுசங்கன்னு புரிந்துகொள்ள."

அப்படியானால் நாங்கள் மனிதர்கள்தானா? கொட்டடியின் ஒவ்வொரு மூலையும் மேலிருந்து கீழேவரை சுத்தம் செய்யப்பட்டது.

ஆறு மணிக்கு மணியடித்தது. சாவுமணி. சவ அடக்கம். பயணத்திற்கான அணிவகுப்பு தொடங்கியது.

"வரிசையா நில்லுங்க. சீக்கிரம்..."

சில கணங்களில், நாங்கள் குழுக்களின்படி வரிசையாக நின்றோம். இரவாகிவிட்டது. எல்லாமே ஏற்கனவே திட்டமிட்டபடி நடைபெற்றுக் கொண்டிருக்கிறது.

நூற்றுக்கணக்கான ஆயுதந்தாங்கிய எஸ் எஸ் ஆட்கள் காவல் நாய்களுடன் இருளிலிருந்து வெளிப்பட்டனர். தேடு விளக்குகள் போடப்பட்டன. பனி பெய்வது நிற்கவே இல்லை. முகாமின் கதவுகள் திறக்கப்பட்டன. இதை விட இன்னும் இருண்ட இரவு மறுபுறத்தில் எங்களுக்காகக் காத்திருப்பது போல் தோன்றியது.

முதல் கொட்டடிகள் அணிவகுத்துச் செல்ல ஆரம்பித்ததன. நாங்கள் காத்திருந்தோம். எங்களுக்கு முன்னே உள்ள ஐம்பத்தியாறு கொட்டடியில் இருந்தவர்களும் செல்வதற்காகக் காத்திருந்தோம். குளிர் அதிகமாக இருந்தது. எனது பையில் இரண்டு ரொட்டித்துண்டுகள் இருந்தன. எவ்வளவு மகிழ்ச்சியுடன் நான் அவற்றைத் தின்ன விரும்பினேன்! ஆனால் எனக்கு அனுமதி தரப்படவில்லை. இன்னும் இல்லை.

எங்களது முறை வந்து கொண்டிருக்கிறது. பிளாக் 53... பிளாக் 55...

பிளாக் 57, அணிவகுத்து முன்னே செல்லுங்கள்!

இடைவிடாது பனி பெய்து கொண்டிருந்தது.

பனிக்காற்று உக்கிரமாக வீசியது. ஆனால் நாங்கள் தடுமாற்றமின்றி அணிவகுத்துச் சென்றோம்.

எஸ் எஸ் ஆட்கள் எங்கள் வேகத்தை அதிகரிக்கச் செய்தனர். "வேகமா... நாடோடிப் பசங்களா... உண்ணி பிடிச்ச நாய்களா..." ஏன் கூடாது? அந்த நடையின் வேகம் எங்களுக்கு சற்று வெதுவெதுப்பூட்டியது. ரத்தம் மேலும் எளிதாக எங்கள் நரம்புகளில் பாய்ந்தது. நாங்கள் உயிருடன் இருப்பது போன்ற உணர்வு ஏற்பட்டது.

"வேகமா... வேகமா அசிங்கம் பிடிச்ச நாய்களா!" நாங்கள் அதற்கு மேலும் நடந்து செல்லவில்லை; ஓடிக்கொண்டிருந்தோம், தானாக இயங்கும் இயந்திரங்களைப்போல. எஸ்எஸ் ஆட்களும் கையில் ஆயுதங்களுடன் ஓடிவந்தனர். நாங்கள் அவர்களுக்கு முன்னால் தப்பி ஓடுவதுபோல தோன்றியது.

இரவு கடும் இருட்டாக இருந்தது. இடையிடையே இருளில் ஒரு வெடிச்சத்தம். தொடர்ந்து வரமுடியாதவர்களை சுட்டு விடும்படி உத்தரவு. அவர்களுடைய விரல்கள் விசைகளில் இருக்க, இந்த இன்பத்தை அவர்கள் இழந்துவிட விரும்பவில்லை. எங்களில் யாராவது ஒருவர் ஒருவினாடி நின்றுவிட்டால் குறிபார்த்தது ஒரு குண்டு, மற்றொரு அசிங்கம் பிடித்த நாயைத் தீர்த்துக் கட்டியது.

நான் இயந்திரகதியில், ஒரு காலின் முன் மற்றொரு காலை எடுத்து வைத்து ஓடிக்கொண்டிருந்தேன். கனத்துத் தெரிந்த எலும்பான உடலை இன்னும் இழுத்துச் சென்றேன். என்னால் மட்டும் இந்த உடலை விட்டொழிக்க முடிந்தால்! அதைப் பற்றி யோசிக்கக்கூடாதென்ற எனது முயற்சியையும் மீறி என்னுள் இருவர் இருப்பதை உணர்ந்தேன்: எனது உடல் மற்றும் நான். எனது உடலை நான் வெறுத்தேன். நான் திரும்பத் திரும்ப, எனக்கு

நானே சொல்லிக்கொண்டேன். ‘எதையும் யோசிக்காதே, நிற்காதே, ஓடு...’

என் அருகில் மனிதர்கள் அசுத்தமான பனித்தரையில் தளர்ந்து விழுந்தனர். துப்பாக்கியின் வெடிச்சத்தங்கள்.

என் அருகில் ஒரு இளம் போலந்துச் சிறுவன் அணிவகுத்து வந்தான். அவன் பெயர் ஜல்மான். அவன் புனாவில் மின் பண்டகசாலையில் வேலை பார்த்தவன். அவன் எப்பொழுதும் பிரார்த்தனை செய்தபடியோ அல்லது தால்முட் குறித்த சிந்தனையிலோ இருந்ததால், எல்லோரும் அவனை ஏளனம் செய்வார்கள். அவனுக்கு அது எதார்த்தத்திலிருந்து தப்பிக்கவும், விழும் அடிகளை உணராமலிருக்கவும் ஒரு வழி.

அவன் திடீரென்று வயிற்றுவலியால் அவதிப்பட்டான்.

“எனக்கு வயிறு வலிக்குது” என்று என்னிடம் முணுமுணுத்தான். அவனால் மேலே செல்லமுடியவில்லை. அவன் ஒருகணம் நிற்கவேண்டியதாயிற்று. நான் அவனைக் கெஞ்சினேன்:

“கொஞ்சம் பொறு ஜல்மான். நாம எல்லோருமே சீக்கிரம் ஓய்வெடுக்க எங்கேயாவது நிற்போம். நாம உலகத்தோட கடைசிவரைக்கும் இப்படியே ஓடப் போறதில்லை.”

ஆனால் அவன் ஓடிக்கொண்டே, தனது பொத்தான்களைக் கழற்றியபடியே அழுதான்.

“என்னாலே இதுக்கு மேல முடியாது. என் வயிறு வெடிச்சிடும்...”

“முயற்சி செய் ஜல்மான்... முயற்சி...”

“என்னாலே முடியாது...” அவன் திணறினான்.

அவன் கால்சராயைக் கீழிறக்கிவிட்டு கீழே சரிந்தான்.

இதுதான் அவனைப் பற்றிய எனது கடைசிச் சித்திரம்.

அவனைக் கொன்று போட்டது எஸ்எஸ் என்று நான் நம்பவில்லை. ஏனெனில் அதை எவரும் பார்க்கவில்லை. எங்களைப் பின்தொடர்ந்த ஆயிரக்கணக்கான மனிதர்களின் கால்களின் கீழே மிதிபட்டு, அவன் இறந்திருக்கக்கூடும்.

விரைவில் நான் அவனை மறந்து விட்டேன். மீண்டும் என்னைப் பற்றி யோசிக்க ஆரம்பித்தேன். எனது வலிமிகுந்த

காலின் ஒவ்வொரு எட்டிலும் ஒரு நடுக்கம் என்னுள் பாய்ந்து சென்றது. நான் நினைத்தேன். இன்னும் சில அடிகள். அதற்குள் எல்லாம் முடிந்துவிடும். நான் விழுந்துவிடுவேன். ஒரு செந்நிற ஜுவாலை... ஒரு குண்டு வெடிப்பு... மரணம் என்னைச் சூழ்ந்தது, என்னை மூச்சுத் திணற வைத்தது. ஒரு பசை போல என் மீது ஒட்டிக்கொண்டது. அதை என்னால் தொடமுடியும் என்று தோன்றியது. மடிவது, இல்லாமல் போவது என்ற கருத்து என்னை வசீகரிக்கத் தொடங்கியது. இனிமேலும் ஜீவித்திருக்காமல் போவது. எனது காலின் கொடூரமான வலியை உணராமல் இருப்பது. சோர்வையோ, குளிரையோ, எதையுமே உணராமல் இருப்பது. பாதையின் விளிம்பில் சரிந்து விழும்படி என் உடலை விட்டுவிடுவது.

என் தந்தையின் இருப்பு ஒன்றே என்னைத் தடுத்து நிறுத்தியது. அவர் என்னருகில் மூச்சுத்திணறியபடி தன் இறுதி வலிமையையும் உணர்வையும் திரட்டியபடி ஓடிக்கொண்டிருந்தார். என்னை மடியவிடுவதற்கு எனக்கு உரிமையில்லை. நான் இல்லாமல் அவரால் என்ன செய்ய முடியும்? நான்தான் அவரது ஒரே ஆதாரம்.

இந்த சிந்தனைகள் எனது மனதில் ஓடிக் கொண்டிருக்க, நான் என் கால்வலியை உணராமல் இன்னும் ஓடிக்கொண்டிருக்கிறேன் என்பதை உணராமல், ஆயிரக்கணக்கானவர்களின் மத்தியில் இந்தப் பாதையில் ஓடிக் கொண்டிருக்கும் நானும் ஓர் உடலுக்குச் சொந்தக்காரன் என்று உணராமல் ஓடிக் கொண்டிருந்தேன்.

நான் மீண்டும் என்னுணர்வுக்கு வந்தபோது, எனது வேகத்தைக் குறைக்க முயன்றேன். ஆனால் அதற்கு வழியில்லை. முன்னோக்கி வந்து கொண்டிருக்கும் மாபெரும் மனித அலை ஒரு எறும்பைப்போல என்னை நசுக்கியிருக்கும்.

நான் தூக்கத்தில் நடப்பவனைப்போல நடந்தேன். சில நேரங்களில், என் கண்களை மூடியபடியே, அது தூக்கத்தில் ஓடுவது போல இருந்தது. இடையிடையே யாராவது பின்னாலிருந்து என்னை வேகமாகத் தள்ளியவுடன் நான் விழித்துக் கொள்வேன். பின்னால் வருபவன் கத்துவான். “வேகமா ஓடு. நீ போக விரும்பலேன்னா மத்தவங்களையாவது போகவிடு.” ஒரு உலகம் முழுவதும் என்னைக் கடந்து செல்வதையும், ஒரு வாழ்நாள் முழுவதையும் கனவாகக் காணவும், நான் ஒருகணம் என் கண்களை மூடினால் போதும்.

அந்தச் சாலை முடிவற்றிருந்தது. ஒருவர் தன்னை இப்பெரும் கும்பலே தள்ளிச் செல்லும்படி விட்டு விடலாம், குருட்டு விதியால் தான் அடித்துச் செல்லும்படி விட்டுவிடலாம். எஸ்எஸ் ஆட்கள் சோர்வுற்றால் அவர்கள் மாற்றப்பட்டார்கள். ஆனால் எங்களை மாற்ற யாருமில்லை. நாங்கள் ஓடியதையும் மீறி எங்கள் எலும்புகள் உறைந்து, தொண்டைகள் உலர்ந்து, பசியுடன், மூச்சிரைக்க நாங்கள் ஓடினோம்.

நாங்கள் இயற்கையின் எஜமானர்கள், இந்த உலகத்தின் எஜமானர்கள். மரணம், சோர்வு, எங்கள் இயற்கைத் தேவைகள் அனைத்தையும் கடந்தவர்கள். குளிரையும் பசியையும்விட வலிமையானவர்கள். துப்பாக்கிச்சூடுகளையும், மடியும் ஆசையையும் விட வலிமையானவர்கள். சபிக்கப்பட்டு அலைந்து திரிந்த வெறும் எண்கள். நாங்கள் மட்டுமே இந்த மண்ணில் இருந்த மனிதர்கள்.

கடைசியில், சாம்பல் நிற ஆகாயத்தில் விடிவெள்ளி முளைத்தது. தொடுவானத்தில் ஒரு தெளிவற்ற வெளிச்சத்தடம் தெரிந்தது. நாங்கள் தளர்ந்துவிட்டோம், உடலின் வலிமையனைத்தையும், இழந்துவிட்டோம். எல்லா மாயையையும்.

நாங்கள் புறப்பட்டதிலிருந்து இதுவரை நாற்பத்தி இரண்டு மைல் தூரத்தைக் கடந்திருப்பதாக கமாண்டர் தெரிவித்தான். நாங்கள் சோர்வின் எல்லைகளைக் கடந்து நீண்ட நேரமாகிவிட்டது. எங்களது கால்கள் இயந்திர கதியில் எங்களை மீறி நடந்து கொண்டிருந்தன.

நாங்கள் கைவிடப்பட்ட ஒரு கிராமத்தின் வழியாகச் சென்றோம். உயிருள்ள ஒரு ஆத்மாகூட இல்லை. ஒரு நாயின் குரைப்புகூட இல்லை. வீடுகளின் ஜன்னல்கள் திறந்து கிடந்தன. ஒரு சிலர் வரிசைகளிலிருந்து நழுவி ஆளற்ற கட்டிடங்களுக்குள் மறைந்துகொள்ள முயன்றனர்.

மேலும் ஒருமணி நேரப் பயணத்திற்குப் பின், ஓய்வுக்கான ஆணை கிடைத்தது.

நாங்கள் ஒன்றாக பனியில் விழுந்து அமிழ்ந்தோம். எனது தந்தை என்னை உலுக்கினார். "இங்கே வேண்டாம்... எந்திரி... இன்னும் கொஞ்ச தூரம். அங்கே ஒரு கொட்டகை இருக்கு... வா."

எனக்கு எழுந்திருக்க விருப்பமோ பலமோ இல்லை. இருப்பினும் நான் கட்டுப்பட்டேன். அது ஒரு கொட்டகை

இல்லை. கூரைசரிந்த, ஜன்னல்கள் உடைந்த, கரி பிடித்த சுவர்களுடன் கூடிய ஒரு செங்கற் தொழிற்சாலை. அதன் உள்ளே நுழைவது எளிதாக இல்லை. கதவைச் சுற்றி நூற்றுக்கணக்கான கைதிகள் நின்றிருந்தனர்.

இறுதியாக நாங்கள் உள்ளே நுழைவதில் வெற்றி பெற்றோம். அங்கும்கூட பனி கடுமையாக இருந்தது. நான் என்னைச் சரியவிட்டு விட்டேன். அப்பொழுதுதான் உண்மையாகவே, என் உடற்சோர்வை உணர்ந்தேன். பனி ஒரு கம்பளத்தைப்போல, மிக இதமாக, மிக வெதுவெதுப்பாக இருந்தது. நான் தூங்கிவிட்டேன். நான் எவ்வளவு நேரம் தூங்கினேன் என்று தெரியவில்லை. ஒரு சில நிமிடங்கள் அல்லது ஒரு மணி நேரம். நான் விழித்தபோது ஒரு குளிர்ந்த கை என் கன்னத்தைத் தட்டிக்கொடுத்தபடி இருந்தது. நான் சிரமத்துடன் என் கண்களைத் திறந்தேன்: அது எனது தந்தை.

முந்தைய இரவிலிருந்து இதற்குள் அவர் எவ்வளவு முதுமையடைந்து விட்டார்! அவரது உடல் முற்றிலும் வளைந்து தனக்குள்ளேயே ஒடுங்கி விட்டது. அவரது கண்கள் அசைவற்று உதடுகள் உலர்ந்து வெடித்திருந்தன. அவர் உடற்சோர்வின் முழுமையான அடையாளமாக இருந்தார். அவரது குரல் கண்ணீராலும் பனியாலும் ஈரத்துடன் இருந்தது.

“தூங்கிப் போயிராதே எலீசெர். பனியிலே தூங்குறது ஆபத்து. ஒரேயடியாத் தூங்கிருவே. வா.வா... எந்திரி.”

எழுந்திருப்பதா? என்னால் எப்படி முடியும்? இந்த மிருதுவான படுக்கையை விட்டு என்னால் எப்படி எழுந்திருக்கமுடியும்? எனது தந்தை சொல்வது எனக்குக் கேட்டது, ஆனால் அதன் அர்த்தம் என்னைவிட்டு விலகிச்சென்றது, அவர் இந்த முழுக் கட்டிடத்தையே என் கைகளால் தூக்கச் சொன்னது போல் இருந்தது.

“வா, மகனே வா.”

நான் பல்லைக் கடித்துக்கொண்டு எழுந்தேன். தனது ஒரு கையால் என்னைத் தாங்கியபடி வெளியே கூட்டிச் சென்றார். அது எளிதாக இல்லை. நுழைவதுபோலவே வெளியே செல்வதும் சிரமமாக இருந்தது. எங்கள் காலடியில் சில மனிதர்கள் கால்களால் மிதிபட்டு நசுங்கி மடிந்து கொண்டிருந்தனர். எவரும் அதுபற்றிக் கவலைப்படவில்லை.

நாங்கள் வெளியில் இருந்தோம். பனிக்காற்று என் முகத்தில் அறைந்தது. தொடர்ந்து என் உதடுகள் உறைந்துவிடாமலிருக்க அவற்றைக் கடித்தபடியே இருந்தேன். என்னைச் சுற்றிலும் எங்கும் மரணக்கூத்து. அது என்னைத் தலைசுற்ற வைத்தது. ஒரு கல்லறையில் நடந்து கொண்டிருந்தேன். விறைத்த பிணங்களின் நடுவே, மரக்கட்டைகளின் நடுவே ஒரு வேதனைக்குரல் இல்லை, ஒரு முனகல் இல்லை. ஆனால் ஒரு மாபெரும் வேதனையும் மௌனமும் இருந்தது. எவரும் எவரிடமும் உதவி கோரவில்லை. நீ சாகவேண்டுமென்பதால் சாகிறாய். தொந்தரவு செய்வதில் எவ்வித அர்த்தமுமில்லை.

ஒவ்வொரு விறைத்த பிணத்திலும், என்னையே நான் பார்த்தேன். விரைவில், இதற்கு மேலும் அவர்களை என்னால் பார்க்கமுடியாது. நானும் அவர்களில் ஒருவனாகிவிடுவேன். இன்னும் சில மணி நேரங்களில்.

“அப்பா, வாங்க, கொட்டகைக்கே திரும்பிப் போயிரலாம்...”

அவர் பதிலளிக்கவில்லை. அவர் இறந்து கிடந்தவர்களைக் கூடப் பார்க்கவில்லை.

“அப்பா வாங்க, அங்கேயாவது பரவாயில்லே. கொஞ்சம் படுத்துக் கிடக்கலாம். ஒருத்தர் மாத்தி ஒருத்தர். நான் உங்களைப் பாத்துகிடுவேன். அப்புறம் நீங்க என்னைப் பாத்துக்கிடலாம். நாம ஒருத்தரை ஒருத்தர் தூங்கீராம பாத்துக்கலாம்.”

அவர் சம்மதித்தார். உயிருள்ள உடல்களையும் பிணங்களையும் மிதித்தபடி மீண்டும் வெற்றிகரமாக எப்படியோ கொட்டகைக்குள் நுழைந்துவிட்டோம். எங்களை நாங்களே தளர்ந்து கீழே சரிய விட்டுவிட்டோம்.

“பயப்படாதே மகனே. தூங்கு. நீ தூங்கலாம். நான் உன்னைப் பாத்துக்கிறேன்.”

“இல்லே. நீங்க முதல்ல தூங்குங்கப்பா.” அவர் மறுத்துவிட்டார். நான் கீழே படுத்து, சற்று நேரம் தூங்க, வீணாக முயற்சித்தேன். சற்று நேரத் தூக்கத்திற்காக நான் எதையும் இழக்கத் தயாராக இருந்திருப்பேன் என்பது கடவுளுக்கே தெரியும். ஆனால் என் மனதின் அடியாழத்தில், தூங்குவதன் அர்த்தம் மரணம் என்று தோன்றியது. என்னுள் இருக்கும் ஏதோ ஒன்று, இந்த மரணத்திற்கு எதிராகக் கிளர்ச்சி செய்தது. என்னைச் சுற்றிலும் மரணம் அமைதியாக, வன்முறையின்றி நுழைந்து கொண்டிருந்தது. அது

உறங்கிக்கொண்டிருக்கும் ஏதோ ஒரு உயிரைக் கவ்வி அதனுள் நுழைந்து கொஞ்சம் கொஞ்சமாக அதை விழுங்கி விடும். என் அருகில் யாரோ ஒருவன் அவனது சகோதரனையோ அல்லது ஒருவேளை அவனது தோழனையோ எழுப்ப வீணாக முயற்சி செய்து கொண்டிருந்தான். தனது முயற்சியில் சோர்ந்துபோன அந்த மனிதன், அந்தப் பிணத்தின் அருகில் தன் முறைக்கு படுத்து உறங்கியும் விட்டான். அவனை எழுப்புவதற்கு யார் இருக்கிறார்கள்? நான் எனது கையை நீட்டி அவனைத் தொட்டேன்.

"எழுந்திரி. இங்கே நீ தூங்கிரக்கூடாது..." அவன் தன் கண்களைப் பாதி திறந்தான்.

"அறிவுரை வேணாம்" அவன் மெல்லிய குரலில் சொன்னான். "எனக்கு சோர்வா இருக்கு. உன் வேலையைப் பார், என்னை தனிமையிலே விட்டுரு."

என் தந்தையும்கூட லேசான ஒரு குட்டித் தூக்கத்தில் இருந்தார். என்னால் அவரது கண்களைப் பார்க்கமுடியவில்லை. அவரது தொப்பி அவரது முகத்தை மறைத்திருந்தது. "எழுந்திரிங்க" என்று நான் அவரது காதில் முணுமுணுத்தேன்.

அவர் திடுக்கிட்டு எழுந்தார். அவர் எழுந்து அமர்ந்து, குழப்பத்துடன், தன்னைச் சுற்றிலும் ஒருவித ஆச்சர்யத்துடன் வெறித்துப் பார்த்தார். திடீரென தனது பிரபஞ்சத்தைக் கணக்கிடுவதுபோல், துல்லியமாக தான் எங்கு எந்த இடத்தில் ஏன் இருக்கிறோம் என்று பார்க்கத் தீர்மானித்ததுபோல் தன்னைச் சுற்றிலும் பார்த்தார். பிறகு புன்னகைத்தார்.

நான் எப்பொழுதும் அந்தப் புன்னகையை நினைவுகொள்வேன். அது எந்த உலகத்திலிருந்து வந்தது? பிணங்களின் மீது பனி பெய்து கொண்டிருந்தது. கொட்டகையின் கதவு திறந்தது. தொடர்ந்து ஒரு முதியவர் தோன்றினார். அவரது மீசை பனியால் மூடப்பட்டு உதடுகள் குளிரால் நீலம் பாரித்திருந்தது. அவர் ரப்பி எலியாஹோ, யூத சமூகத்தில் ஒரு பகுதியினருக்கு மதகுரு. மிகுந்த இரக்கமுள்ள மனிதர். முகாமில் உள்ள காவலர்கள், கொட்டடித் தலைவர்கள் உள்ளிட்ட அனைவராலும் மிகவும் நேசிக்கப்பட்டவர். இங்கு நிகழ்ந்த சோதனைகளையும் இன்னல்களையும் மீறி இன்னும் அவரது முகம் உள்ளொளியால் பிரகாசித்தது. 'ரப்பி' (யூத மதகுரு) என்றே எப்பொழுதும் அழைக்கப்பட்ட ஒரே யூத மதகுரு அவர்தான். அவர் பழைய தீர்க்கதரிசிகளில் ஒருவரைப்போல, எப்பொழுதும்

மக்கள் மத்தியில் இருந்து அவர்களுக்குத் தேவைப்படும் வேளைகளிலெல்லாம் ஆறுதல் கூறுவார். அதிசயமாக அவரது வார்த்தைகள் எவரிடமிருந்தும் வெறுப்பை வரவழைக்கவில்லை. அவை உண்மையாகவே அமைதியைக் கொண்டுவந்தன.

அவர் கொட்டகைக்குள் வந்தார். அவரது விழிகள், எப்பொழுதும் இருப்பதைவிடப் பிரகாசமாக, யாரையோ தேடிக்கொண்டிருப்பது போல தோன்றியது.

"யாராவது எங்கேயாவது என் பையனைப் பாத்தீங்களா?"

அவர் தனது மகனை பதட்டத்தில் தொலைத்துவிட்டார். அவர் அவனை வீணாக இறந்தவர்களின் மத்தியில் தேடினார். அது பலனளிக்கவில்லை. பின்னர், அவனது உடலைத் தேடி பனியைத் தோண்டியபடி வந்தார். அதுவும் வீணானது.

மூன்று ஆண்டுகளாக அவர்கள் ஒன்றாகவே இருந்தனர். அருகருகே, எப்போதும், வேதனைகளிலும், அடிகளிலும்; ரொட்டியைப் பெறுவதற்கும் பிரார்த்தனையிலும் இணைந்தே இருந்தனர். மூன்று ஆண்டுகள் முகாமிலிருந்து முகாமுக்கு... தேர்விலிருந்து தேர்விற்கு... இப்பொழுது முடிவு நெருங்குவது போல் தோன்றும் நிலையில் - விதி அவர்களைப் பிரித்து விட்டது. என் அருகில்வந்த ரப்பி எலியாஹோ மெதுவாகக் கூறினார்.

"அது வழியிலே நடந்துச்சு. பயணத்திலே ஒருத்தருக்கொருத்தர் பார்வையிலிருந்து விலகிட்டோம். நான் வரிசையில் கொஞ்சம் பின்னால் தங்கிட்டேன். எனக்கு ஓடுறதுக்கு தெம்பே இல்லை. என் மகன் அதை கவனிக்கலை. அவ்வளவுதான் எனக்குத் தெரியும். அவன் எங்கே போயிருப்பான்? அவனை நான் எங்கே கண்டுபிடிக்கிறது? நீ அவனை எங்கேயாவது பாத்திருக்கலாம்."

"இல்லே ரப்பி எலியாஹோ, நான் அவனைப் பார்க்கலை."

அவர் வந்தது போன்றே திரும்பிச் சென்றார்: காற்றில் அடித்துச் செல்லப்பட்ட ஒரு நிழலைப்போல. அவர் கதவைத் தாண்டிய பின், திடீரென அவரது மகன் என்னருகே ஓடியதைப் பார்த்தது நினைவுக்கு வந்தது. நான் அதை மறந்து விட்டேன். எனவே நான் ரப்பி எலியாஹோவிடம் அதைச் சொல்லவில்லை.

ஆனால் பிறகு எனக்கு மற்றொரு விஷயமும் நினைவிற்கு வந்தது: அவரது மகன், குழுவினருடன் ஈடுகொடுத்து நடக்கமுடியாமல் வரிசையில் அவர் பின்தங்குவதைக் கண்டிருக்கிறான். அவன்

தொடர்ந்து முன்னால் ஓடி, இருவருக்குமிடையிலான தொலைவை அதிகரிக்கச் செய்திருக்கிறான். ஒரு கொடூரமான எண்ணம் எனது மனதில் ஓடியது: அவன் தனது தந்தையை விட்டொழிக்க விரும்பினானா? அவன் தனது தந்தை பலவீனமடைந்ததை உணர்ந்திருக்கிறான், அவர் முடிவு நெருங்கிக் கொண்டிருக்கிறது என்பதை நம்பி, அதனால் ஒரு சுமையை அகற்றவே இப்படிப் பிரிந்து போயிருக்கிறான். தன்னுடைய உயிர் வாழும் வாய்ப்பைக் குறைக்கும் இந்த பிணைப்பிலிருந்து விடுபட எண்ணியிருக்கிறான்.

நான் அதை மறந்து விட்டதே நல்லது. ரப்பி எலியாஹோ தனது நேசத்துக்குரிய மகனைத் தொடர்ந்து தேடுவதில் எனக்கு மகிழ்ச்சி.

என்னையும் மீறி, நான் இனியும் நம்பாத அந்தக் கடவுளை நோக்கி என் இதயத்தில் ஒரு பிரார்த்தனை எழுந்தது.

"ஆண்டவனே, இந்த பிரபஞ்சத்தின் பிதாவே, ரப்பி எலியாஹோவின் மகன் செய்ததைப்போல எப்போதும் செய்துவிடாதிருக்க எனக்கு வலிமை கொடு."

இருள் வீழ்ந்திருந்த வெளி முற்றத்தில் கூச்சல்கள் எழுந்தன. அனைவரையும் வரிசையில் நிற்கும்படி எஸ்எஸ் ஆட்கள் உத்தரவிட்டனர்.

மீண்டுமொருமுறை அணிவகுப்பு தொடங்கியது. மடிந்தவர்கள் முற்றத்தில், பனியின் கீழ், வீழ்ந்த காவலர்களைப்போல் விட்டுச் செல்லப்பட்டனர். அவர்களுக்காக எவரும் இறந்தவர்களுக்கான பிரார்த்தனையைச் செய்யவில்லை. தனயர்கள் எவ்வித அடையாளமுமின்றி தங்கள் தந்தையர்களின் உடல்களை ஒரு சொட்டுக் கண்ணீரின்றிக் கைவிட்டுச் சென்றனர்.

சாலையில் பனி, பனி, முடிவின்றிப் பனி பெய்தது. நாங்கள் மிக மெதுவாகவே அணிவகுத்துச் சென்றோம். காவலர்களும் கூட சோர்வுற்றுத் தெரிந்தனர். எனது காயமடைந்த கால் இப்பொழுது வலிக்கவே இல்லை. அது முற்றிலும் மரத்துப் போயிருக்கவேண்டும். எனது அந்தக் கால் தொலைந்துவிட்டது போல் உணர்ந்தேன். அது எனது உடலிலிருந்து, ஒரு காரின் சக்கரம் தானாகவே கழன்றுவிட்டது போல துண்டிக்கப்பட்டுவிட்டது. அதுபற்றி அக்கறையில்லை. நான் உண்மையை ஏற்றுக்கொண்டாக வேண்டும்.

நான் ஒற்றைக்காலுடனேயே இனி வாழவேண்டும். முக்கியமான விஷயம், அதைப் பற்றி சிந்திக்காமலிருப்பது, அனைத்திற்கும்

மேலாக, அதுவும் இந்த நேரத்தில். அந்த சிந்தனைகளைப் பிறகு வைத்துக்கொள்ளலாம்.

எங்களது அணிவகுப்பு அதன் ஒழுங்கை முற்றாக இழந்திருந்தது. நாங்கள் விரும்பியபடி, முடிந்தவிதத்தில் சென்றோம். இப்பொழுது துப்பாக்கிச் சூடுகள் கேட்கவில்லை. எங்களது காவலர்கள் சோர்வடைந்திருக்க வேண்டும்.

ஆனால் மரணத்திற்கு, அவர்களிடமிருந்து எந்த உதவியும் தேவைப்படவில்லை. குளிர் தனது பணியைத் தீவிரமாகச் செய்து கொண்டிருந்தது. ஒவ்வொரு அடியிலும், யாரோ ஒருவர் கீழே விழுந்து மேலும் வேதனைப்படுவதிலிருந்து விடுபட்டார்.

இடையிடையே மோட்டார் சைக்கிள்களில் வந்த எஸ்எஸ் அதிகாரிகள், எங்கள் வரிசை நெடுகச் சென்று எங்கள் இயலாமையிலிருந்து எங்களை வெளிக்கொணர முயற்சித்தனர்.

"போய்க்கிட்டே இருங்க. நாம் அதை நெருங்கிட்டோம்."

"தைரியமா இருங்க. இன்னும் சிலமணி நேரம்தான்."

"நாம் கிளெய்விட்ச்சை நெருங்கிட்டிருக்கோம்."

இந்த உற்சாக வார்த்தைகள், எங்களது கொலைகாரர்களின் வாயிலிருந்து வந்தபோதும், அது எங்களுக்கு பெரும் உதவி செய்தது. எவரும் இலக்கை நெருங்குவதற்கு சற்று முன்பு, இலக்கின் மிக அருகில் தங்களது முயற்சியைக் கைவிட விரும்பவில்லை. எங்களது விழிகள் தொடுவானத்தில் கிளெய்விட்ச்சின் முள்வேலியைத் தேடின. எங்களது ஒரே ஆசை - அதைக் கூடியவிரைவில் சென்றடைந்துவிடவேண்டும்.

இரவு நேரமாகி விட்டது. பனி பெய்வது நின்றுவிட்டது. நாங்கள் அங்கு சென்றடைவதற்குள், பல மணி நேரங்கள் நடந்துவிட்டோம். நாங்கள் முகாமின் வாயிலின் முன் செல்லும்வரை அதைக் கவனிக்கவில்லை.

சில காவலர்கள் வேகமாக, எங்களை படைவீரர்களுக்கான குடியிருப்பில் இருக்கச் செய்தனர். இது ஒரு உன்னதமான அடைக்கலம், வாழ்வின் நுழைவாயில் என்பது போல ஒருவரோடொருவர் இடித்து முட்டி மோதிக்கொண்டோம். நாங்கள் வலி தோய்ந்த உடல்களின் மீது நடந்து சென்றோம். நாங்கள் காயம்பட்ட முகங்களை மிதித்துச் சென்றோம். எந்த அழுகுரலும் இல்லை. ஒருசில முனகல்கள். எனது தந்தையும்

இரவு | 139

நானும் இந்த உருண்டோடும் அலையினால் தரையில் தள்ளப்பட்டோம். எங்கள் கால்களுக்குக் கீழே யாரோ ஒருவர் வேதனையில் அலறினார்.

"நீங்க என்னை மிதிக்கிறீங்க... கருணை காட்டுங்க."

அக்குரல் எனக்கு மிகவும் அறிமுகமானது.

"நீங்க என்னை நசுக்கிக்கிட்டிருக்கீங்க... இரக்கம்... இரக்கம் காட்டுங்க."

அதே மெல்லிய குரல். அதே ஒலி. இதற்கு முன் எங்கோ நான் கேட்டிருக்கிறேன். அந்தக்குரல் என்னோடு ஒருநாள் பேசியிருக்கிறது. எங்கு? எப்போது? எத்தனை வருடங்களுக்கு முன்பு? இல்லை, அதை இந்த முகாமில்தான் கேட்டிருக்கவேண்டும்.

"இரக்கம் காட்டுங்க."

நான் அவனை நசுக்கிக்கொண்டிருப்பதை உணர்ந்தேன். நான் அவன் மூச்சு விடுவதை தடுத்துக்கொண்டிருந்தேன். நான் எழுந்திருக்க விரும்பினேன். நான் அவனை சுவாசிக்கும்படி செய்வதற்காக என்னை விடுவித்துக்கொள்ளப் போராடினேன். ஆனால் நான் மற்ற உடல்களின் கனத்தால் கீழே நசுங்கிக்கொண்டிருந்தேன். என்னால் மூச்சுவிட முடியவில்லை. நான் எனது நகங்களால் அறியாத முகங்களின் மீது கீறினேன். காற்றைப் பெறுவதற்காக என்னைச்சுற்றிலும் இருந்தவர்களைக் கடித்தேன். எவரும் உரத்து அழவில்லை.

திடீரென்று எனக்கு நினைவு வந்தது. ஜூலியெக். புனாவின் இசைக் குழுவில், வயலின் வாசித்த, வார்சாவைச் சேர்ந்த பையன்...

"ஜூலியெக். நீதானா?"

"எலீசெர்... இருபத்தைஞ்சு சவுக்கடி. ஆமா. எனக்கு ஞாபகம் வருது."

அவன் அமைதியாக இருந்தான். ஒரு நீண்ட கணம் கடந்து சென்றது.

"ஜூலியெக், நான் பேசுறது கேட்குதா, ஜூலியெக்."

"ம்..." மிக மெல்லிய குரலில் அவன் கூறினான். "உனக்கு என்ன வேணும்?"

அவன் இன்னும் இறக்கவில்லை. "எப்படி இருக்கே ஜூலியெக்?" அவனால் பேசமுடியும் என்பதை அறிய அவனது பதிலைக் கேட்பதை விட, அவன் உயிருடன் இருப்பதை அறிய விரும்பினேன்.

“பரவாயில்லை எலீசெர்... பரவாயில்லாம இருக்கேன்... மூச்சு விட முடியலே... சோர்ந்து போயிட்டேன். கால் வீங்கிடுச்சு. ஓய்வெடுக்குறது நல்லதுதான். ஆனா என்னோட வயலின்...”

நான் அவன் சித்தம் கலங்கி விட்டதென எண்ணினேன். இங்கு வயலினால் என்ன பயன்?

“என்ன... உன்னோட வயலினா?”

அவன் மூச்சு திணறினான். “எனக்கு... எனக்கு பயமா இருக்கு... அவங்க என்னோட வயலினை உடைச்சிருவாங்கன்னு... நான் அதை என்னோட கொண்டாந்தேன்.”

அவனுக்கு என்னால் பதிலளிக்கமுடியவில்லை. யாரோ ஒருவன் என் மீது படுத்துக்கிடந்து என்னை மூச்சுத் திணறச் செய்தான். என்னால் வாயாலோ மூக்காலோ சுவாசிக்க முடியவில்லை. எனது புருவத்தில் வியர்வை அருவி பெருகி முதுகில் ஓடியது. இதுதான் முடிவு, பாதையின் முடிவு. ஓர் அமைதியான மரணம், மூச்சுத் திணறல். அலறுவதற்கோ, உதவி கேட்பதற்கோ வழியே இல்லை.

நான் என் கண்ணுக்குத் தெரியாத அந்தக் கொலைகாரனை ஒழித்துக்கட்ட முயற்சித்தேன். வாழ்தலுக்கான முழு உத்வேகமும் எனது நகங்களில் மையம் கொண்டது. நான் கீறினேன். ஒருவாய் காற்றுக்காகப் போராடினேன். எதிர்ப்பு தெரிவிக்காத, அந்த மடிந்துகொண்டிருக்கும் தசையைக் கிழித்தேன். என் நெஞ்சின் மீது அழுத்தும் இம்மாபெரும் சுமையிலிருந்து என்னை விடுவித்துக்கொள்ள முடியவில்லை. யாருக்குத் தெரியும்? ஒரு இறந்த மனிதனை எதிர்த்தா நான் போராடிக் கொண்டிருக்கிறேன். எப்போதுமே என்னால் தெரிந்து கொள்ளமுடியாது. என்னால் கூறமுடிந்ததெல்லாம் நான் எஞ்சியிருந்தேன் என்பதை மட்டுமே. நான் இறந்த மற்றும் இறந்து கொண்டிருக்கும் மனிதர்களாலான சுவரின் ஊடே சிறிது காற்றைப் பருகுவதற்கான ஒரு சிறு துளையை ஏற்படுத்துவதில் வெற்றியடைந்தேன்.

“அப்பா, இங்கேதானே இருக்கீங்க?” என்னால் ஒரு வார்த்தை பேச முடிந்தவுடனே நான் கேட்டேன்.

அவர் என்னை விட்டுத் தொலைவில் இருக்கமாட்டார் என்று தெரியும். “ஆமா.” வேறொரு உலகத்திலிருந்து வந்தது போன்ற ஒரு குரல் தொலைவில் கேட்டது.

அவர் தூங்க முயற்சித்தார். ஒருவர் இங்கு தூங்கலாமா? அவர் செய்வது சரியா? தவறா? இங்கு எந்த நிமிடமும் மரணம் உங்களைத் தாக்கத் தயாராக இருக்கும் நிலையில், ஒரு கணம்கூட, உங்கள் கவனம் தவற அனுமதிப்பது ஆபத்தானது இல்லையா?

நான் இதை யோசித்துக்கொண்டிருந்தபொழுது, ஒரு வயலின் ஒலித்தது. அதுவும் உயிருடன் இருப்பவர்கள் மீது இறந்தவர்கள் குவிக்கப்பட்டிருக்கும் இந்த இருண்ட கொட்டகையில் ஒரு வயலின் ஒலி. எந்தப் பைத்தியக்காரன், தன் சொந்தக் கல்லறையின் விளிம்பில் இருந்தபடி இந்த வயலினை இசைக்கிறான்? அல்லது உண்மையில் இது ஒரு மனப் பிரமையா?

இது ஜூலியெக்காகத்தான் இருக்க வேண்டும்.

அவன் பீத்தோவனின் இசையின் ஒரு பகுதியை இசைத்துக் கொண்டிருந்தான். நான் என்றும் அது போன்ற தூய்மையான ஒரு ஒலியைக் கேட்டதில்லை. அதுவும் அத்தகைய ஒரு அமைதியில்.

அவன் தன்னை எவ்வாறு விடுவித்துக்கொண்டான்? தன்னை அறியாமல் எப்படி தன் உடலை என் உடலுக்குக் கீழே இருந்து விலக்கிக் கொண்டான்?

அங்கு எங்களை இருள் சூழ்ந்திருந்தது. நான் கேட்டதெல்லாம் அந்த வயலின் இசையை மட்டுமே. ஜூலியெக் தனது ஆன்மாவையே வில்லாக வைத்து இசைப்பது போலிருந்தது. அவனது வாழ்க்கையை இசைத்தான். அவனது ஜீவனே அந்த வயலின் தந்திகளின் மீது மிதந்து சென்றது. அவனது நிறைவேறாத நம்பிக்கைகள், அவனது கருகிய கடந்தகாலம், அணைக்கப்பட்ட எதிர்காலம் அனைத்தும். இனி என்றுமே இசைக்காமல் போவதுபோல அவன் வாசித்தான்.

என்னால் ஜூலியெக்கை என்றுமே மறக்கமுடியாது. மடிந்த, மடிந்து கொண்டிருந்த மனிதர்களைப் பார்வையாளர்களாகக் கொண்ட அந்த இசைநிகழ்ச்சியை என்னால் எப்படி மறக்கமுடியும்? இன்றும்கூட, நான் பீத்தோவனின் அக்குறிப்பிட்ட இசையைக் கேட்கும்போதெல்லாம், என் கண்கள் மூடி அந்த இருளிலிருந்து, மடியும் மனிதப் பார்வையாளர்களிடம், தன் வயலின் இசையால் விடைபெற்றுச் சென்ற, அந்த சோகமான வெளிறிய முகம் கொண்ட போலந்து நண்பனின் முகம் வெளிப்படும்.

அவன் எவ்வளவு நேரம் வாசித்தானென்று எனக்குத் தெரியாது. தூக்கத்தால் ஆட்கொள்ளப்பட்டேன். பொழுது புலரும் வேலையில் விழித்தெழுந்தபோது என்னெதிரே ஜூலியெக் விழுந்து இறந்து கிடப்பதைக் கண்டேன். அவனருகே அவனது வயலின் மிதிபட்டு, நொறுங்கி கவலைக்குரிய, வருத்தமளிக்கும் ஒரு சிறு சடலமாகக் கிடந்தது.

நாங்கள் கிளெய்விட்ச்சில் மூன்று நாட்கள் தங்கினோம். உணவும் நீருமின்றி மூன்று நாட்கள். நாங்கள் இருந்த இடத்தைவிட்டு வெளிச் செல்ல அனுமதிக்கப்படவில்லை. எஸ் எஸ் ஆட்கள் கதவருகே காவல் இருந்தனர்.

எனக்கு பசியும் தாகமுமாக இருந்தது. மற்றவர்களின் தோற்றத்தை வைத்துப் பார்க்கும்பொழுது நான் மிகவும் அசுத்தமாகவும் சோர்வுற்றும் இருந்திருக்கவேண்டும். புனாவிலிருந்து நாங்கள் கொண்டு வந்திருந்த ரொட்டியை எப்பொழுதோ விழுங்கிவிட்டோம். எங்களுக்கு மீண்டும் உணவை எப்பொழுது தருவார்கள் என்று யாருக்குத் தெரியும்?

முன்னணிப் படை எங்களைப் பின்தொடர்ந்து வந்து கொண்டிருந்தது. மீண்டும் மிக நெருக்கத்தில் பீரங்கிகளின் வெடிச் சத்தத்தை எங்களால் கேட்கமுடிந்தது. ஆனால் நாஜிகளின் நேரம் முடிந்துவிடும் என்றோ, ரஷ்யர்கள் நாங்கள் இங்கிருந்து வெளியேற்றப்படுமுன், விரைவில் வந்துவிடுவார்கள் என்றோ, நம்புவதற்கான வலிமையோ துணிச்சலோ எங்களிடம் இல்லை.

எங்களை ஜெர்மனியின் மையப்பகுதிக்கு நாடு கடத்தப் போகிறார்கள் என்று கேள்விப்பட்டோம்.

மூன்றாம் நாள் விடியலில், குடியிருப்பைவிட்டு வெளியே விரட்டப்பட்டோம். எங்கள் போர்வைகளை பிரார்த்தனைக்கான சால்வைகள் போல தோளின் மீது போட்டுக்கொண்டோம். முகாமை இரண்டாகப் பிரிக்கும் ஒரு கதவை நோக்கிச் செல்லும்படி உத்தரவிடப்பட்டோம். அங்கு எஸ் எஸ் அதிகாரிகளின் குழு நின்று கொண்டிருந்தது. எங்கள் மத்தியில் ஒரு வதந்தி பரவியது. ஒரு தேர்வு.

எஸ்எஸ் அதிகாரிகள் தேர்வு செய்தனர். பலவீனமானவர்கள் இடது பக்கம்; நன்றாக நடக்கக்கூடியவர்கள் வலது பக்கம்.

எனது தந்தை இடது பக்கத்திற்கு அனுப்பப்பட்டார். நான் அவரைத் தொடர்ந்து ஓடினேன். எனக்குப் பின்னால் ஒரு எஸ் எஸ் அதிகாரி கத்தினான்.

“இங்கே திரும்பி வா!”

நான் மற்றவர்கள் மத்தியில் புகுந்து கொண்டேன். என்னைப் பிடிக்க எஸ்எஸ் அதிகாரிகள் விரைந்து வந்ததால் ஏற்பட்ட குழப்பத்தில் நானும் எனது தந்தையும் உள்ளிட்ட இடது பக்கத்திலிருந்து பல மனிதர்கள் வலது பக்கத்திற்கு வந்துவிட்டனர். இருப்பினும் சில துப்பாக்கிச் சூடுகளும் சில மரணங்களும் நிகழ்ந்தன.

நாங்கள் அனைவரும் முகாமிலிருந்து வெளியே கொண்டுவரப்பட்டோம். அரைமணி நேர அணிவகுப்பிற்குப் பின், புகைவண்டித் தடங்கள் ஊடே செல்லும், ஒரு வயல் வெளியின் மையப்பகுதியை அடைந்தோம். இதுதான் நாங்கள் புகைவண்டியின் வருகைக்காக காத்திருக்க வேண்டிய இடம்.

பனி கனத்துப் பெய்தது. நாங்கள் உட்காரவோ, நகரவோ அனுமதிக்கப்படவில்லை.

பனி எங்கள் போர்வைகளின் மீது ஒரு கனத்த படலமாகப் படிந்திருந்தது. அவர்கள் எங்கள் வழக்கமான உணவை, ரொட்டியை கொணர்ந்தனர். நாங்கள் அதை நோக்கிப் பாய்ந்தோம். யாரோ ஒருவருக்கு பனியைத் தின்று தன் தாகத்தைத் தணிக்கும் யோசனை தோன்றியது. விரைவில் அனைவரும் அவரைப் பின்பற்றினோம். நாங்கள் குனிந்து எடுக்க அனுமதிக்கப்படாததால் ஒவ்வொருவரும் ஒரு கரண்டியால் தனக்கு அருகிலிருப்பவனின் முதுகில் சேர்ந்திருக்கும் பனியை எடுத்துத் தின்றோம். ஒரு வாய் ரொட்டி, ஒரு கரண்டி பனி. எஸ்எஸ் ஆட்களுக்கு இந்த வித்தியாசமான காட்சி மிகுந்த கேளிக்கையானது.

பலமணி நேரங்கள் கடந்தன. தொடுவானத்தை வெறித்தபடி, எங்களை விடுவிக்கப்போகும் புகைவண்டிக்காகக் காத்திருந்து எங்களது விழிகள் சோர்ந்துபோயின. அது மாலையில் மிக நீண்ட நேரத்திற்குப் பின் வந்து சேர்ந்தது. மிக நீளமான, கூரைகளற்ற, கால்நடைகளுக்கான பெட்டிகளைத் கொண்ட ஒரு புகைவண்டி. எஸ்எஸ் ஆட்கள் நாங்கள் மிகவும் மெலிந்திருந்தால், ஒரு பெட்டிக்கு நூறு பேராக அதன் உள்ளே தள்ளினார்கள். நாங்கள் ஏற்றப்பட்டதும் வண்டி கிளம்பியது.

குளிரைத் தவிர்க்கும் முயற்சியில், மற்றவர்களை நெருக்கியபடி, தலை வெறுமையாகக் கனத்திருந்த அதே நேரத்தில், மூளை சிதைந்த நினைவுகளின் சூறாவளியாக இருந்தது. எங்கள் மனங்கள் அக்கறையின்மையால் மரத்து விட்டன. இங்கோ அல்லது வேறெங்கோ, அதனால் என்ன வித்தியாசம் ஏற்படப்போகிறது. மடியப்போவது இன்றா, நாளையா அல்லது பிறகா? அந்த இரவு முடிவற்று நீண்டுகொண்டே இருந்தது.

ஒருவழியாக, தொடுவானத்தில் தோன்றிய சாம்பல் வெளிச்சக் கீற்று, அலங்கோலமான மனிதவடிவங்களை, தோள்களின் ஆழத்தில் புதைந்திருந்த தலைகளை, அவை ஒடுங்கி ஒன்றன் மீது ஒன்றாகக் குவிந்திருந்ததை, பனி மூடிய கல்லறையைப்போல காட்சியளிக்கச் செய்தது. அந்த அதிகாலை விடியலின் வெளிச்சத்தில், நான் இன்னும் உயிருடன் இருப்பவர்களையும், இப்பொழுது இல்லாமல் போனவர்களையும் வேறுபடுத்திப் பார்க்க முயன்றேன். ஆனால் அதில் எந்த வித்தியாசமும் இல்லை. எனது பார்வை, கண்களைத் திறந்து, வெளியை வெறித்தபடி கிடந்த ஒருவன் மீது நீண்ட நேரம் நிலைத்திருந்தது. அவனது நிறமிழந்த முகம் பனியால் போர்த்தப்பட்டிருந்தது.

என் தந்தை போர்வையைப் போர்த்தியபடி மூடிய தோள்களுடன் என் அருகில் ஒடுங்கியிருந்தார். அவரும்கூட இறந்துவிட்டாரா? நான் அவரை அழைத்தேன். பதிலே இல்லை. என்னால் முடிந்திருந்தால் நான் வாய்விட்டுக் கத்தியிருப்பேன். அவர் அசையவில்லை.

எனது மனதை, திடீரென ஓர் உணர்வு ஆட்கொண்டது. இனி வாழ்வதற்கு எவ்விதக் காரணமும் இல்லை. இனி போராடுவதற்கு எவ்விதக் காரணமும் இல்லை.

ரயில், ஒரு ஆளற்ற வயல்வெளியின் மத்தியில் நின்றது. இந்த திடீர் நிறுத்தம் உறங்கிக்கொண்டிருந்தவர்களில் சிலரை விழிக்கச் செய்தது. அவர்கள் சற்று நிமிர்ந்து, தங்களைச் சுற்றிலும் திடுக்கிட்ட பார்வை பார்த்தனர்.

வெளியே எஸ் எஸ் ஆட்கள் கத்தியபடியே சென்றார்கள்.

"இறந்தவர்களை வெளியே எறிங்க. எல்லாப் பிணங்களையும் வெளியே வீசுங்க."

உயிருடன் இருந்தவர்கள் பெருமகிழ்ச்சியடைந்தனர். அவர்களுக்கு இன்னும் அதிக இடம் கிடைக்கும். தொண்டர்கள் பணியைத் தொடங்கினர். இன்னும் தரையில் அமர்ந்திருந்தவர்களையும் அவர்கள் தொட்டுப் பார்த்தனர்.

"இங்கே ஒருத்தன். இவனைத் தூக்குங்க."

தொண்டர்கள் அவனது ஆடைகளைக் களைய, உயிருடன் இருப்பவர்கள், அவனது ஆடைகளை ஆர்வத்துடன் பகிர்ந்து கொண்டனர். இரு 'கல்லறை தோண்டுபவர்கள்' ஒருவன் தலையையும் மற்றொருவன் காலையும் பற்றித் தூக்கிச்சென்று, அவனை ஒரு மாவு மூட்டையைப் போல பெட்டியை விட்டு வெளியே வீசினார்கள்.

எல்லாத் திசைகளிலிருந்தும் கூச்சல்கள் கேட்டன:

"இங்கே வாங்க. இங்கே ஒருத்தன் இருக்கான். எனக்கு பக்கத்தில் இருக்கிறவன். அவன் அசையாமக் கிடக்கான்."

இரண்டு மனிதர்கள், எனது தந்தையை நோக்கி வந்த அந்த கணத்தில்தான், நான் எனது உணர்ச்சியற்ற நிலையிலிருந்து விழிப்படைந்தேன். நான் அவரது உடலின் மீது படுத்துக்கொண்டேன். அவர் குளிர்ந்திருந்தார். நான் அவரை அறைந்தேன். அவரது கைகளை தேய்த்துவிட்டபடி அலறினேன்.

"அப்பா! அப்பா! எந்திரிங்க. அவங்க பெட்டியில இருந்து உங்களை தூக்கி எறியப் போறாங்க..."

அவரது உடல் செயலற்றிருந்தது.

அவர்களிருவரும், எனது பின் கழுத்தைப் பற்றினர்.

"அவரை விடு. அவர் இறந்துட்டாருங்கிறதை பார்த்தா தெரியலையா?"

"இல்லை" நான் அலறினேன். "அவர் இறக்கலை! இன்னும் இறக்கலை!"

நான் மீண்டும் என்னால் முடிந்த மட்டும் பலமாக, இன்னும் பலமாக அவரை அறையத் தொடங்கினேன். ஒரு கணத்திற்குப் பின், எனது தந்தையின் கண்கள் பாதி திறந்தன. அவரது விழிகள் பளிங்கு போலிருந்தன. அவர் மிக மெதுவாக சுவாசித்துக்கொண்டிருந்தார்.

"நீங்களே பாருங்க," நான் கத்தினேன். அந்த இரண்டு பேரும் விலகிச் சென்றனர். எங்களது பெட்டியிலிருந்து இருபது சடலங்கள் வெளியே வீசப்பட்டன. பிறகு மரித்த நூற்றுக்கணக்கான நிர்வாண உடல்களை, ஒரு கல்லறையின்றி போலந்தின் ஒரு பனியடர்ந்த வயல்வெளியில் வீசிவிட்டு, ரயில் மீண்டும் தன் பயணத்தைத் தொடங்கியது.

எங்களுக்கு உணவு வழங்கப்படவில்லை. நாங்கள் பனியால் உயிர் வாழ்ந்தோம்; அது ரொட்டியின் இடத்தை பிடித்துக்கொண்டது. பகல்கள் இரவுகளைப்போல இருந்தன. இரவுகள் எங்கள் ஆத்மாக்களில், இருளின் எச்சங்களை விட்டுச் சென்றன. ரயில் மிக மெதுவாக, அடிக்கடி பல மணி நேரங்கள் நின்று, பின் புறப்பட்டுச் சென்றது. பனி இடைவிடாமல் பெய்து கொண்டிருந்தது. இந்த பகல், இரவுகள் அனைத்திலும் நாங்கள் ஒடுங்கிக்கொண்டு, ஒருவர் மீது ஒருவர் சாய்ந்தபடி ஒரு வார்த்தைகூடப் பேசாமல் இருந்தோம். உறைந்த உடல்களின்றி, வேறெதுவாகவும் நாங்கள் இல்லை. எங்கள் கண்களை மூடியபடி, எங்களிடையே மரித்தவர்களை இறக்கிவிடுவதற்காக அடுத்த நிறுத்தத்தை எதிர்நோக்கிக் காத்திருந்தோம்.

அதைத் தொடர்ந்து பல பகல், இரவுகள் பயணம் தொடர்ந்தது. சில நேரங்களில் நாங்கள் ஜெர்மன் நகரங்களின் வழியே சென்றோம். வழக்கமாக அதிகாலை நேரத்திலேயே சென்றோம். ஜெர்மானியத் தொழிலாளர்கள் பணிக்குச் சென்று கொண்டிருப்பார்கள். அவர்கள் நின்று, எவ்வித ஆச்சரியமும் இன்றி எங்களை உற்றுப் பார்ப்பார்கள்.

ஒருநாள், நாங்கள் நின்றிருந்தபோது ஒரு தொழிலாளி தனது பையிலிருந்து ஒரு ரொட்டியை எடுத்து ஒரு பெட்டியினுள் வீசினான். அங்கு ஒரே அடிதடி. பசியுடனிருந்த பல மனிதர்கள், ஒரு ரொட்டித் துண்டுக்காக தீவிரமாகப் போராடினார்கள்.

ஜெர்மன் தொழிலாளர்கள் இந்த வினோதக் காட்சியை மிகுந்த ஆர்வத்துடன் பார்த்தனர்.

சில ஆண்டுகளுக்குப் பின் நான் இத்தகைய காட்சியை ஆடனில் கண்டேன். எங்களது படகின் பயணிகள், 'பழங்குடி'களை நோக்கி நாணயங்களை வீசி, அதை அவர்கள் நீரில் மூழ்கி எடுப்பதை வேடிக்கை பார்த்தனர். ஒரு நேர்த்தியான பாரீஸ் நகரப் பெண்மணி, இந்த விளையாட்டைக் காண்பதில் மிக்க மகிழ்ச்சியடைந்தாள். திடீரென இரு சிறுவர்கள் தண்ணீரில், ஒருவரையொருவர் கழுத்தை நெறித்தபடி, மரணப் போராட்டம் நடத்திக் கொண்டிருப்பதை நான் கண்டேன். அந்தப் பெண்ணை நோக்கித் திரும்பினேன்:

"தயவுசெய்து இதுக்கு மேலேயும் காசை எறியாதீங்க" என்று கெஞ்சினேன்.

"ஏன் எறியக்கூடாது? எனக்கு தானம் செய்றது பிடிக்கும்" என்றாள் அவள்.

ரொட்டி வந்து விழுந்த ரயில் பெட்டிகளில் உண்மையான போராட்டம் வெடித்தது. மனிதர்கள் ஒருவர் மீது ஒருவர் பாய்ந்து, ஒருவரையொருவர் மிதித்து, ஒருவரையொருவர் கிழித்து ஒருவரையொருவர் கடித்துக் கொண்டிருந்தனர். கண்களில் மிருக வெறி கொண்ட காட்டு விலங்குகள்; தங்கள் நகங்களையும் பற்களையும் கூர்மைப்படுத்துவதற்கான ஒரு அசாதாரண உத்வேகம் அவர்களைப் பற்றிக்கொண்டது.

தொழிலாளர்களும் ஆர்வமிக்க பார்வையாளர்களும் ரயிலின் அருகே கூடிவிட்டனர். அவர்கள் சந்தேகத்திற்கிடமின்றி, இத்தகைய சரக்குகளைக்கொண்ட ஒரு ரயிலை என்றுமே பார்த்திருக்க முடியாது. விரைவில், கிட்டத்தட்ட எல்லாப் பக்கங்களிலுமிருந்தும், பெட்டிகளின் உள்ளே ரொட்டித் துண்டுகள் விழுந்தன. ஒருவாய் ரொட்டிக்காக மரணப் போராட்டம் நடத்தும் இந்த எலும்புக்கூடுகளான மனிதர்களை பார்வையாளர்கள் வேடிக்கை பார்த்தனர்.

ஒரு துண்டு எங்கள் பெட்டியில் விழுந்தது. நான் நகரக்கூடாது என்று தீர்மானித்து விட்டேன். பல உக்கிரமான மனிதர்களுடன் போட்டியிடும் வலிமை எனக்கு இல்லை என்று தெரியும். எனக்கு சற்று அருகில் ஒரு கிழவன் தவழ்ந்து வருவதைக் கண்டேன். அவன் இந்தப் போராட்டத்திலிருந்து தன்னை

விடுவித்துக் கொள்ள முயல்கிறான். அவன் தனது ஒரு கையை நெஞ்சினருகே வைத்திருந்தான். நான் முதலில் அவனது நெஞ்சில் அடிபட்டிருக்கும் என்று நினைத்தேன். பிறகு நான் புரிந்து கொண்டேன்... அவன் ஒரு துண்டு ரொட்டியை, தனது சட்டைக்குள் மறைத்து வைத்திருக்கிறான். மின்னல் வேகத்தில் அவன் அதை வெளியில் எடுத்து, தனது வாயில் திணித்துக்கொண்டான். அவனது விழிகள் மின்னின. ஒரு புன்னகை ஒரு முகச்சுளிப்பு போல அவனது சாம்பலடைந்த முகத்தை ஒளிரச் செய்தது. அது உடனடியாக அணைந்து விட்டது. அவனருகே ஒரு நிழலாடியது. அந்த நிழல் அவன்மீது பாய்ந்தது. தன் மீது விழுந்த அடிகளால், அதிர்ச்சியடைந்த அக்கிழவன் அலறினான்.

"மீர். மீர். என் மகனே! என்னை உனக்குத் தெரியலையா. நான் உன் அப்பா... நீ என்னை அடிக்கிறே... நீ உன்னோட அப்பாவையே கொன்னுக்கிட்டிருக்கே. நான் கொஞ்சம் ரொட்டி வச்சிருக்கேன். உனக்குந்தான். உனக்குந்தான்."

அவன் மயங்கி விழுந்தான். அவனது கைமுஷ்டி இன்னும் ஒரு சிறுதுண்டை இறுகப் பற்றியிருந்தது. அதை தனது வாய்க்கு கொண்டு செல்ல முயன்றான். ஆனால் மற்றவன் அவன் மீது பாய்ந்து அதை பறித்துக்கொண்டான். மீண்டும் அக்கிழவன் எதையோ முணுமுணுத்தான், புலம்பினான், பின் இறந்தான். அவனுடைய மகன், அவனைச் சோதனையிட்டு, ரொட்டியைத் தேடி எடுத்து அதை விழுங்கத் தொடங்கினான். அவனால் அதிக தூரம் செல்ல முடியவில்லை. அதற்குள் அதை கவனித்த இரண்டு பேர் அவன்மீது பாய்ந்தனர். மற்றவர்களும் சேர்ந்து கொண்டனர். அவர்கள் விலகிச் சென்றபோது, என் அருகில் இரண்டு பிணங்கள், தந்தையும் மகனும் அருகருகே கிடந்தனர்.

அப்போது எனக்கு பதினைந்து வயது.

எங்களது பெட்டியில், எனது தந்தையின் நண்பரான மீர் கட்ஸ் இருந்தார். அவர் புனாவில் தோட்டக்காரராக வேலை செய்தபோது, அவ்வப்போது எங்களுக்கு பச்சைக்காய்கறிகள் கொணர்ந்து தருவார். மற்றவர்களைவிட ஆரோக்கியமான அவர், சிறை வாழ்க்கையை நன்றாகவே எதிர்கொண்டார். அவர் மற்றவர்களை விட வேகமானவராக இருந்ததால், அவரை எங்கள் பெட்டியின் பொறுப்பாளராக ஆக்கினார்கள்.

எங்களது பயணத்தின் மூன்றாம் இரவில், இரு கைகள் என் தொண்டையைப் பிடித்து நெரித்துக் கொல்ல முயல்வதை உணர்ந்து நான் திடுக்கிட்டு விழித்தேன். எனக்கு இவ்வாறு கத்துவதற்கான நேரம் மட்டுமே கிடைத்தது.

"அப்பா!", அந்த ஒற்றை வார்த்தையை மட்டுமே. மூச்சுத் திணறினேன். ஆனால் எனது தந்தை விழித்து என்னைத் தாக்குபவனைப் பற்றிக்கொண்டார். அவனை அடக்கப் போதிய பலமில்லாததால், அவருக்கு மீர் கட்ஸை அழைக்கும் யோசனை தோன்றியது.

"இங்க வாங்க. சீக்கிரம் வாங்க! என் மகனை யாரோ கழுத்தை நெறிக்கிறாங்க."

ஒருசில கணங்களில், நான் விடுவிக்கப்பட்டேன். எனக்கு இன்னும் ஏன் அந்த மனிதன் என் கழுத்தை நெரித்துக் கொல்ல முயன்றான் என்பது தெரியவில்லை. சில நாட்களுக்குப் பிறகு மீர் கட்ஸ் என் தந்தையிடம் கூறினார்:

"ஸ்ளாமோ, நான் பலவீனமடைஞ்சுட்டேன். என்னோட வலிமை போயிருச்சு. என்னாலே தாக்குப் பிடிக்கமுடியாது."

"நீ தளர்ந்து போயிராதே!" என் தந்தை அவருக்கு ஊக்கமளிக்க முயற்சித்தார்.

"நீ எதையும் எதிர்கொள்ளணும். நீ உன் மேல இருக்கிற நம்பிக்கையை விட்டுராதே."

ஆனால் மீர் கட்ஸ், வேதனை மிக்க முனகலை பதிலாக வெளிப்படுத்தினார்.

"இதுக்குமேல என்னால முடியாது ஸ்ளாமோ. என்னாலே, என்ன செய்ய முடியும். இனிமேலும் என்னாலே முடியாது."

எனது தந்தை அவரது கைகளைப் பற்றிக்கொண்டார். எங்கள் எல்லோரையும் விட, உடலுறுதி கொண்ட பலமான மனிதரான மீர் கட்ஸ் விம்மியழுதார். அவருடைய மகன் முதல் தேர்வின்போதே அவரிடமிருந்து பிரிக்கப்பட்டுவிட்டான். ஆனால் அதற்காக அவர் இப்போதுதான் அழுதார். இப்போதுதான் அவர் உடைந்து போனார்.

எங்களது பயணத்தின் கடைசி நாளன்று ஒரு கடுமையான காற்று வீசியது. இடைவிடாமல் பனி பெய்தது. எங்களது உண்மையான முடிவு நெருங்கிவிட்டதாக நாங்கள் உணர்ந்தோம். எங்களால் இக் குளிர்காற்றின் கடும் வீச்சைத் தாங்கமுடியவில்லை.

யாரோ எழுந்து நின்று உரத்துச் சத்தமிட்டார்கள்: "நாம இப்படியே எல்லா நேரமும் உக்கார்ந்தே இருக்கக்கூடாது. நாம குளிர்ல விறைச்சு செத்துருவோம். எல்லோரும் எழுந்து கொஞ்சம் நடக்கலாம்."

நாங்கள் எல்லோரும் எழுந்து நின்றோம். எங்கள் ஈரமான போர்வையை தோளின்மீது மேலும் இறுக்கமாகப் போர்த்திக்கொண்டோம். நாங்கள் வலுக்கட்டாயமாக, சில அடிகள் எடுத்து வைத்துப் பின் முன்பிருந்த இடத்திற்கே திரும்பினோம்.

திடீரென, பெட்டியில் காயமுற்ற விலங்கின் அலறல்போல், ஒரு அலறல் எழுந்தது. யாரோ அப்போதுதான் இறந்திருக்கிறார்கள்.

மரணத்தின் அண்மையில் இருக்கும் மற்றவர்களும் அந்த அலறலைப் பின்பற்றினர். அவர்களின் அலறல்கள் கல்லறையின் உள்ளிருந்து வருவது போல் தோன்றியது. விரைவில் அனைவருமே அழத் தொடங்கினர். புலம்பல், அவலக் கூக்குரல்கள் காற்றிலும் பனியிலும் கலந்தன.

இப்புலம்பல் ஒவ்வொரு பெட்டியாகப் பரவியது. ஒரு தொற்று நோயைப்போல. நூற்றுக்கணக்கான அழுகுரல்கள் ஒரே நேரத்தில் எழுந்தன. முடிவு தங்களை நெருங்கிவிட்டது என்றுணர்ந்த அனைவரின் மரண ஓலம். நாங்கள் அனைவரும் இங்கேயே இறக்கப் போகிறோம். எல்லா எல்லைகளையும் கடந்தாகிவிட்டது. எவரிடமும் வலிமை மிஞ்சியிருக்கவில்லை. மறுபடியும் இரவு முடிவற்றதாகத் தோன்றியது.

மீர் கட்ஸ் புலம்பினார் "அவங்க நம்மை ஏன் இப்ப சுட்டுக் கொன்னுடக்கூடாது?"

அன்று இரவே நாங்கள் சேருமிடத்தை அடைந்து விட்டோம்.

அது பின்னிரவு. காவலர்கள் எங்களை இறங்க வைக்க வந்தனர். இறந்தவர்கள் ரயிலிலேயே விடப்பட்டனர். இன்னும் நிற்கமுடிந்தவர்களால் மட்டும் வெளியேற முடிந்தது.

மீர் கட்ஸ் ரயிலிலேயே தங்கிவிட்டார். அந்த கடைசிநாள் மிகவும் கொடூரமானதாக இருந்தது. அந்தப் பெட்டியில் ஏறத்தாழ நூறு பேர் ஏறினோம். எங்களில் நானும் எனது தந்தையும் உள்ளிட்ட ஒரு டஜன் பேரே வெளியே வந்தோம்.

நாங்கள் புச்சன்வால்ட்டை அடைந்து விட்டோம்.

முகாமின் வாயிலில், எங்களுக்காக எஸ் எஸ் அதிகாரிகள் காத்திருந்தனர். அவர்கள் எங்களை எண்ணிப் பார்த்தார்கள். நாங்கள் அணிவகுப்பு மைதானத்திற்குச் செல்லும்படி உத்தரவு வந்தது. எங்களுக்கான உத்தரவுகள் ஒலிபெருக்கிகளின் மூலம் வந்தது.

"அஞ்சு பேரா நில்லுங்க."

"நூறுபேர் ஒரு குழுவா நில்லுங்க."

"அஞ்சடி முன்னால வாங்க."

எனது தந்தையை இழந்துவிடக்கூடாது என்ற, பழைய வழக்கமான பயத்தின் காரணமாக, அவரது கையைப் பிடித்தபடியே இருந்தேன்.

எங்களுக்கு மிக அருகே, வலதுபுறத்தில் தகன உலையின் புகைக்கூண்டு உயர்ந்திருந்தது. அது இப்பொழுது எங்களிடையே எவ்வித எண்ணத்தையும் தோற்றுவிக்கவில்லை. அது எங்களது கவனத்தை ஈர்க்கவில்லை.

நீண்டகாலமாக புச்சன்வால்ட்டில் இருந்த ஒரு அனுபவசாலி, நாங்கள் குளியலை முடித்தபின் எங்களது பிளாக்குகளுக்குச் செல்லலாம் என்று கூறினான். சுடுநீரில் குளிக்கப் போவது குறித்த அந்த யோசனை என்னைக் கவர்ந்தது. எனது தந்தை அமைதியாக இருந்தார். என்னருகில் ஆழ்ந்து மூச்சுவிட்டபடி அவர் இருந்தார்.

"அப்பா, இன்னும் கொஞ்ச நேரந்தான். சீக்கிரம் நாம படுக்கலாம். நீங்களும் ஓய்வெடுக்கலாம்."

அவர் பதிலளிக்கவில்லை. நானும் மிகவும் சோர்ந்திருந்ததால் அவரது அமைதி குறித்து அக்கறை காட்டவில்லை. எனது ஒரே ஆசை,

கூடிய விரைவில் குளித்துவிட்டு ஒரு படுக்கையில் படுத்துக் கிடப்பதுதான்.

ஆனால் குளியல் அறைக்குச் செல்வது எளிதாக இல்லை. அங்கே கைதிகள் நூற்றுக்கணக்கில் கூடியிருந்தனர். காவலர்களால் எவ்வித ஒழுங்கையும் ஏற்படுத்த முடியவில்லை. காவலர்கள் எவ்வித பலனுமின்றி கண்டபடி அடித்தார்கள். தள்ளிவிடுவதற்கோ, நிற்பதற்கோ பலமற்றவர்கள், பனியில் அமர்ந்துவிட்டார்கள். எனது தந்தையும் அவ்வாறு செய்யவே விரும்பினார். அவர் புலம்பினார்.

"இதுக்கு மேலேயும் என்னாலே முடியாது... இதுதான் முடிவு... நான் இங்கேயே சாகப் போகிறேன்."

மனித உருவங்களும் போர்வையின் கந்தல்களும் வெளிப்பட்ட ஒரு பனிக்குன்றை நோக்கி என்னை அவர் இழுத்துச் சென்றார்.

"என்னை விட்டுரு. இதுக்குமேல என்னால போகமுடியாது. என் மேலே இரக்கம் காட்டு... நீ குளிக்கிறவரைக்கும் நான் இங்கேயே காத்திருக்கேன். நீ வந்து என்னை கூட்டிப் போ" என்று கூறினார்.

நான் ஆத்திரத்தில் கத்தியிருப்பேன். இத்தனையையும் கடந்து, இவ்வளவு வேதனைகளையும் அனுபவித்த பின், இப்பொழுது என்னால் என் தந்தையை எப்படி இறக்கவிட முடியும்? இப்போது அதுவும் நல்ல சுடுநீர்க் குளியலும் படுக்கையும் கிடைக்கப்போகிற வேளையில்.

"அப்பா!" நான் அலறினேன்.

"அப்பா, இங்கேயிருந்து எந்திரிங்க. இப்பவே உங்களை நீங்களே சாகடிச்சிருவீங்க..."

நான் அவரது கையை இறுகப் பிடித்துக்கொண்டேன். அவர் தொடர்ந்து அவலக் குரலெழுப்பினார்:

"கத்தாதே, மகனே. உன் வயதான அப்பாட்ட இரக்கம் காட்டு. என்னை இங்க ஓய்வெடுக்க விட்டுரு... கொஞ்ச நேரம்... எனக்கு ரொம்ப சோர்வாயிருக்கு... எனக்கு பலமேயில்லை..."

அவர் குழந்தையைப் போலாகிவிட்டார்: பலவீனமாக, மருட்சியுடன், எதையும் எதிர்கொள்ள இயலாதபடி.

"அப்பா, நீங்க இங்கே இருக்கமுடியாது" என்று கூறினேன். அவரைச் சுற்றிலும் கிடக்கும் பிணங்களைக் காட்டினேன். அவையும்கூட அங்கே ஓய்வெடுக்க விரும்பின போலும்.

"என்னாலேயும் பாக்கமுடியுது மகனே. என்னாலேயும் நல்லாப் பாக்க முடியுது. அவங்க தூங்கட்டும். அவங்க கண்களை மூடி ரொம்ப காலமாயிருச்சு... அவங்க சோர்ந்துட்டாங்க. சோர்ந்து போயிட்டாங்க..."

அவரது குரல் மென்மையாக இருந்தது.

நான் காற்றினுள் அலறினேன்.

"அவங்க இனி எப்பவுமே எந்திரிக்கமாட்டாங்க. அவங்க இறந்துட்டாங்க! உங்களுக்குப் புரியலையா?"

இந்த விவாதம் நீண்ட நேரம் தொடர்ந்தது. நான் விவாதித்துக் கொண்டிருப்பது அவருடன் அல்ல, மரணத்துடன், அவர் ஏற்கனவே தேர்ந்தெடுத்துள்ள மரணத்துடன் என்று உணர்ந்தேன்.

அபாயமணி அலறத் தொடங்கியது. எச்சரிக்கை. முகாம் முழுவதும் விளக்குகள் அணைந்தன. காவலர்கள் எங்களை பிளாக்குகளை நோக்கி விரட்டினார்கள். கண்ணிமைக்கும் நேரத்தில், அணிவகுப்பு மைதானத்தில் ஒருவரும் எஞ்சியிருக்கவில்லை. நாங்களும் இக்குளிர் காற்றில் நீண்டநேரம் வெளியில் இருக்கவேண்டியதில்லை என்பதால் மிகுந்த மகிழ்ச்சியடைந்தோம். நாங்கள் தரையில் சரிந்து விழுந்தோம். வாசலில் இருந்த சூப் கொப்பரைகள் யாருடைய கவனத்தையும் ஈர்க்கவில்லை. அங்கு பல அடுக்குப் படுக்கைகள் இருந்தன. உறங்குவது - அது மட்டுமே முக்கியமானதாக இருந்தது.

நான் விழிக்கும்போது பகலாகிவிட்டது. அப்போதுதான் எனக்கு ஒரு தந்தை இருக்கிறார் என்பதே நினைவுக்கு வந்தது. எச்சரிக்கையைத் தொடர்ந்து நான் அவரைப்பற்றிக் கவலைப்படாமல் கும்பலுடன் உள்ளே வந்துவிட்டேன். அவர் தனது இறுதிக்காலத்தில், மரணத்தின் விளிம்பில் இருக்கிறார் என்பதை அறிவேன். ஆனாலும் நான் அவரைக் கைவிட்டுவிட்டேன்.

நான் அவரைத் தேடிச் சென்றேன்.

ஆனால் அந்நேரத்தில் எனது மனதில் இச்சிந்தனை எழுந்தது: நான் அவரைக் கண்டுபிடிக்க முடியாதிருந்தால்! இந்தப் பொறுப்பிலிருந்து மட்டும் நான் விடுபட்டால், எனது வலிமையனைத்தையும் நான் உயிர் வாழப் பயன்படுத்தமுடியும். என்னைப் பற்றிய கவலை மட்டுமே இருக்கும். உடனடியாக என்மீது எனக்கே அவமானம் ஏற்பட்டது. என்றென்றுமான அவமானம்.

நான் அவரைக் கண்டுபிடிக்கமுடியாமல் பலமணி நேரங்கள் நடந்தேன். பிறகு 'கடும் காப்பி' வழங்கப்பட்டுக்கொண்டிருந்த ஒரு பிளாக்கை அடைந்தேன். அங்கு மனிதர்கள் வரிசையில் நின்றபடி, சண்டையிட்டுக் கொண்டிருந்தனர்.

ஒரு துயரந்தோய்ந்த இறைஞ்சும் குரல் என் முதுகெலும்பைக் கவ்வியது. "எலிசெர்... என் மகனே... கொஞ்சம் காப்பி... எனக்கு கொண்டு வா..."

நான் அவரை நோக்கி ஓடினேன்.

"அப்பா! நான் உங்களை ரொம்ப நேரமாத் தேடிக்கிட்டிருக்கேன்... நீங்க எங்கே இருந்தீங்க? நீங்க தூங்குனீங்களா? இப்ப உடம்பு எப்பிடி இருக்கு?"

அவரது உடல் காய்ச்சலால் கொதித்துக்கொண்டிருந்தது போல் தோன்றியது. ஒரு காட்டு விலங்கைப்போல, சண்டையிட்டு, காப்பி கொப்பரையை நோக்கிச் செல்ல ஒரு வழியை ஏற்படுத்தினேன். எப்படியோ ஒரு கோப்பை நிறைய காப்பியுடன் திரும்பமுடிந்தது. நான் ஒருவாய் அருந்தினேன். மிச்சமிருப்பது அவருக்குத்தான்.

அவர் அந்த சுடுபானத்தை ஒரே மடக்கில் குடித்தபோது, அவரது கண்களில் பிரகாசித்த நன்றியுணர்ச்சியை - ஒரு காயமுற்ற விலங்கின் நன்றியுணர்ச்சி - என்னால் என்றென்றும் மறக்க முடியாது. அந்த சில மடக்கு சுடுதண்ணீரால், அவருக்கு நான் எனது குழந்தைப் பருவம் முழுவதும் தந்ததைவிட அதிக திருப்தியை அளித்திருக்கிறேன் போலும்.

அவர் ஒரு படுக்கையில், உதடுகள் வெளிறி வெடித்த நிலையில் நடுங்கித் துடித்தபடி கிடந்தார். நான் அவருடன் அதிக நேரம் இருக்கமுடியாது. சுத்தம் செய்வதற்காக அந்த இடத்தைவிட்டு நாங்கள் வெளியேறும்படி உத்தரவிடப்பட்டிருந்தது. நோயாளிகள் உள்ளே இருக்கலாம்.

நாங்கள் ஐந்து மணி நேரம் வெளியில் இருந்தோம். சூப் வழங்கப்பட்டது. எங்களது பிளாக்குகளுக்கு திரும்பிச் செல்ல அனுமதி கிடைத்தவுடன் என் தந்தையிடம் ஓடினேன்.

“நீங்க ஏதாவது சாப்பிட்டீங்களா?”

“இல்லை.”

“ஏன்?”

“அவங்க எங்களுக்கு எதுவும் தரலை. நாங்க சுகமில்லாம இருக்கிறதால, எப்படியும் சீக்கிரம் சாகப்போறோம். அதனாலே உணவை வீணாக்கிறது சரியில்லைன்னு சொல்றாங்க. என்னாலே இதுக்கு மேலேயும் தாங்கமுடியாது....”

நான் எஞ்சியிருந்த என்னுடைய சூப்பை அவருக்குக் கொடுத்தேன். ஆனால் அதுவும் மிக கனத்த இதயத்துடன். நான் எனது விருப்பத்திற்கு மாறாக அதை அவருக்குக் கொடுக்கிறேன் என்று உணர்ந்தேன். ரப்பி எலியோஹாவின் மகனைப்போல, நானும் அத்தேர்வில் தேர்ச்சியடையவில்லை.

அவர் நாளுக்கு நாள் பலவீனமாகிக்கொண்டிருந்தார். அவரது பார்வை திரையிட்டது. அவரது முகம் உலர்ந்த சருகின் நிறத்தில் இருந்தது. நாங்கள் புச்சன்வால்ட் வந்த மூன்றாம் நாளில், அனைவரும் குளியலுக்குச் செல்லவேண்டியிருந்தது. நோயாளிகளும் கூட கடைசியாகப் போகவேண்டியிருந்தது.

குளித்து விட்டுத் திரும்பும்போது, நாங்கள் நீண்ட நேரம் வெளியிலேயே காத்திருக்க வேண்டியிருந்தது. அவர்கள் இன்னும் பிளாக்குகளை சுத்தம் செய்வதை முடிக்கவில்லை.

எனது தந்தையை தொலைவில் பார்த்து, அவரைச் சந்திக்க ஓடினேன். அவர் ஒரு ஆவிபோல, நிற்காமல், என்னைப் பார்க்காமல் என்னைக் கடந்து சென்றார். நான் அவரை அழைத்தேன். அவர் திரும்பி வரவில்லை. அவர் பின்னால் நான் ஓடினேன்.

“அப்பா, நீங்க எங்கே போறீங்க?”

அவர் ஒருகணம் என்னைப் பார்த்தார். அவரது கூர்ந்த பார்வை, தொலைவாக, வேறு உலகத்தினுடையதாக, ஒரு அந்நியருடைய முகம் போலிருந்தது. ஒருகணம்தான் அது நீடித்தது. பின் மீண்டும் ஓடத் தொடங்கினார்.

சீதபேதியால் பாதிக்கப்பட்டிருந்த எனது தந்தை தனது கட்டிலில் படுத்திருக்க, அவரருகே ஐந்து நோயாளிகள் இருந்தனர். நான் அவரருகே அமர்ந்து, அவரையே கவனித்துக் கொண்டிருந்தேன்: அவரால் மீண்டும் மரணத்திலிருந்து தப்ப முடியும் என்று நம்பத் துணியவில்லை. இருப்பினும் என்னால் முடிந்தவரை அவருக்கு நம்பிக்கையூட்டினேன்.

திடீரென அவர் படுக்கையிலிருந்து எழுந்தமர்ந்து தனது காய்ச்சல் கொண்ட உதடுகளை என் காதருகே கொணர்ந்தார்:

"எலிசெர்... நான் புதைத்த நகையையும் பணத்தையும் எங்கே தேடணும்னு உனக்குச் சொல்லணும்... அந்த நிலவறையிலே... உனக்குத் தெரியும்...." அவர் வேகமாக, மிகவும் வேகமாக என்னிடம் சொல்ல அவருக்கு நேரம் கிடைக்காது என்று அஞ்சுவது போல் பேசத் தொடங்கினார். இது ஒன்றும் முடிவல்ல; நாம் மீண்டும் ஒன்றாக வீடு திரும்புவோம் என்று நான் விளக்க முற்பட்டேன். ஆனால் நான் கூறுவதைக் கேட்க அவர் விரும்பவில்லை. அவரால் நான் பேசுவதை இனியும் கவனிக்க முடியாது. அவர் சோர்ந்துவிட்டார். எச்சில் ரத்தத்துடன் கலந்து, அவரது உதடுகளின் வழியே ஒழுகிக்கொண்டிருந்தது.

அவர் கண்களை மூடிக்கொண்டார். அவர் மூச்சுத் திணறியபடியே இருந்தார்.

எனது தந்தையின் படுக்கைக்கு அருகில் இருந்த ஒரு கைதிக்கு, ஒருவேளை ரொட்டியைக் கொடுத்து, எனது படுக்கையை மாற்றிக் கொண்டேன். பிற்பகலில் மருத்துவர் வந்தார். அவரிடம் சென்று, என்னுடைய தந்தை உடல்நலமின்றி மோசமான நிலையில் இருப்பதாகக் கூறினேன்.

"அவரை இங்கே கூட்டிட்டு வா."

நான் அவரால் நிற்கவும் முடியாது என்று விளக்கினேன். ஆனால் மருத்துவர் எதையும் கேட்க மறுத்து விட்டார். எப்படியோ எனது தந்தையை அவரிடம் கூட்டிச் சென்றேன். அவர் எனது தந்தையை உற்றுப்பார்த்துக் கேட்டார்.

"உனக்கு என்ன வேணும்?"

"எங்க அப்பாவுக்கு உடம்பு சரியில்லே. சீதபேதி..." அவருக்காக நான் பதிலளித்தேன்.

"சீதபேதியா? அது என் வேலை இல்லை. நான் அறுவை சிகிச்சை செய்றவன். போ... மத்தவங்களுக்கு இடத்தை விடு."

எனது எதிர்ப்புகளால் எந்தப் பலனுமில்லை. "என்னாலே முடியல மகனே... என்னை படுக்கைக்கே திரும்ப கூட்டிப் போயிரு."

நான் அவரைத் திரும்பவும் அழைத்துச்சென்று, அவர் படுப்பதற்கு உதவினேன். அவர் நடுங்கிக்கொண்டிருந்தார்.

"கஷ்டப்பட்டாவது கொஞ்சம் தூங்கப் பாருங்க. தூங்கப் பாருங்க." அவரது சுவாசம் சிரமத்துடன் கனத்திருந்தது. அவர் கண்கள் மூடியிருந்தது. இருப்பினும் அவரால் எல்லாவற்றையும் பார்க்க முடியும். அனைத்திலும் உள்ள உண்மையை அறியமுடியும் என்று நம்பினேன்.

மற்றொரு மருத்துவர் பிளாக்கிற்கு வந்தார். எனது தந்தை எழுந்திருக்க மறுத்து விட்டார். அது பயனற்றது என்று அவருக்குத் தெரியும்.

மேலும் இந்த மருத்துவர் நோயாளிகளைத் தீர்த்துக் கட்டவே வந்திருக்கிறார். அவர் நோயாளிகளிடம் அவர்கள் சோம்பேறிகள், உதவாக்கரைகள், படுத்துக் கிடக்க மட்டும் விரும்புகிறார்கள் என்று கத்துவது எனக்குக் கேட்டது. எனக்கு அவரது குரல்வளையை நோக்கிப் பாய்ந்து கழுத்தை நெரித்துக்கொல்லவேண்டும் போல் தோன்றியது. ஆனால் இப்பொழுது என்னிடம் அதற்கான துணிச்சலோ, வலிமையோ இல்லை. நான் எனது தந்தையின் மரணப்படுக்கையுடன் பிணைக்கப்பட்டிருந்தேன். எனது உள்ளங்கைகளை மிகவும் இறுக்கிக்கொண்டிருந்ததால் அது வலித்தது. அந்த மருத்துவரையும் மற்றவர்களையும் கழுத்தை நெரித்துக் கொல்லவேண்டும்! இந்த ஒட்டுமொத்த உலகத்தையும் எரிக்கவேண்டும்! எனது தந்தையைக் கொன்ற கொலைகாரர்கள்! ஆனால் அந்த அழுகையும்கூட எனது தொண்டையில் சிக்கிக்கொண்டது.

நான் ரொட்டியை வாங்கிக்கொண்டு திரும்பி வந்தபோது, எனது தந்தை ஒரு குழந்தையைப்போல அழுதுகொண்டிருப்பதைக் கண்டேன்:

"மகனே, அவங்க என்னை அடிச்சுக்கிட்டே இருக்காங்க."

“யாரு?” நான் அவருக்கு சித்தபிரமை பிடித்துவிட்டதோ என எண்ணினேன்.

“அவன்தான்... அந்த பிரெஞ்சுக்காரன்... அந்த போலந்துக்காரன்... அவங்கதான் என்னை அடிக்கிறாங்க.”

இன்னுமொரு தாக்குதல் இதயத்தில். இன்னுமொரு காரணம் வெறுப்பிற்கு. இன்னுமொரு வாழ்வதற்கான காரணம் குறைந்தது.

“எலிசெர்... எலிசெர்... அவங்களை என்னை அடிக்கவேணாம்னு சொல்லு. நான் ஒண்ணும் செய்யலே. அவங்க என்னை அடிச்சுக்கிட்டே இருக்காங்க.”

நான் அருகில் இருப்பவர்களைத் திட்டத் தொடங்கினேன். அவர்கள் என்னைப் பார்த்துச் சிரித்தார்கள். நான் அவர்களுக்கு ரொட்டியும் சூப்பும் தருவதாக வாக்களித்தேன். அவர்கள் சிரித்தனர். பிறகு அவர்கள் கோபமடைந்தார்கள். அவர்களால் எனது தந்தையை இதற்கு மேலும் பொறுத்துக்கொள்ளமுடியாது என்றும் அவரால் தனது இயற்கை உபாதைகளுக்காக வெளியே போகமுடியவில்லை என்றும் கூறினார்கள்.

மறுநாள், தனக்கு அளிக்கப்பட்ட ரொட்டியை, அவர்கள் பறித்துக் கொண்டதாக என் தந்தை என்னிடம் புகார் கூறினார்.

“நீங்க தூங்கியபோதா?”

“இல்லை. நான் தூங்கலை. அவங்க என் மேல பாய்ந்து என் ரொட்டியை பிடுங்கிட்டாங்க. அவங்க திரும்பவும் என்னை அடிச்சாங்க. என்னாலே தாங்கமுடியலே மகனே... எனக்குக் கொஞ்சம் தண்ணி குடு...”

அவர் தண்ணீர் குடிக்கக்கூடாது என்று எனக்குத் தெரியும். ஆனால் அவர் என்னிடம் நீண்ட நேரம் கெஞ்சியதால், மனம் இரங்கினேன். அவர் உட்கொள்ளும் தண்ணீர், அவருக்கு மிக மோசமான விஷமாக இருக்கும். ஆனால் என்னால் அவருக்காக வேறென்ன செய்யமுடியும். தண்ணீராலோ, தண்ணீர் இல்லாமலோ கூடிய விரைவில் எல்லாமே முடிந்துவிடும்.

“எம் மேல நீயாவது கொஞ்சம் கருணை காட்டுறியே...”

அவர்மீது கருணை காட்டவேண்டும்! நான்... அவரது ஒரே மகனான நான்.

ஒருவாரம் இப்படியே கழிந்தது.

"இது உன்னோட அப்பாவா?" பிளாக்கின் தலைவன் என்னிடம் கேட்டான்.

"ஆமா."

"அவருக்கு உடம்பு ரொம்ப மோசமா இருக்கு."

"டாக்டர் அவருக்காக எதுவும் செய்ய மறுத்துட்டாரு. இப்ப டாக்டராலே, அவருக்கு எதுவும் செய்யமுடியாது. உன்னாலேயும் எதுவும் செய்யமுடியாது."

அவன் தனது ரோமங்களடர்ந்த கையை, எனது தோளில் வைத்தபடி மேலும் கூறினான்:

"நான் சொல்றதைக் கேளு, பையா. நீ ஒரு வதைமுகாமிலே இருக்கிறதை மறந்துடாதே. இங்கே ஒவ்வொரு மனுசனும் தனக்காகப் போராடணும். வேற யாரைப்பத்தியும் நினைக்கக்கூடாது. உன் அப்பாவைப் பத்திக் கூட. இங்கே அப்பா, சகோதரன், நண்பன்னு யாரும் கிடையாது. ஒவ்வொருத்தரும் தனியாகவே வாழ்ந்து சாகிறோம். நான் உனக்கு ஒரு நல்ல அறிவுரை சொல்றேன்: உன் பங்கு ரொட்டியையும் சூப்பையும் உன் அப்பாவுக்குக் கொடுக்காதே. அவருக்கு உன்னாலே எதுவும் செய்ய முடியாது. உன்னை நீயே வருத்திக்கிட்டிருக்கே. அதுக்குப் பதிலா அவரோட பங்கையும் நீ சாப்பிடணும்..."

அவன் சொல்வதை நான் குறுக்கிடாமல் கேட்டேன். அவன் சொல்வது சரி, நான் எனது இதயத்தின் ஆழத்தில் அதையே எண்ணினேன், ஆனால் அதை ஒத்துக்கொள்ளும் துணிச்சல் எனக்கு இல்லை. 'உன் தந்தையைக் காப்பாற்றுவதற்கான காலம் கடந்து விட்டது...' எனக்கு நானே சொல்லிக்கொண்டேன். நீ இரண்டு பங்கு ரொட்டியும் இரண்டு பங்கு சூப்பும் சாப்பிடலாம்...

ஒரு வினாடி மட்டுமே இந்த எண்ணம் நீடித்தது. ஆனால் அது என்னைக் குற்றவுணர்ச்சியில் ஆழ்த்திச் சென்றது. நான் ஓடிச்சென்று எனது தந்தைக்குக் கொடுப்பதற்காக சிறிதளவு சூப்பை தேடிச் சென்றேன். ஆனால் அவர் அதை விரும்பவில்லை. அவருக்கு தேவைப்பட்டதெல்லாம் தண்ணீர் மட்டுமே.

"தண்ணி குடிக்காதீங்க... கொஞ்சம் சூப் குடிங்க..."

"உடம்பெல்லாம் எரியுது. எங்கிட்டே ஏன் இவ்வளவு மோசமா நடந்துக்கிறே... என் மகனே? தண்ணி கொடு."

நான் அவருக்காக தண்ணீர் கொண்டுவந்தேன். பின்னர் ஆள் கணக்கெடுப்பின்போது பிளாக்கை விட்டு வெளியே சென்றேன். ஆனால் விரைவாகத் திரும்பிவந்து விட்டேன். நான் மேல்தட்டில் உள்ள படுக்கையில் படுத்து விட்டேன். நோயாளிகள் பிளாக்கிலேயே தங்க அனுமதிக்கப்பட்டனர். நானும் ஒரு நோயாளியாகிவிடுவேன். நான் என் தந்தையை விட்டுச் செல்லமாட்டேன்.

சுற்றிலும் நிலவிய அமைதியை, இடையிடையே வெளிப்பட்ட முனகல்கள் கலைத்தன. பிளாக்கின் முன் நின்று எஸ்எஸ் ஆட்கள் ஆணை பிறப்பித்துக்கொண்டிருந்தனர். ஒரு அதிகாரி படுக்கைகளைக் கடந்து சென்றான். எனது தந்தை என்னிடம் மன்றாடினார்.

"மகனே... கொஞ்சம் தண்ணி... உடம்பு கொதிக்குது... என் வயிறு..."

"ஏய் என்ன... அங்க? அமைதியா இரு" என்று அதிகாரி குரைத்தான்.

"எலிசெர்" எனது தந்தை தொடர்ந்து மன்றாடினார். "தண்ணி..."

அந்த அதிகாரி அவரை நோக்கி வந்து அவரை சத்தமிடாமல் இருக்கும்படி கத்தினார். ஆனால் எனது தந்தை அதைக் கேட்கவில்லை. அவர் என்னை அழைத்தபடி இருந்தார். அந்த அதிகாரி தன் கைத்தடியால் அவரது தலையில் பலமாக அடித்தான்.

நான் அசையவில்லை. நான் அஞ்சினேன். எனது உடலும்கூட இன்னொரு அடிக்கு அஞ்சியது. இம்முறை எனது தலையில். அந்த அடியை வாங்கப் பயந்தது.

பிறகு எனது தந்தை ஒரு அவல ஒலி எழுப்பினார். அது என்னுடைய பெயர். "எலிசெர்..."

அவர் மூச்சிளைக்க இன்னும் சுவாசித்தபடி இருப்பதை என்னால் பார்க்கமுடிந்தது. நான் அசையவில்லை.

இரவு | 161

நான் கணக்கெடுப்பிற்குப் பின் படுக்கையிலிருந்து இறங்கியபோது, அவரது உதடுகள் நடுங்கியதைப் பார்க்க முடிந்தது. அவர் எதையோ முணுமுணுத்துக் கொண்டிருந்தார். அவரை நோக்கிக் குனிந்தபடி, ஒரு மணி நேரத்திற்கும் மேலாக அவரையே உற்று நோக்கியபடி அவரது குருதி தோய்ந்த, தகர்ந்த முகத்தை மனதில் செதுக்கிக் கொண்டேன்.

பிறகு நான் உறங்கச் சென்றேன். நான் எனது தந்தையின் படுக்கைக்கு மேலே உள்ள, எனது படுக்கைக்கு ஏறிச் செல்லும்பொழுது அவர் உயிருடன் இருந்தார். அது 1945ஆம் வருடம் ஜனவரி 28ஆம் தேதி.

ஜனவரி 29ந்தேதி, அதிகாலையில் கண்விழித்தேன். எனது தந்தையின் இடத்தில், வேறொரு நோயாளி படுத்திருந்தான். அவர்கள் விடிவதற்கு முன்பே அவரைத் தகன உலைக்குத் தூக்கிச் சென்றிருக்க வேண்டும். அவர் அப்போதும் மூச்சுவிட்டபடி இருந்திருக்கலாம்...

அவரது கல்லறையில் எந்தப் பிரார்த்தனையும் செய்யப்படவில்லை. அவரது நினைவுக்காக எந்த மெழுகுவர்த்தியும் ஏற்றப்படவில்லை. அவரது கடைசி வார்த்தை என்னுடைய பெயராகத்தான் இருந்தது. அவர் என்னை அழைத்ததற்கு நான் பதிலளிக்கவில்லை.

நான் அழவில்லை. என்னால் அழமுடியவில்லை என்பதே என்னை வேதனைக்குள்ளாக்கியது. ஆனால் என்னிடம் கண்ணீர்த் துளிகள் எஞ்சியிருக்கவில்லை. எனது ஜீவனின் அடியாழத்தில், எனது பலவீனமான மனசாட்சியின் உள்ளே, நான் அதைத் தேடியிருந்தால், ஒருவேளை நான் கண்டுபிடித்திருக்கக் கூடியது இதுபோலத்தான் - இறுதியாக விடுதலை...!

நான் ஏப்ரல் பதினொன்றாம் தேதி வரை புச்சன்வால்டில் தங்கியிருந்தேன். இந்த நாட்களில் எனது வாழ்க்கையைப் பற்றிச் சொல்ல என்னிடம் எதுவுமில்லை. இனிமேலும் அது பொருட்படுத்தக் கூடியதாக இல்லை. எனது தந்தையின் மரணத்திற்குப் பின் எதுவும் என் மனதைத் தொடவில்லை.

நான் சிறுவர்களுக்கான, என்னைப்போன்ற அறுநூறு பேரைக் கொண்ட பிளாக்கிற்கு மாற்றப்பட்டேன்.

முன்னணிப்படை நெருங்கி வந்து கொண்டிருந்தது.

எனது நாட்களை முற்றிலும் சோம்பேறித்தனமாகக் கழித்தேன். ஆனால் எனக்கு இருந்த ஒரே ஆசை: சாப்பிடுவது மட்டும்தான். இப்போதெல்லாம் எனது தந்தையைப் பற்றியோ, தாயைப் பற்றியோ சிந்திப்பதேயில்லை.

இடையிடையே நான் கனவு காண்பேன். ஆனால், சூப் பற்றி மட்டுமே, கூடுதலாக அளிக்கப்படும் சூப் பற்றி.

ஏப்ரல் ஐந்தாம் தேதி வரலாற்றின் சக்கரம் சுழன்றது.

அது பிற்பகல் நேரம். நாங்கள் பிளாக்கில் நின்றபடி எங்களை எண்ணிப் பார்ப்பதற்காக வரப்போகும் எஸ் எஸ் ஆளுக்காகக் காத்திருந்தோம். அவன் வருவது தாமதமானது. இத்தகைய தாமதம் புச்சன்வால்ட்டின் வரலாற்றிலேயே அறியப்படாதது. எதுவோ நிகழ்ந்திருக்க வேண்டும்.

இரண்டு மணி நேரத்திற்குப் பின்னர், ஒலிபெருக்கிகள் மூலம் முகாமின் தலைவர்

ஆணை பிறப்பித்தார். யூதர்கள் அனைவரும் அணிவகுப்பு மைதானத்திற்கு வரவேண்டும். இதுதான் முடிவு. ஹிட்லர் தனது வாக்குறுதியை நிறைவேற்றப் போகிறான்.

எங்கள் பிளாக்கின் சிறுவர்கள் ஆணைப்படி நடந்தனர். எங்களுக்கு வேறுவழியில்லை. பிளாக்கின் தலைவன் குஸ்தாவ், தனது குறுந்தடியின் மூலம் இதை எங்களுக்கு தெளிவுபடுத்தினான். ஆனால் வழியில் நாங்கள் சந்தித்த சில கைதிகள் எங்களிடம் முணுமுணுத்தார்கள்:

“உங்க பிளாக்குக்கு திரும்பிப் போங்க. ஜெர்மன்காரங்க உங்களை சுடப்போறாங்க. பிளாக்குக்கு திரும்பிப் போங்க... அதை விட்டு நகராதீங்க.”

நாங்கள் எங்கள் பிளாக்கிற்குத் திரும்பினோம். முகாமில் உள்ள தலைமறைவு எதிர்ப்புக்குழு, யூதர்களைக் கைவிடக் கூடாதென்றும் அவர்கள் அழித்தொழிக்கப்படுவதைத் தடுக்கவும் தீர்மானித்துள்ளதென்றும் நாங்கள் அறிந்தோம்.

மிகவும் தாமதமாகிவிட்டதாலும், பெரும் குழப்பம் ஏற்பட்டதாலும், எண்ணற்ற யூதர்கள் தாங்கள் யூதர்கள் அல்ல என்றதாலும், முகாமின் தலைவன் ஒரு பொதுக் கணக்கெடுப்பு நடத்தத் தீர்மானித்தான். அனைவரும் அதற்கு வருகை தரவேண்டும்.

கணக்கெடுப்பு நடந்தது. முகாமின் தலைவன் புச்சன்வால்ட் மூடப்படப் போவதாக அறிவித்தான். ஒவ்வொரு நாளும் பத்து பிளாக்குகளில் உள்ளவர்கள் வெளியேற்றப்படுவார்கள். இந்த நிமிடத்தில் இருந்து உணவோ, சூப்போ வழங்கப்படமாட்டாது. வெளியேற்றம் தொடங்கியது. ஒவ்வொரு நாளும் பல்லாயிரக்கணக்கான கைதிகள் முகாமின் வாயிலைத்தாண்டி வெளியேறினார்கள். அவர்கள் திரும்பி வரவே இல்லை.

ஏப்ரல் பத்தாம் தேதி, முகாமில் இன்னும் எங்களைப் போன்ற இருபதாயிரம் பேர் இருந்தோம். அதில் பல நூறு சிறுவர்கள் இருந்தனர். எங்கள் அனைவரையும் உடனடியாக வெளியேற்றிவிடத் தீர்மானித்தார்கள். அன்று மாலைக்குள் முகாமை வெடி வைத்து தகர்க்கப் போகிறார்கள்.

அதற்காக மாபெரும் அணிவகுப்பு மைதானத்தில் நாங்கள் திரட்டப்பட்டு ஐவராக வரிசையில் நிறுத்தப்பட்டு, கதவு

திறப்பதைக் காண நின்றிருந்தோம். திடீரென அபாய மணி அலறத் தொடங்கியது. எச்சரிக்கை. நாங்கள் எங்களுடைய பிளாக்குகளுக்கு திரும்பிச் சென்றோம். அன்று மாலை எங்களை வெளியேற்றமுடியவில்லை. மிகவும் தாமதமாகிவிட்டதால், மீண்டும் வெளியேற்றம் மறுநாளைக்கு ஒத்திவைக்கப்பட்டது.

நாங்கள் பசியால் துடித்துக்கொண்டிருந்தோம். நாங்கள் ஆறு நாட்களாக கொஞ்சம் புல்லையும், சமையலறையின் அருகே கண்டெடுக்கப்பட்ட உருளைக்கிழங்குத் தோலையும் தவிர வேறு எதையும் சாப்பிடவில்லை.

காலையில் பத்து மணிக்கு எஸ்எஸ் ஆட்கள் முகாமெங்கும் சென்று கடைசியாக அங்கு இருந்தவர்களை அணிவகுப்பு மைதானத்திற்குக் கொண்டுவந்தனர்.

அப்பொழுது எதிர்ப்புக்குழு செயல்படத் தீர்மானித்தது. திடீரென எங்கும் ஆயுதந்தாங்கிய மனிதர்கள் தோன்றினர். துப்பாக்கிகளின் வெடியோசை. கையெறி குண்டுகளின் வெடியோசை. சிறுவர்களாகிய நாங்கள், பிளாக்கின் தரையில் படுத்தபடி கிடந்தோம்.

இச்சண்டை நெடுநேரமும் நீடிக்கவில்லை. நண்பகலில் மீண்டும் எங்கும் அமைதி நிலவியது. எஸ் எஸ் ஓடிவிட்டனர். எதிர்ப்புக்குழு முகாமை நடத்தும் பொறுப்பை ஏற்றுக்கொண்டது.

அன்று மாலை சுமார் ஆறுமணிக்கு, முதல் அமெரிக்க பீரங்கி புச்சன்வால்ட் கதவுகளின் அருகே வந்து நின்றது.

சுதந்திரமடைந்த மனிதர்களான எங்களது முதல் நடவடிக்கை உணவுப் பொருள்களை நோக்கிப் பாய்ந்ததுதான். நாங்கள் அதைப் பற்றி மட்டுமே எண்ணினோம்; பழி வாங்குவதையோ எங்கள் குடும்பங்களைப் பற்றியோ இல்லை; ரொட்டியைத் தவிர வேறெதைப் பற்றியும் இல்லை.

நாங்கள் பசியின்றி இருக்கும்போதுகூட, எங்களில் ஒருவரும் பழி வாங்குவதைப் பற்றி சிந்திக்கவில்லை. மறுநாள் சில இளைஞர்கள் வெய்மாருக்கு உருளைக்கிழங்கு மற்றும் உடைகள் வாங்க - பெண்களுடன் படுக்கச் சென்றனர். ஆனால் பழி வாங்குவது குறித்த அறிகுறியே இல்லை.

புச்சன்வால்ட் விடுதலையடைந்த மூன்றாம் நாள், உணவு விஷமானதால் நான் நோய்வாய்ப்பட்டேன். நான் மருத்துவமனைக்கு மாற்றப்பட்டு இரண்டு வாரங்களை வாழ்விற்கும் சாவிற்குமிடையே போராடியபடி கழித்தேன்.

ஒருநாள், என்னால் எழுந்திருக்க முடிந்தபோது, நான் எதிர்ச்சுவரில் தொங்கிய கண்ணாடியில் என்னைப் பார்க்கத் தீர்மானித்தேன். கெட்டோ யூதக் குடியிருப்பில் இருந்ததற்குப் பின் நான் கண்ணாடியில் என்னைப் பார்த்ததே இல்லை.

அந்தக் கண்ணாடியின் அடியாழத்திலிருந்து ஒரு பிணம் என்னை ஆழ்ந்து பார்த்தது.

அவன் என்னை உற்றுநோக்கிய போது, அந்த விழிகள் என்னைப் பார்த்த பார்வை என்னைவிட்டு என்றுமே அகலவில்லை.

☉☉☉

மொழிபெயர்ப்பாளர் உரை

எலீ வீஸலின் 'இரவு' முதல் பதிப்பு(2004-இல்) வெளியாகி பதினாறு ஆண்டுகளுக்குப் பின் இப்பொழுது மறுபதிப்பு காண்கிறது.

இம்மறுபதிப்பு, 2006ஆம் ஆண்டில், எலீ வீஸலின் துணைவியார் மரியன் வீஸலின் மொழியாக்கத்தின்படி, திருத்தப்பட்ட மொழியாக்கமாக வெளியாகிறது.

சற்று பின்னோக்கிப் பார்க்கிறேன்.

2003ஆம் ஆண்டு. அலுவலகம் முடிந்து வீடு திரும்பும் வழியில், ஒரு நாள் திருவல்லிக்கேணி நடைபாதை புத்தகக் கடையில் கிடந்த ஒரு புத்தகம் என் கவனத்தை ஈர்த்தது. எலீ வீஸலின் 'இரவு' ஆங்கிலப் பதிப்பைக் கண்டேன். முள்வேலிகளின் பின்னே சிக்கித் தவிக்கும் ஒரு மனிதனின் நிழற்சித்திரத்துடன் கூடிய முன்னட்டை. அது யூத இன அழித்தொழிப்பிலிருந்து தப்பிய ஒரு சிறுவனின் தன் வரலாறு என்று குறிப்பிடப்பட்டிருந்தது. ஒரு தன்னனுபவ நூல் என்பதால் அதை உடனே வாங்கினேன். இயல்பாக ஒரு புத்தகத்தை எடுத்தால், எவ்வளவு நேரமானாலும், இரவில் கண்விழித்தாவது படித்து முடித்து விடுவது வழக்கம், ஆனால் இதை அவ்வளவு எளிதாக வாசிக்க முடியவில்லை. வாசிக்கும் நாட்களெல்லாம் உறக்கத்தைத் தொலைத்த நாட்களாயின. உடன் இதை பகிர்ந்து கொள்ள எண்ணி மொழிபெயர்க்கத் தீர்மானித்தேன். இதை மொழியாக்கம் செய்யும்பொழுதும் அதே நிலைதான். சில பக்கங்களுக்கு மேல் தாண்டவே முடியாது. மனம் கிடந்து அல்லாடும். கண்ணில் நீர் மல்கும்.

ஒரு மனித இனம், இன்னொரு மனித இனத்தின் மீது இத்தகைய குரூரத்தை நிகழ்த்த முடியுமா என்று எண்ணி மனம் பதைக்கும். ஆறு மில்லியன் யூதர்கள், ஐரோப்பாவின்

யூத இனத்தின் மூன்றில் இரண்டு பங்கு யூதர்கள், ஆண்கள், பெண்கள், குழந்தைகள் ஈவு இரக்கமின்றிக் கொல்லப்பட்டனர். அவர்கள் அனுபவித்த வலிகளையும் வேதனைகளையும் சித்திரவதைகளையும் வார்த்தைகளால் விவரிக்க இயலாது.

கம்போடியாவில் கெமர்ரூச் கட்சியின் ஆட்சிக்காலத்தில், பிழைப்புத்தேடி அங்கு வந்த வியட்நாமிய மக்கள்மீது நடத்தப்பட்ட இனப்படுகொலைகளைக் கண்டு மனம் நொந்தார் கிராகெரி ஸ்டான்டன் என்ற அமெரிக்கர். சட்டப் பேராசிரியரான அவர் இனப்படுகொலைகள் நிகழுமுன் தடுக்க வேண்டுமென்ற நோக்கத்துடன் Genocide Watch என்ற அமைப்பைத் தொடங்கினார்.

அந்த இனப்படுகொலைக் கண்காணிப்பு அமைப்பு (Genocide Watch) பத்து நிலைகளில், இனப்படுகொலைகள் திட்டமிட்டு நிகழ்த்தப்படுகின்றன என்று குறிப்பிடுகின்றது. யூத இனப்படுகொலைகளை இந்நோக்கிலே காண்போம்:

1. வகைப்பாடு (classification):

இனம், மதம், மொழி, நிறம் போன்றவற்றின் அடிப்படையில் மக்கள் வேறுபட்டுள்ளனர். தற்போதுள்ள அரசமைப்பில், ஒரு தேசத்தின் குடியுரிமை முதன்மையானது. ஒரு குறிப்பிட்ட குழுவினரின் குடியுரிமை நீக்கப்படுவது அல்லது மறுக்கப்படுவது, சட்டப்படி அக்குழுவின் பொதுவான உரிமைகள் மற்றும் மனித உரிமைகளை மறுப்பதாகும்.

யூத இனப்படுகொலையின் முதற்படியாக, யூதர்களின் குடியுரிமை, நாஜிகளால் சட்டப்படி பறிக்கப்பட்டது. அதனால் அவர்களது அடிப்படை மனித உரிமைகளும் பறிக்கப்பட்டன.

2. குறியீடு செய்தல் (symbolization):

யூதர்கள் மஞ்சள் நிற நட்சத்திரத்தை ஆடைகளில் அணியுமாறு கட்டாயப்படுத்தப்பட்டனர். இக்குறியீட்டின் மூலம், நாஜிகள் யூதர்களை அடையாளம் கண்டு அவர்கள் மீது வெறுப்பையும், வன்முறையையும் பிரயோகிக்கப் பயன்பட்டது. கெட்டோ எனப்படும் அடிப்படை வசதிகளற்ற, சேரிகளில் யூதர்கள் அடைத்து வைக்கப்பட்டனர்.

3. பாகுபாடு (Discrimination):

யூதர்களின் ஜெர்மானியக் குடியுரிமை பறிக்கப்பட்டதுடன் வேலைகள் மறுக்கப்பட்டன.

4. மனிதம் அகற்றல் (Dehumanisation):

யூதர்கள் மனிதர்களாகவே கருதப்படவில்லை. மாறாக புழு, பூச்சிகள் மற்றும் விலங்குகளுடன் ஒப்பிடப்பட்டனர். செய்தித்தாள், வானொலி மற்ற ஊடகங்கள் அனைத்திலும் நாஜிகளால் யூத வெறுப்புப் பிரச்சாரம் தீவிரமாக நடத்தப்பட்டது. வதைமுகாம்களில் அவர்களின் பெயர்கள் நீக்கப்பட்டு எண்களாக மாறின.

5. அமைப்பு (organization):

இனப்படுகொலைகள் எப்பொழுதும் ஒரு அரசாங்கத்தாலேயே நிகழ்த்தப்படுகின்றன. ஆனால் அரசு நேரடியாகச் செயல்படாமல், முறையாகப் பயிற்சிகள் அளிக்கப்பட்ட கும்பலை, வன்முறையாளர்களைப் பயன்படுத்தி தாக்குதலை, கொலைகளை, வன்புணர்ச்சிகளை நிகழ்த்துகிறது. கிழக்கு ஐரோப்பாவில் 1.5 மில்லியன் யூதர்களை, ஹிட்லரின் *Einsatzgruppen* என்னும் துணைநிலைக் கொலைப் படைகள் கொன்று குவித்தன.

6. துருவப்படுத்தல் (Polarization):

இந்நிலையில், மக்கள் மத்தியில் வெறுப்புப் பிரச்சாரத்தின் மூலம் பிரிவினை ஏற்படுத்தப்படும். வன்முறைக் குழுக்கள் மூலம் நடுநிலையாளர்கள் அமைதிப்படுத்தப்படுவார்கள். அடக்குமுறையை நிகழ்த்தும் இனத்திலுள்ள மிதவாதிகள், எதிர்ப்புக் குரல் எழுப்பிவிடக் கூடாது என்பதால் கைது செய்யப்பட்டு சிறையில் அடைக்கப்படுவார்கள், அல்லது கொல்லப்படுவார்கள். யூத இனப்படுகொலையின் போது அரசியல் எதிரிகளான மார்க்சிஸ்ட்கள் போன்றோர் கைது செய்யப்பட்டு, முகாமில் வைத்து மறுகல்வி போதிக்கப்பட்டனர் அல்லது வதைக்குள்ளாக்கிக் கொல்லப்பட்டனர்.

7. தயாரிப்பு (Preparation):

ஜனவரி 20, 1942: பெர்லின் நகரில் வான்சீ புறநகரிலிருந்த ரைய்க் (Reich) பாதுகாப்புத் தலைமையகத்தில் வான்சீ மாநாடு நடைபெற்றது. இதில் நாஜிகளின் 15 முக்கியத் தலைவர்கள், அடால்ப் ஈச்மேன் (ரைய்க் பாதுகாப்புத் தலைமையகத்தின் யூத விவகாரத்தின் தலைவர்), ஹெய்ன்ரிச் ஹிம்லர் (உளவுத்துறைத் தலைவர்) உள்ளிட்டோர் கலந்து கொண்டனர். இதில் யூதர்களுக்கான இறுதித்தீர்வு குறித்து முடிவெடுக்கப்பட்டது.

8. அடக்குமுறை (Persecution):

ஜெர்மானிய கட்டுப்பாட்டிற்குள் வந்த ஐரோப்பிய நாடுகளிலிருந்த யூதர்கள் அடையாளம் காணப்பட்டு, கெட்டோக்களில் பிரித்து வைக்கப்பட்டனர். அவர்களது உடமைகளும் சொத்துகளும் பறிமுதல் செய்யப்பட்டன அல்லது தீயிட்டுக் கொளுத்தப்பட்டன. குடியுரிமை உள்ளிட்ட அனைத்து உரிமைகளும் பறிக்கப்பட்டன. உணவு, குடிநீர், உடைகள் உள்ளிட்ட அடிப்படை வசதிகள் மறுக்கப்பட்டன.

9. அழித்தொழிப்பு (Extermination):

ஜெர்மானியக் கட்டுப்பாட்டில் இருந்த ஐரோப்பிய நாடுகளில், நாஜிகளால் கட்டப்பட்ட வதை முகாம்களுக்கு யூதர்கள் கொண்டு வரப்பட்டனர். வரும் வழியிலேயே ஏராளமானோர் உயிரிழந்தனர். வதைமுகாம்களில் பலவீனமான குழந்தைகள், பெண்கள், முதியோர், மாற்றுத்திறனாளிகள், மனநோயாளிகள், ஆண்கள் உடனடியாக விஷப்புகைக்குப் பலியாகினர். விபரீதமான மருத்துவப் பரிசோதனைகளுக்கு ஆளாகினர். சற்று பலம் வாய்ந்தவர்களிடம் கடினவேலைகள் வாங்கப்பட்டன. அவர்கள் கடும் சித்திரவதைகளுக்கும் உள்ளாகினர்.

10. மறுப்பு (Denial):

இனப்படுகொலைகள் நடைபெறவேயில்லையென, அதை நடத்திய அரசே மறுப்புத் தெரிவிக்கும். இனப்படுகொலைக்கான தடயங்களை முற்றாக அளிக்கும். வாயு உலைகளின் விஷப்புகையால் கொல்லப்பட்டு, புதைக்கப்பட்ட யூதர்களின்

உடல்கள் நாஜிகளால் மீண்டும் தோண்டியெடுக்கப்பட்டு எரியூட்டப்பட்டன.

மேற்கண்ட நிலைகளில், வரிசைப்படி இல்லாமல், ஒரே நேரத்தில் பல நிலைகளில் இனப்படுகொலைகள் நடத்தப்படுவதுமுண்டு.

இன்றும், உலகெங்கிலும் இனம், மதம், நிறம், மொழி மற்றும் பிற காரணங்களின் அடிப்படையில் இனப்படுகொலைகள் நிகழ்ந்து கொண்டுதான் இருக்கின்றன.

ஈழ மண்ணில், நம் தமிழ் இனத்தின் மீது சிங்கள அரசு கட்டவிழ்த்துவிட்ட வன்முறையை, இனப்படுகொலைகளை நம்மால் என்றென்றும் மறக்க முடியாது. அங்கு வாழ்ந்த தமிழர்களில் பெரும்பான்மையினர் இன்று புலம்பெயர்ந்து அகதிகளாக வாழ்கின்றனர்.

மியான்மாரில் ரோஹிங்கியா முஸ்லிம்களின் குடியுரிமை பறிக்கப்பட்டது. அதைத் தொடர்ந்து இராணுவம், ரோஹிங்கியாக்கள் மீது கொடும் தாக்குதல்கள் நடத்தியது. அவர்களின் வீடுகளும் உடமைகளும் தீக்கிரையாக்கப்பட்டன. அனைத்தையும் இழந்து சுமார் நான்கு லட்சம் ரோஹிங்கியாக்கள் பஞ்சை பராரிகளாய், வங்காள தேசத்தில் அகதிகளாக இருக்கின்றனர்.

சீனாவின் கம்யூனிஸ்ட் அரசாங்கம், வீகர் இன முஸ்லிம்களின் மசூதிகளில் பலவற்றை இடித்துத் தரைமட்டமாக்கியுள்ளது. மதச்சின்னங்களுக்கு, தாடி மற்றும் முகத்திரைக்குத் தடை விதித்துள்ளது. இந்த இனப்பெண்களில் குழந்தை பெறும் வயதுப் பெண்களுக்குக் கட்டாய கருத்தடை செய்யப்படுகிறது. வீகர் மொழியைப் பள்ளிகளில் கற்பித்தல் தடை செய்யப்பட்டுள்ளது. வீகர் மக்களின் பண்பாடே அழிக்கப்பட்டு விட்டது. சுமார் ஒரு மில்லியன் வீகர் இனத்தினர் மற்றும் பிற சிறுபான்மை இனத்தவர்கள், முகாம்களில் சிறை வைக்கப்பட்டுள்ளனர். அவ்வின மக்கள் வாழும் பகுதியெங்கும் கண்காணிப்பு கேமராக்கள். ஜார்ஜ் ஆர்வெல்லின் '1984' நாவலில் குறிப்பிட்டதைப் போல, இம்மக்களின் ஒவ்வொரு அசைவையும் 'Big Brother' ஆன அரசாங்கம் உளவு கேமராக்கள் மூலம் கண்காணிக்கிறது. இனப்படுகொலைக் கண்காணிப்பு அமைப்பு

வீகர் மக்களின் நிலை 8, 9, 10இல் இருப்பதாகக் குறிப்பிட்டு இதை சர்வதேச அமைப்புகளின் கவனத்திற்கு கொண்டு சென்றுள்ளது.

மேலும் இவ்வமைப்பு, தற்பொழுது காஷ்மீரில் இனப்படுகொலைகள் நடக்காமல் தடுக்க இந்திய அரசை எச்சரிக்குமாறு ஐக்கிய நாடுகள் சபையைக் கேட்டுக் கொண்டுள்ளது.

அவ்வாறே அசாமில் பிறந்து, வளர்ந்து, வாழ்ந்து வரும் வங்க முஸ்லிம்களின் குடியுரிமையைப் பறித்து, அவர்களைச் சிறைப்படுத்தி, அவர்களை நாடற்றவர்களாக மாற்ற முயல்வதைத் தடுக்க வேண்டும். அதற்காகவும் இந்திய அரசை எச்சரிக்கை செய்யுமாறு ஐக்கிய நாடுகள் சபையையும் அதன் உறுப்பு நாடுகளையும் கேட்டுக் கொண்டுள்ளது.

கிழக்கிந்தியக் கம்பெனி, வணிகம் செய்ய இந்தியா வந்தது. ஒண்டவந்த பிடாரி ஊர்ப்பிடாரியை விரட்டியது போல, கொஞ்சம் கொஞ்சமாக நமது நாட்டின் ஆட்சி அதிகாரத்தைக் கைப்பற்றியது. பின்னர் இந்தியா, பிரிட்டிஷ் சாம்ராஜ்யத்தின் காலனி நாடாக மாறியது. இந்திய சுதந்திர எழுச்சியை அடக்குவதற்காக, பிரிட்டிஷ் அரசு இந்தியாவில் பிரித்தாளும் சூழ்ச்சியைக் கையாண்டது. இந்து என்ற பெயர் சூட்டியதும், இந்து - முஸ்லிம் பிரிவினையை ஏற்படுத்தியதும் பிரிட்டிஷார்தான்.

இந்தியாவிற்கு சுதந்திரம் வழங்குவதிலும் அவசரப்பட்டார் இந்திய வைஸ்ராயாக இருந்த மவுண்ட்பேட்டன்.★ முகமது அலி ஜின்னா புற்றுநோயால் பாதிக்கப்பட்டிருப்பது அவருக்குத் தெரியும். சுதந்திரம் வழங்குவதை சற்று தாமதித்திருந்தால், இந்தியா-பாகிஸ்தான் பிரிவினையே நிகழ்ந்திருக்காது. ஜின்னா, பாகிஸ்தான் சுதந்திரம் பெற்ற ஓராண்டிற்குப் பின், 11-9-1948 அன்று புற்றுநோயால் மரணமடைந்தார்.

1965ஆம் ஆண்டு இந்தியா-பாகிஸ்தான் போருக்குப் பின்னர் பிபிசி-யின் செய்தியாளர் ஜான் ஓஸ்மேன், ஒரு விருந்தின்போது தன்னருகில் மவுண்ட்பேட்டன் இருப்பதைக் கண்டார். உடனே

★ டொமினிக் லேப்பியர் & லேரி காலின்ஸ் – 'நள்ளிரவில் சுதந்திரம்' நூலிலிருந்து.

அவரிடம் இந்தியா-பாகிஸ்தான் பிரிவினை குறித்துக் கேட்டார்: அதற்கு மவுண்ட்பேட்டன் அளித்த பதில்,

"*I Have fucked it up.*"★

அந்த 'Fucked up' சூழலை இந்திய அரசியல் கட்சிகள் தங்கள் சுயலாபத்திற்காகப் பயன்படுத்தத் தொடங்கின. இன்றும் பயன்படுத்தி வருகின்றன. விளைவு, இன்று இந்திய மண்ணில், மதவாத வெறுப்பு அரசியல் ஆட்சி செய்கிறது. 'மதம் மக்களின் அபின்' என்றார் கார்ல் மார்க்ஸ். நாம் அந்த மதம் பிடித்து தறிகெட்டு மிருகங்களாக அலையப் போகிறோமா? அல்லது இந்த மதவெறி பிடித்தவர்களின் வெறுப்பு அரசியலை இனங்கண்டு, தெளிவடைந்து மத நல்லிணக்கம் கொண்ட மனிதர்களாக மாறப் போகிறோமா?

'இரவு' முதல் பதிப்பை வெளியிட்ட நண்பர் தமிழினி வசந்தகுமாருக்கும், அதற்கான புகைப்படங்களையும் ஓவியங்களையும் அளித்து உதவிய நண்பர் டிராட்ஸ்கி மருதுவையும் நன்றியுடன் நினைவு கூர்கிறேன்.

'இரவு' இரண்டாம் பதிப்பை நேர்த்தியாகத் தயாரித்து வெளியிட்டுள்ள எதிர் வெளியீடு அனுஷ் கானுக்கும், இதன் முகப்பை வடிவமைத்த சந்தோஷ் நாராயணனுக்கும், இப்புத்தகத் தயாரிப்பில் பங்கேற்ற சீனிவாசன் மற்றும் எதிர் வெளியீடு நண்பர்கள் அனைவருக்கும் எனது நன்றிகள்.

இரவு மொழியாக்கத்தின் மறுபதிப்பின் வெளியீட்டை ஆவலுடன் எதிர்பார்த்து, வெளியாவதற்கு முன்பே அகால மரணமெய்திய எனது பிரியத்திற்குரிய தோழன் 'அசடன்' பாலாஜியின் நினைவிற்கு...

தோழமையுடன்
ரவி. தி. இளங்கோவன்

★ ஸ்டேன்லி ஓல்பர்ட் (Stanley Wolpert) எழுதிய "*Shameful Flight - The Last Years of British Empire in India*" - OUP, 2006.

பின்னிணைப்பு

புகைப்படங்கள்
மற்றும்
கோட்டோவியங்கள்

புகைப்படங்கள்

எலீ வீஸல் அவரது தாயார், சகோதரி ஜிபோராவுடன்

ஆஸ்விட்ச்சில் எலீ வீஸல். 2ஆம் வரிசை இடப்பக்கத்திலிருந்து ஏழாவது

கெட்டோவிலிருந்து வெளியேற்றம்

கால்நடைகளுக்கான புகைவண்டிப் பெட்டிகளில் மரணித்தவர்கள்

ஆஸ்விட்ச் வந்தடைதல்

ஹங்கேரிய யூதர்கள் ஆஸ்விட்ச் வந்தடைதல்

தேர்வு – வதை முகாமா? மரண உலையா?

மரணத்திற்கு தேர்ந்தெடுக்கப்பட்டு காத்திருக்கிறார்கள்

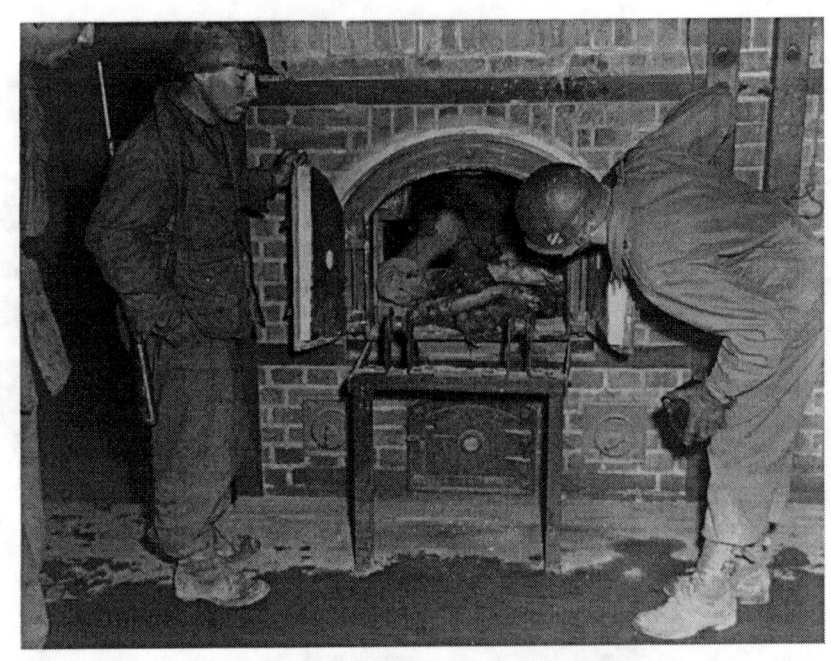

ஆஸ்விட்சின் முதன்மை முகாமிலிருந்த விஷவாயுக் கூடம்

எரிக்கப்படக் காத்திருக்கும் பிணக்குவியல்

நாஜி அதிகாரி அடையாளம் காட்டப்படுகிறான்

ஆஸ்விட்ச் வதை முகாமிலிருந்து உயிர்தப்பிய இரு ஓவியர்களின் கோட்டோவியங்கள்

டேவிட் ஒலரே

நரகம் செல்லும் புகைவண்டி

பிர்கெனா தகன உலை வெளித்தோற்றம்

விஷவாயுக்கு ஆட்பட்டு

தப்ப முயன்றவர்கள்

இறந்த குழந்தைகளின் உடலை எரியூட்டுதல்

ஜேன் கோம்ஸ்கி

அடையாளத்திற்காக கைகளில் எண்கள் பச்சை குத்தப்படுதல்

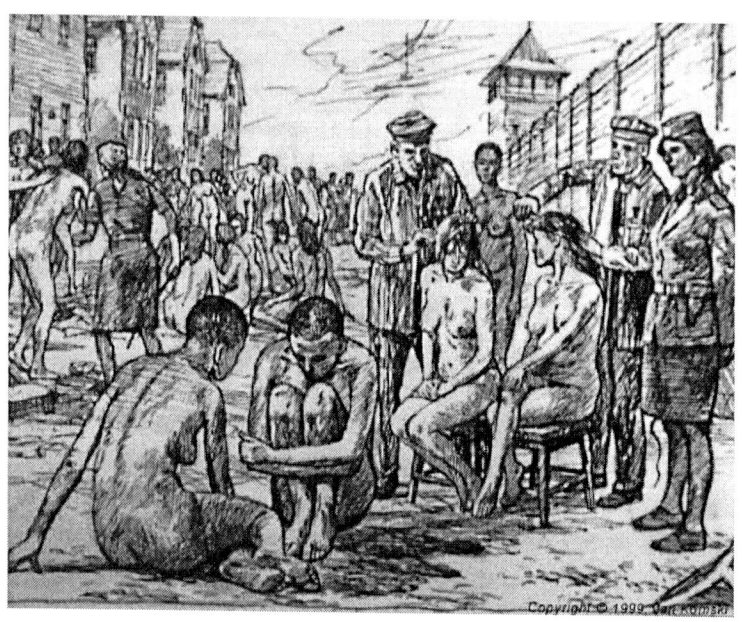

பெண்கள் முகாமில் ஆண்களின் பணி

தண்டனை

ஆஸ்விட்ச் தகன உலை உட்புறம்

தகன உலையில்...

பிர்கெனாவின் தோற்றம்

குதிரை லாயம் – ஆண்களின் தங்குமிடம்

தூக்கு தண்டனை